என்
தலைக்குமேல்
சரக்கொன்றை

டெம்சுலா ஆவ்

தமிழில் : எம்.ஏ. சுசீலா

நற்றிணை பதிப்பகம்

En Thalaikkumel Sarakkondrai, a Tamil Translation of the English Short Stories Laburnum For My Head by Temsula Ao

Copyright © Temsula Ao 2009

First published in Penguin Books India, 2009

Translated into Tamil by M.A. Susila

Tamil translation © Natrinai Pathippagam Pvt. Ltd.

First Edition: November 2022

Published by: Natrinai Pathippagam Pvt. Ltd.
No. 6/84, Mallan Ponnappan Street,
Triplicane, Chennai - 600 005.
natrinaipathippagam@gmail.com

Printed at:
Durga Printers
Chennai - 600 005.

ISBN: 978-81-949664-0-1
Price: Rs. 190

டெம்சுலா ஆவ் (1945–2022)

இந்தியக் கவிஞர், சிறுகதை எழுத்தாளர் மற்றும் இனவரைவியலாளர் ஆகிய சிறப்புகளுக்கு உரியவர் டெம்சுலா ஆவ். நாகர் பழங்குடி இனத்தைச் சேர்ந்தவரான இவர் ஜோர்கட்டில் (அஸ்ஸாம்) பிறந்தவர். நார்த் ஈஸ்ட் ஹில் பல்கலைக்கழகத்தில் (NEHU) முனைவர் பட்டம் பெற்று அங்கேயே ஆங்கிலப் பேராசிரியராகப் பணியாற்றி வந்தவர். திமாப்பூரில் (நாகாலாந்து) உள்ள வடகிழக்குப் பிரதேச பண்பாட்டு மையத்தின் நெறியாளராகவும், சாகித்திய அகாடமியின் பொதுக் குழு உறுப்பினராகவும் பன்முகச் செயல்பாடு கொண்டிருந்த இவரது படைப்புகள், வடகிழக்கு மாநிலங்களுக்கே உரிய தனித்துவம் வாய்ந்த பிரச்சினைகளிலும், அங்கே வழங்கும் தொன்மங்கள், பழக்க வழக்கம், பண்பாடு ஆகியவற்றிலும் குறிப்பான கவனம் செலுத்துபவை. பத்மஸ்ரீ (2007) மற்றும் சாகித்திய அகாடமி (என் தலைக்குமேல் சரக்கொன்றை 2013) விருதுகளைப் பெற்றிருக்கும் இவர் வட கிழக்கு இந்தியாவின் முக்கிய இலக்கிய ஆளுமைகளில் ஒருவராகக் கருதப்படுகிறார். ஐந்து கவிதைத்தொகுப்புகளும், இரண்டு சிறுகதைத் தொகுதிகளும் இலக்கியத்துக்கான இவரது பங்களிப்புகள்.

சமர்ப்பணம்
எல்லாக் கதைசொல்லிகளுக்கும்

வடகிழக்கிலிருந்து ஒரு குரல்...

'ஏழு சகோதரிகள்' என்று முன்பு அழைக்கப்பட்டு வந்த இயற்கை வளம் மிகுந்த இந்திய வடகிழக்கு மாநிலங்களான அசாம், மேகாலயா, நாகாலாந்து, மணிப்பூர், அருணாச்சலப் பிரதேசம், மிசோரம், திரிபுரா ஆகிய ஏழும், இப்போது சிக்கிம் மாநிலத்தையும் தங்களோடு இணைத்துக்கொண்டபடி, எட்டுச் சகோதரிகளாகி யிருக்கின்றன. எல்லைப்புற மாநிலங்களாக, அண்டை நாடுகளான வங்கதேசம், சீனா, பூட்டான், மியான்மர் ஆகியவற்றோடு ஒட்டிய படி இருக்கும் இவற்றின் நிலவியலும், இங்கு வாழும் மக்கள் எதிர்கொள்ளும் சிக்கல்களும் வடகிழக்கிலிருந்து வெகு தொலைவில் விலகி வாழும் பிற இந்திய மாநிலத்தவரால் எளிதில் புரிந்துகொள்ள இயலாத அளவுக்குத் தனித்துவம் வாய்ந்தவை.

இப்பகுதிகள், நாகா, மிசோ, போடோ, குக்கி, சக்மா போன்ற பலவகைப்பட்ட இனக்குழுக்களை... ஒன்றுக்கொன்று வேறு பாடான அவர்களது பண்பாடு, பழக்கவழக்கங்களை உள்ளடக்கியன வாகவும் உள்ளன. ஒரு புறம் இயற்கை வளம் செழிக்கும் பகுதியாக இருந்தாலும் வெவ்வேறு இனக்குழுக்களுக்கு இடையே அடிக்கடி நிகழும் ஓயாத பூசல்கள், தனி நாடு கோரும் ஆயுதம் தாங்கிய தீவிரவாதிகளின் அச்சுறுத்தல், அடிப்படைக் கட்டமைப்புகளில் குறைபாடு, பிரம்மபுத்ராவின் வெள்ளப்பெருக்கு, எல்லைப்பகுதிக்கே உரிய சில அபாயங்கள் என்று பல சவால்களை எதிர்கொள்ள வேண்டியிருக்கும் இம்மக்களின் பிரச்சினைகள் இந்தியாவின் பிற பகுதிகளில் வாழும் மக்களுக்குப் பெரும்பாலும் அந்நியமானவை; கிட்டத்தட்ட இந்தியாவிலிருந்தே ஒதுங்கிப்போனது போல கருதப் படும் இந்தப் பிராந்தியத்தின் சிக்கல்கள் அவர்கள் கவனத்தில் மிகுதியாக வெளிச்சம் பெற்றிராதவை. அந்தக் குறையை நிறைவு செய்யும் வகையில் வடகிழக்குப் பகுதிகளில் ஒன்றான நாகாலாந்து பகுதியிலிருந்து ஒலிக்கும் குரலாய், பழமையும் புதுமையும் கை கோர்த்தபடி இருக்கும் அந்த மாநிலத்தில் பெரும்பான்மையாக வாழும் நாகர் இனப்பழங்குடிகளின் பழக்க வழக்கங்களை, அவர் களிடையே நிலவும் தொன்மங்களை, குறியீடுகளை, நம்பிக்கைகளை,

விழுமியங்களை மையமிட்டு அமைந்திருப்பது, பத்மஸ்ரீ டெம்சுலா ஆவின் ‘என் தலைக்குமேல் சரக்கொன்றை’ என்னும் ஆங்கிலச் சிறுகதைத் தொகுப்பு.

அஸ்ஸாமில் பிறந்து ஷில்லாங்கில் வசிப்பவரும் அந்தப் பகுதியிலேயே பணியாற்றியவருமான நாகர் இனப்பெண்ணான டெம்சுலா ஆவ், வடகிழக்குப் பிராந்தியத்தின் தனித்துவம் மிக்க கலாச்சாரக் கூறுகளையும் அந்தப் பகுதியின் நிலவியலையும் உள்வாங்கியபடி இத்தொகுப்பிலுள்ள எட்டுச் சிறுகதைகளையும் கலைநயம் குன்றாத புனைவுகளாக்கி இருக்கிறார். நாகாலாந்து மாநிலம் மட்டுமே இவரது கதைகளின் பின்புலமானபோதும் அதை அடிப்படையாக்கி மொத்த வடகிழக்கு மாநிலங்களின் ஆன்மாவையே அவற்றின் இதயத்துடிப்பையே தன் படைப்புக்களில் அவர் பதிவு செய்திருக்கிறார் என்றே கூற வேண்டும். குறிப்பிட்ட நிலவியல் பின்னணி ஏதும் இன்றி மானுடப் பொது உணர்வை முன்னிறுத்தும் பல கதைகளும் கூட இத்தொகுப்பில் உண்டு.

‘என் தலைக்குமேல் சரக்கொன்றை’ என்னும் இந்தச் சிறுகதைத் தொகுப்பைத் தமிழில் மொழியாக்கம் செய்த அனுபவம் அந்த மாநிலங்களின் இயற்கை வெளிகளான காடுகள், மலைகள், நதிகளூடே சஞ்சரித்தபடி, அங்குள்ள நாகர் இனப் பழங்குடி மக்களோடும் அவர்களின் வினோதமான வாழ்வியலோடும், அவர் களது வேட்டை அனுபவங்களோடும், தீவிரவாதிகளின் பிடியில் சிக்கி அல்லலுறும் எளிய கிராமவாசிகளோடும் கரம் கோர்த்துச் சுற்றித்திரிந்தது போன்ற விசித்திர அனுபவத்தை அளித்தது. இந்தத் தொகுப்பை மொழிபெயர்க்கும் வாய்ப்பை எனக்குக் கிட்டிய ஒரு பேறாகவே கருதுகிறேன்.

வடகிழக்குப் பகுதிகள் மற்றும் அவற்றின் வாழ்வியல் குறித்து மிகுதியாக அறிந்திராத தமிழ் வாசகர்களுக்கு அவை பற்றிய புரிதலை மேம்படுத்த இந்தத் தொகுப்பின் தமிழ் மொழியாக்கம் உதவக்கூடும் என்ற நம்பிக்கையோடு, பல முயற்சிகள் மேற்கொண்டு இதைப் பதிப்பிக்க முன் வந்திருக்கும் நற்றிணை பதிப்பகத்துக்கும், நண்பர் யுகன் அவர்களுக்கும், என் நன்றிகள். தமிழ் மொழியாக்கத்தை வெளியிட ஆர்வத்தோடு ஒப்புதல் தந்த மூல நூலாசிரியர் டெம்சுலா ஆவ் அவர்கள் இந்த நூலைப் பார்க்காமலே மறைந்து விட்டாரென்ற வருத்தம் இருந்தபோதும் அவர்களுக்கு இந்த நூல்வழி என் நன்றியையும் அஞ்சலியையும் உரித்தாக்குகிறேன்.

எம்.ஏ. சுசீலா
மதுரை

பொருளடக்கம்

என் தலைக்குமேல் சரக்கொன்றை	9
ஒரு வேட்டைக்காரரின் மரணம்	35
விமான தளத்தை விற்ற சிறுவன்	60
ஒரு கடிதம்	76
மூன்று பெண்கள்	87
ஓர் எளிய கேள்வி	109
ஸோனி	119
பறத்தல்	140

கதைகள் இதயத்தில் வாசம் செய்கின்றன. அவற்றில் சில சொல்லப்படுகின்றன, பல சொல்லப்படாமலும் கேட்கப்படாமலும்!

தனிப்பட்ட அனுபவங்களைக் கற்பனை யால் பொதுமைப்படுத்தும் கதைகள், நகைச் சுவைக் கதைகள், பிரார்த்தனை போன்ற கதைகள், மனதின் கற்பனையாக மட்டுமே இல்லாமல் ஒப்புதல் வாக்குமூலங்களாகும் கதைகள்!

காரணம் கதைகள் இதயத்தில் வாசம் செய்கின்றன, சில சொல்லப்படுகின்றன. இந்தப் பக்கங்களில் விரிவது போல்.

என் தலைக்குமேல் சரக்கொன்றை

தூங்கி வழியும் அந்தச் சிறிய ஊரின் புதிய கல்லறைத் தோட்டத்தில் ஒவ்வொரு மே மாதமும் அசாதாரணமான ஒரு விஷயம் நிகழ்ந்து வந்தது. அலங்காரமும் எளிமையுமான கற்சின்னங்கள் தாங்கிய கல்லறைகள் கொண்ட பரந்த பழைய கல்லறைத் தோட்டத்தின் தெற்கு மூலையைத் தாண்டி, அதற்கு அப்பால் எளிமையான இந்திய சரக்கொன்றை மரம் ஒன்று மஞ் சள் வண்ண அழகான பூக்களைக் கொத்துக் கொத்தாகப் பூத்துச் சொரிந்து கொண்டிருந்தது. சில வருடங்களுக்கு முன்பு அது முதன் முதலாக நிகழ்ந்தபோது கான்கிரீட் கல்லறைகளுக்கு விஜயம் செய்ய வந்தவர்கள் அதைப் பார்த்து ஆச்சரியப்பட்டார்கள். பிறகு இயற்கையாக நிகழும் ஒரு தற்செயல் நிகழ்வு என்று அதை எடுத்துக் கொண்டுவிட்டார்கள். ஆனால் ஆண்டுக்கு ஆண்டு அந்த மரம் உயரமாகிக் கொண்டே சென்றது; பூக்களையும் மிகுதியாகச் சொரிந்தபடி குறிப்பிடத்தகுந்த ஒரு அதிசயமாகவே அது ஆயிற்று. தன் இருப்பைப் பறித்துக் கொண்ட மரணத்தை வென்றபடி தான் நிலையாக இருப்பதான ஒரு பொய்த் தோற்றத்தை உண்டாக்க மனிதர்கள் முயன்று கொண்டிருக்கும் அப்படிப்பட்ட ஓரிடத்தில், பூத்துச் சொரியும் அந்தக் கொன்றை மரம், இடத்துக்குப் பொருந் தாத மகத்தான அதிசயம்போல் நின்றது.

இறந்த மனிதர்களின் வாரிசுகள், கற்கட்டிடங்களின் மூலம் அவர்களின் இருப்பைத் தக்க வைக்க முயற்சித்தபடி அளவிலும் தோற்றத்திலும் மற்றவர்களோடு போட்டி போட்டுக் கொண்டு ஒருவரை ஒருவர் மிஞ்சும் வகையில் நினைவுச் சின்னங்களை எழுப்பிக் கொண்டுதான் வருகிறார்கள். ஆனால் மனிதர்கள் செயற்கையாகப் புனைந்து உருவாக்கிய உறுதியான கற்பாறைகளையும், கிரானைட் கல்லறைகளையும் விஞ்சும் தன்மையை இயல்பாகவே கொண்டி

ருப்பது இயற்கை. மணலாலும், சிமெண்டாலும் மூடப்படாத ஒவ்வொரு அங்குல பூமியிலிருந்தும் களைகளும், முட்செடிகளும் பிடிவாதமாக முளைவிட்டுக் கொண்டுதான் இருக்கின்றன. அதனால் ஒவ்வொரு ஈஸ்டர் வாரத்திலும் இறந்தவர்களின் உறவினர்கள் கல்லறைத் தோட்டத்துக்கு வந்து சம்பந்தப்பட்டவர்களின் நினைவுச் சின்னங்களாக உள்ள கல்லறைகளைச் சுத்தப்படுத்தி, அங்கே தாமாக முளைத்திருக்கும் செடி கொடிகளை அப்புறப்படுத்து வார்கள். இறந்தவர்களிடம் அன்பு கொண்டவர்கள், நினைவுச் சின்னங்களின் மீது பொறிக்கப்பட்டிருக்கும் பெயர்களில் படிந் திருக்கும் தூசுகளையும் பறவை எச்சம் போன்றவற்றையும், சுத்த மாகத் துடைப்பார்கள். தற்செயலாக அங்கே வர நேரும் அந்நியர்கள், ஒரு பொழுதுபோக்கைப் போல அந்தப் பெயர்களைப் படிப் பார்கள்.

ஆனால் ஒவ்வொரு ஆண்டும் அற்புதமான மஞ்சள் நிறத்தில் பூக்கும் கொன்றை மட்டும் கீழே தாழ்ந்து தொங்கும் தன் கிளை களுக்கு அடியில் உறங்குவது யார் என்பதை வெளிப்படுத்திவிடாமலே இருக்கும். மனிதன் ஆயத்தப்படுத்தி வைத்திருக்கும் எந்த ஒன்றையும் இந்தக் குறிப்பிட்ட இடம் மட்டும் வெளிக்காட்டுவதில்லை. எந்த விதமான எழுத்தும் பொறிக்கப்படாத இயற்கை மட்டுமே அங்கே ஆட்சி நடத்தும். மாறிவரும் பருவங்களுக்குச் சொந்தம் கொண்டாடக் கூடியது இயற்கை மட்டும்தான். ஏழை, பணக்காரன், வயதானவன், இளைஞன், பிரிவுக்காக வருத்தப்பட வைத்தவன், வைக்காதவன் என்று பலவிதமாகப் பரவிக்கிடக்கும் உயிரற்றவர்களின் எண்ணற்ற சமாதிகளின் ஓரமாய் நிற்கும் கொன்றை மரத்தில் பூக்களைச் சொரிய வைத்து அழகுபடுத்தியும், மலர்களின்றி மொட்டை யாக்கியபடியும் பருவ காலங்கள் ஒரு பிள்ளை விளையாட்டை நிகழ்த்திக்கொண்டிருந்தன.

பழைய கல்லறைத் தோட்டத்திலிருக்கும் நினைவுச் சின்னங் களில் பொறிக்கப்பட்டிருக்கும் வாசகங்கள், இறந்தவர்களின் வாரிசு களாலும், உறவினர்களாலும் விரும்பியோ விரும்பாமலோ ஒரு கடமைபோல எழுதப்பட்டிருப்பதற்கு மௌன சாட்சிகளாக இருக்கும். ஆனால் அதற்கு மாறாகக் கொன்றை மரமோ உயிரோடு, உயிர்ப்போடு இருக்கும். மாறி மாறி வரும் பருவங்களில் மாறாமல் இருக்கும். மே மாதத்தில் அற்புதமாகப் பூத்துச் சொரிந்து கொண்டி ருக்கும். கோடைக்கால இறுதியில் மஞ்சள் வண்ணப் பூங்கொத்து களைத் தாங்கிக்கொண்டிருக்கும் மெல்லிய தண்டுகள் பழுப்புநிறக் காய்களாக ஆகும். குளிர்காலத்தில் இலைகளையெல்லாம் உதிர்த்து விட்டு மொட்டை மரமாக ஆகிவிடும். வசந்த காலம் வரும்போது இளம் பச்சைத் துளிர் விட்டு மே மாதத்தில் தன் மஞ்சள் மலர்ப்

பூவளையங்களை மீண்டும் சூடிக்கொள்ளத் தொடங்கிவிடும். சலவைக் கல்லாலும், கருங்கல்லாலும் செதுக்கப்பட்டு ஆடம்பரப் பகட்டோடு இருக்கும் நினைவுச் சின்னங்களையெல்லாம் அது அப்போது விஞ்சிவிடும்.

ஆனால் கதை இதோடு முடிந்துவிடவில்லை. அதை ஆரம்பத்திலிருந்து சொல்லியாக வேண்டும். தன் தோட்டத்தில் சில கொன்றை மரங்கள் வேண்டுமென்று ஆசைப்பட்ட லெண்டினா என்ற பெண்ணோடு எல்லாம் தொடங்கியது. அவற்றின் மஞ்சள் நிறப் பூக்களை அவள் எப்போதுமே வியந்து பார்ப்பாள்; அவற்றி லுள்ள பெண்மை அவ்வாறு வெளிப்படுவதாக அவள் நினைத்துக் கொள்வாள். ஆரஞ்சும் அழுத்தமான இளஞ்சிவப்பு நிறமும் இணைந்தபடி பளபளப்பாய்ப் பகட்டாய்ப் பூக்கும் குல்மோகர் போல இவை பூப்பதில்லை. தரையை நோக்கிக் கொத்துக் கொத்தாய்த் தலை கவிழ்ந்திருப்பது போலிருக்கும் சரக் கொன்றைப் பூக்களை அவளுக்குப் பிடித்திருந்ததன் காரணம் அது எளிமையான பணிவின் அடையாளம் போல அவளுக்குத் தோன்றியதுதான். அதனால் தன் தோட்டத்தில் இரண்டு மரங்களை நடுவதற்கு அவள் முடிவு செய்தாள். அவை பெரிதாக இல்லாவிட்டாலும் கூட ஓரங்களில் மட்டும் நட்டுவைத்தால் மற்ற செடிகளின் செழிப்பான வளர்ச்சி பாதிக்கப்படாமல் இருக்குமென்று நினைத் தாள். மரக்கன்று விற்பனை செய்யும் இடத்திலிருந்து கன்றுகளை வாங்கி காம்பவுண்ட் சுவரின் ஓரமாக நட்டுவைத்தாள். அவற்றை வளர்க்கும் முறைகளைக் கவனமாகப் பின்பற்றியபடி இரண்டு ஆண்டுகளுக்குள் அவை பூத்துவிடும் என்று நம்பிக்கொண்டிருந்தாள்; அவற்றை விற்பனை செய்தவன் அவளிடம் அப்படித்தான் சொல்லி இருந்தான்.

முதல் வருடத்தில் அவள் வீட்டின் புதுத் தோட்டக்காரர், சுற்றி வளர்ந்திருந்த களைகளைப் பிடுங்கி எறியும்போது இளம் கொன்றைக் கன்றுகளையும் அவற்றோடு களைந்து எறிந்துவிட்டார். அவரைக் கடுமையாகக் கண்டித்த பிறகு இன்னும் சில மரக்கன்று களை வாங்கிக் கொண்டு வந்தாள் லெண்டினா. இந்தத் தடவை, தோட்டத்தின் மூன்று மூலைகளில் அவற்றில் மூன்றை நட்டாள். அவற்றில் ஒன்றாவது தழைக்கக் கூடும் என்பது அவளது நம்பிக்கை. ஆனால் அது நடக்கவில்லை. ஒருநாள் நாய்கள் பலமாகக் குரைக்கும் ஓசையையும், அவள் வீட்டு மதில் சுவரை ஒட்டி மாடுகள் கத்து வதையும் அவள் கேட்டாள். அது என்னவென்று பார்க்க வெளியே வந்தபோது அக்கம் பக்கத்திலுள்ள நாய்கள் தெருவில் அலைந்து கொண்டிருந்த பசுக்களைத் துரத்தியதால் லேசாகத் திறந்து கிடந்த அவள் வீட்டுக் கதவின் வழியே தோட்டத்தின் உள்ளே நுழைந்த

பசுக்கள், அங்கே இருந்த செடிகளை விருப்பம் போலக் கொறிக்கத் தொடங்கிவிட்டதையும், அவள் பொக்கிஷம் போல் வளர்த்த கொன்றை மரக்கன்றுகளும் பறிபோய் விட்டதையும் கண்டாள். கொன்றைமரக் கன்றுகளை நட்டது முதல் தோட்டத்தில் நடக்கும் இத்தகைய விபத்து போன்ற நிகழ்ச்சிகள் அவளுக்கு ஆச்சரியமாக இருந்தன. ஆனாலும் அவள் தன் முயற்சியை விட்டு விடவில்லை. அவளுக்கு விருப்பமான பூக்களைப் பூக்கும் அந்த மரத்தின் கன்றுகளை மூன்றாவது வருடத்திலும் அவள் நட்டு வைத்தாள். முதல் சில மாதங்களில் அதிசயமாக அவை பிழைத்துக் கொண்டு வளரவும் தொடங்கிவிட்டன.

லெண்டினா மிகவும் உற்சாகமடைந்தாள். அவள் மிகவும் ரசித்த கம்பீரமான மஞ்சள் பூங்கொத்துகளை விரைவில் பார்க்கத் தவித்தபடி இருந்தாள். ஆனால் அவள் கனவு நனவாவதற்கு முன்பு இன்னொரு ஆபத்து நேரிட்டுவிட்டது. தோழியைப் பார்ப்பதற்காக அவள் வெளியே சென்றிருந்தபோது சுகாதாரத்துறைப் பணியாள் ஒருவன், தோட்டத்தின் ஓரங்களிலெல்லாம் மிகக் கடுமையான டி.டி.டி. பூச்சி கொல்லி மருந்தைத் தெளித்துவிட்டுச் சென்றிருந்தான். துரதிர்ஷ்டவசமாக அன்று இரவு முழுவதும் பெய்த மழையில் தோட்டம் முழுவதும் வெள்ளக்காடாகி இருந்தது. நன்கு வளர்ந் திருந்த மரங்களைத் தவிர கொன்றை உட்பட எல்லாமே பட்டுப் போய் உதிர்ந்து போய்விட்டன. லெண்டினா பெரிதும் மனமுடைந்து போனாள்; வினோதமான அந்த மலர்களின் எழிலைத் தன் தோட்டத்துக்குக் கொண்டு வரும் முயற்சி, ஒருபோதும் ஜெயிக்கப் போவதில்லையோ என்றுகூட எண்ண ஆரம்பித்திருந்தாள் அவள். ஆனாலும் நெடுஞ்சாலைகளிலும், வேறு தோட்டங்களிலும் இந்த மலர்கள் பூத்திருப்பதை எப்போது கண்டாலும் தன் வீட்டுக்கு நெருக்கமாக அவை இருக்க வேண்டும் என்ற ஆழ்மன ஏக்கம் அவளை ஆட்கொள்ளத் தொடங்கிவிடும். அவளது கணவரும் குழந்தைகளும் கொன்றைப்பூ மேலுள்ள அதீத விருப்பம் அவளது மனநலனையே பாதித்து வருவதாக முடிவு கட்டியதோடு, குடும்பத்தார் ஒன்று கூடிப்பேசும் தருணங்களிலும் அதைப்பற்றி வெளிப்படையாகப் பேசத் தொடங்கியிருந்தனர். தன் மீது அவர்கள் கொண்டுள்ள அக்கறையை அவள் புரிந்துகொள்ளவில்லை; மாறாக அவர்கள் அழகுணர்ச்சி இல்லாதவர்கள் போலவும், சுற்றியுள்ள அழகை ரசிக்காமல் இருப்பது போலவும் எண்ணி அவள் மனதுக்குள் காயப்பட்டாள். ஆனால் என்றாவது ஒருநாள் தன் தோட்டத்தில் முழுமையாக வளர்ந்த ஒரு கொன்றை மரம் இருக்குமென்ற நம்பிக்கையை அவள் ஒரு போதும் கைவிடவே இல்லை.

அதற்குப் பிறகு ஒருபோதும் ஒருவரிடமும் கொன்றையின் பெயரைக் கூட அவள் சொல்லவில்லை. அத்தனை ஆசையோடு ரசித்து, தன் தோட்டத்தில் வளர்க்க ஆசைப்பட்ட அந்த மரத்தை மீண்டும் நடுவதற்கும் அவள் எந்த முயற்சியும் செய்யவில்லை. அந்தத் தருணத்தில் அவளது கணவருக்கு விநோதமான ஏதோ ஒரு நோயின் அறிகுறிகள் தென்படத் தொடங்கின; நோய் இன்னதென்று கண்டுபிடிப்பதற்கு முன்பே ஒருநாள் அமைதியாகத் தூக்கத்திலேயே இறந்துபோனார் அவர். சமூகத்தில் அவர் ஒரு பிரபலமான நபரென்பதால் இறுதிச் சடங்குகள் விரிவாக நடந்தன. அவரைப் புதைப்பதற்கான அந்த நாளில் அவரது உடல் கல்லறைக்கு எடுத்துச் செல்லப்பட அமரர் ஊர்தியில் ஏற்றப்பட்டு ஆயத்தமான அந்தக் கணத்தில் லெண்டினா ஆச்சரியமான ஒரு காரியத்தைச் செய்தாள்; அது, அவளையுமே கூட ஆச்சரியப்பட வைத்தது. கணவரின் இறுதி ஊர்வலத்தில் தானும் கலந்துகொள்ளப் போவதான அவளது அறிவிப்புதான் அது. பொதுவாகக் கல்லறையில் நடக்கும் இறுதிக் கிரியைகளில் ஆண்கள்தான் கலந்துகொள்வது வழக்கம்; புதிதாக உடல் அடக்கம் செய்யப்பட்ட இடத்தைச் சுற்றித் தற்காலிகமாக ஒரு வேலி அமைப்பதையும் அவர்கள் அங்கேயே இருந்து மேற்பார்வை செய்துவிட்டு வருவார்கள். ஆனால் அமரர் ஊர்தியைத் தொடர்ந்து தன் மகன்களும், சகோதரர்களும் கூட்டமாக வீட்டிலிருந்து வெளியேறுவதைப் பார்த்த லெண்டினாவுக்கு அவர்களோடு தானும் சேர்ந்து கொள்ள வேண்டுமென்ற திடீர் மன எழுச்சி ஏற்பட்டுவிட்டது. அவளது வார்த்தைக்கு மௌனமே பதிலாக இருந்தது; அப்படிப்பட்ட ஒரு கணத்தில் அவளை மறுத்துப் பேசிக் கொண்டிருக்க எவரும் தயாராக இல்லை. ஒருவாறு கூட்டம் கிளம்பியது; காட்டில் இறுதிப் பிரார்த்தனைகள் தொடர்ந்து ஒலித்துக்கொண்டிருக்க, வித்தியாசமான பல அடையாளக் கற்கள் தாங்கிய விதவிதமான கல்லறைகளுக்கு நடுவே நின்றபடி, மரணத்தை வெல்ல மனிதர்கள் மேற்கொள்ளும் அற்பமான முயற்சிகள் பற்றிச் சிந்தித்துப் பார்த்துக் கொண்டிருந்தாள் லெண்டினா. இப்படிப்பட்ட விதவிதமான கல்லறைகளை எழுப்புவதால் மட்டும் இறந்தவர்களை உயிரோடு கொண்டுவந்துவிட முடியுமா என்ன என்று அவள் சிந்தனை ஓடிக்கொண்டிருந்தது.

தனக்குரிய இறுதித் தருணம் வரும்போது இந்த மாதிரி தன்னை நிலைத்திருக்கச் செய்யும் முயற்சிகள் எதுவும் வேண்டாம் என்று அவள் முடிவு செய்தாள். அந்த எண்ணம் திடீரென்று அவளுக்குள் ஓர் உண்மையை உணர்த்தியது; அந்த அனுபவச் சிலிர்ப்பை அவள் உணர்ந்தாள். கல்லறைக்கு மேல் வழக்கமாக வைக்கப்படும் அலங்காரமான முட்டாள்தனமான எந்தவித

அடையாளக் கல்லும் இல்லாமல் தன் சமாதியின் மீது ஏன் ஒரு சரக்கொன்றை மரம் இருக்கக் கூடாது? தனக்கு நெருக்கமாக ஒரு கொன்றை மரம் இருக்க வேண்டும் என்ற அவளது வாழ்நாள் விருப்பமும் கூட அந்த வகையில் பூர்த்தியாகிவிடும். அதை எண்ணிப் பார்த்தபோது அது சோகமயமான நிகழ்ச்சி என்பதையும் மீறி ஒரு புன்னகை அவளிடம் எட்டிப்பார்த்து விட்டது. அதை ஓர் உறவினர் பார்த்துவிட்டார் என்று தெரிந்ததும், இழப்பின் துயரத்தோடு அதற்குப் பொருத்தமாகத் தன் முக பாவனையை வேகமாக மாற்றிக்கொண்டாள் அவள். ஆனால் அவளுக்குள் ஏற்பட்டிருந்த ஒரு வித பரவசமான மனக்கிளர்ச்சியை நெடுநேரம் அவளால் மறைத்துக் கொள்ள முடியவில்லை. அதனால் தன் கார் ஓட்டுநர் எங்கே என்று சுற்றுமுற்றும் தேடிப் பார்த்து விட்டு சைகையால் அவனைப் பின்தொடரச் சொல்லியபடி வீட்டுக்குத் திரும்பிச் சென்றாள்.

அன்று இரவு முழுவதும் உணர்ச்சி மிகுதியால் அவளால் தூங்கவே முடியவில்லை. ஏதோ ஒரு பெரிய பிரச்சினை தீர்ந்து விட்டதைப் போலிருந்தது. ஆனால் அவள் அதை எப்படிச் செயல்படுத்தப் போகிறாள் என்பதுதான் கேள்வி. தன் உறவுக் காரர்களையோ, குழந்தைகளையோ இந்த விஷயத்தில் நம்ப முடியாதென்பது அவளுக்குத் தெளிவாகத் தெரிந்தது. அந்த 'மஞ் சள் நிற அதிசயங்'களின் மீது அவள் உள்ளத்திலிருக்கும் ஆழமான ஏக்கத்தைப் புரிந்துகொள்ளக் கூடிய தகுதியான ஒரு நபரை அவள் கண்டுபிடித்தாக வேண்டும். தன்னிடம் வேலைபார்ப்பவர்களில் யாரை நம்பமுடியும் என்று அவள் யோசித்துப் பார்த்தாள். சமையற்காரர், தோட்டக்காரர் ஆகிய இருவருக்குமே தங்களுக் கென்று ஒரு குடும்பம் இருந்தது. குடும்பத்துக்குள் தனிப்பட்ட ஒரு புனிதம் போல இரகசியத்தை ஒருபோதும் காப்பாற்ற முடியாது. 'சட்'டென்று தன் காரோட்டியின் நினைவு அவளுக்கு வந்தது. அவளுக்கே ஞாபகம் இல்லாத அளவுக்கு வெகு காலமாக, பல ஆண்டுகளாக அந்த டிரைவர் அவர்கள் வீட்டில் வேலை பார்த்து வருகிறான். மனைவியை இழந்தவன் அவன். அவன் மீது நம்பிக்கை வைக்க முடிவு செய்தாள் அவள். மறுநாள் அவனோடு கல்லறைத் தோட்டம் வரை காரில் சென்று, தன்னுடைய புதைகுழியின் மீது அடையாளக் கல்லாக எது இருக்க வேண்டும் என்ற தன் ஆசையை அவனிடம் வெளிப்படுத்த வேண்டுமென்று அவள் நினைத்துக் கொண்டாள். ஆனால் ஒரே ஒரு நிபந்தனை கட்டாயமாக உண்டு. அவளது வாழ்நாளுக்குள் அந்த மரம் பூப்பதை அவள் பார்த்துவிட வேண்டும். டிரைவரின் பெயர் மாபு என்று இருந்தாலும் எல்லோரும் அவனை பாபு என்றுதான் கூப்பிட்டு வந்தார்கள். மாபு என்று

முதலில் உச்சரிக்க வராததால் லெண்டினாவின் பேரன் அவனை பாபு என்று சொல்லப் போக அதுவே வழக்கமாகிவிட்டது. அந்தப் பெயரும் அப்படியே நிலைத்துப் போனது. வீட்டிலிருந்த பெரிய வர்கள் தன்னை பாபு என்று அழைத்தாலும் கூட நல்லியல்பு கொண்டவனாகிய மாபு அதற்கு எதிர்ப்புக் காட்டுவதில்லை.

மறுநாள் காலை பாபுவைக் கூப்பிட்டு அனுப்பிய லெண்டினா, கல்லறைத் தோட்டத்துக்குச் செல்லும் சாலைக்குப் போகச் சொன்னாள். அது அத்தனை விநோதமாக எவருக்கும் படப்போவ தில்லை. கணவனை இழந்த விதவையான அவள், தன் கணவனின் சமாதிக்குச் செல்வதாகத்தான் வெளிப்பார்வைக்குத் தோன்றும். ஆனால் லெண்டினாவின் நோக்கமே வேறு. கல்லறைத் தோட்டத்தில் காலியாகக் கிடக்கும் இடங்கள் எவையெவை என்று பார்த்துத் தன்னைப் புதைப்பதற்கு ஏற்ற ஒரு இடத்தைத் தேர்ந் தெடுக்க நினைத்தாள் அவள். அந்த இடத்துக்கு நீண்ட காலம் எந்தத் தொந்தரவும் வந்துவிடக் கூடாது; அதனால் மற்றவர்களுக்கும் எந்தப் பிரச்சினையும் வந்துவிடக் கூடாது. கல்லறைத் தோட்டத்துக்கு அவர்கள் வந்து சேர்ந்ததும், தன் கணவரின் புதைகுழியை நோக்கி விரைவதற்குப் பதிலாக ஏதோ தொலைந்த புதையலைத் தேடுவது போல அந்தப் பகுதியின் எல்லைப் பகுதிகளை நோக்கிச் சென்றாள் லெண்டினா. நீண்ட நேரம் அங்கும் இங்கும் நடந்தபின் கல்லறைத் தோட்டத்தின் தெற்கு மூலையில் ஒரு இடத்தைக் கண்டுபிடித்த அவள், தான் தேடியது கிடைத்துவிட்டதைப் போலத் தலையை ஆட்டிக்கொண்டாள். பாபுவுக்குக் குழப்பமாக இருந்தது. சின்ன எஜமான்கள் பேசிக் கொள்வது போல அம்மாவுக்கு மூளை பிசகிப் போய்விட்டதோ என்றுகூட நினைக்கத் தோன்றியது அவனுக்கு. தன் அருகே வரச் சொல்லி அவள் சைகை காட்டியபோது அவன் தயக்கத்துடனேயே சென்றான். அவனை வேகமாக நடக்கச் சொல்லிக் கையசைத்து விட்டுத் தான் நின்று கொண்டிருந்த இடத்தைச் சுட்டிக்காட்டியபடி, "இதுதான் என்னோட இடம். எனக்கான கடைசி நேரம் வரும்போது இந்த இடத்திலே புதைக்கப்படணுங் கிறதுதான் என் விருப்பம்" என்று உரக்கச் சொன்னாள்.

பாபுவுக்கு அதைக் கேட்டு வியப்பாக இருந்தது.

"ஆனா... மேடம்... உங்க இடத்தை ஏற்கனவே எஜமானருக்குப் பக்கத்திலே குறிச்சு வச்சுட்டாங்களே" என்று அவளை மறுத்துச் சொன்னான் அவன்.

"நான்சென்ஸ்! எந்தப் பையன் முதல்லே போறானோ அவன் அந்த இடத்தை எடுத்துக்கட்டும். என் இடம் இதுதான். 'டவுன் கமிட்டி'க்குப் போய்ப் பார்த்துப் பேசி இதைப் பத்தின எழுத்து வழிப் பத்திரம் வாங்கற வேலையை நீதான் செய்யப்போறே.

ஆனா... இதை மட்டும் மனசிலே வச்சுக்கோ. உங்க வீட்டிலே யாருக்கும் இதைப் பத்தி எதுவும் தெரியக் கூடாது"

பாபுவின் மருமகன், அந்த அலுவலகத்தில் ஒரு சாதாரண அலுவலராக வேலை பார்ப்பது அவளுக்குத் தெரியும்.

"இதோ பாரு! உன் மருமகன்கிட்டே சொல்லி அதுக்கு ஏற்பாடு பண்ணு. எவ்வளவு செலவானாலும் அதை நான் கொடுக்கிறேன். இப்ப நீ என்கிட்டே சத்தியம் செய்துதரப்போற மாதிரி இந்த ரகசியத்தைக் காப்பாத்தணும்னு அவன் கிட்டேயும் உறுதிமொழி வாங்கிக்கோ. என்ன... என்னோட ரகசியத்தைக் காப்பாத்துவே தானே?"

அவள் கண்ணில் தெறித்த கனலையும், அதிலிருந்த உண்மையின் ஆழத்தையும் கண்ட பாபு,

"கட்டாயமா மேடம்! நான் உங்களோட ரகசியத்தை பத்திரமா காப்பாத்துவேன். என் மருமகனையும் அப்படியே செய்யச் சொல்றேன்" என்று பதிலளித்தான்.

"தன்னோட மனைவிகிட்டே கூட அவன் சொல்லக் கூடாது" என்றாள் லெண்டினா.

"சரி மேடம்" என்று அதை ஆமோதித்தான் பாபு.

சட்டென்று ஏற்பட்ட இந்தக் கணநேரத் தீர்மானத்துக்குப் பின், அவனை நோக்கித் தன் கைகளை நீட்டினாள் அவள். அவன் அவளைக் கைத்தாங்கலாகப் பிடித்துக்கொள்ள, தோட்டத்துக்கு வெளியே கார் நிறுத்தப்பட்டிருந்த இடத்துக்கு வந்து பின்பு இருவரும் வீடு வந்து சேர்ந்தனர். வயதான அந்தப் பெண்மணி களைப்பாகக் காணப்பட்டதால் நேரே படுக்கச் சென்றுவிட்டாள். அதை யாரும் வித்தியாசமாக எடுத்துக் கொள்ளவில்லை. நடந்து முடிந்திருந்த இறுதிச் சடங்குகள் அங்கிருந்த எல்லாரையுமே அசதிக்கு ஆளாக்கி இருந்தன. அந்த வீட்டிலிருந்த மிகவும் வயது குறைவான பெண்ணும் கூட சீக்கிரம் தூங்கப் போகலாமா என்று எதிர்பார்த்துக் கொண்டிருந்தாள். ஆனால் படுக்கையில் படுத்திருந்தபடி நல்ல முழு விழிப்போடு இருந்த லெண்டினாவோ, தான் செய்ய வேண்டிய அடுத்த காரியத்தைப் பற்றித் திட்டமிட்டுக் கொண்டிருந்தாள். புதைகுழிக்காகத் தேர்ந்தெடுத்த இடத்தில் ஒரு கொன்றை மரத்தை நடவேண்டுமென்று அவள் ஆசைப்பட்டாள். அந்த இடத்தைக் கையகப்படுத்துவது முதல், எல்லாவற்றையும் ரகசியமாக வைத்துக் கொள்வதுவரை உள்ள எல்லாக் கஷ்டங்களும் விரும்பிய பலன் அளிக்க வேண்டுமென்றால் அது, தான் உயிரோடு இருக்கும்போதே உறுதிப்படுத்தப்பட்டாக வேண்டும். அவளது இறுதி மூச்சு பிரிவதற்கு முன் அந்த மரம் பூப்பதை அவள்

பார்த்துவிட வேண்டும். இந்தக் காரியத்தைச் செய்வதற்கும் கூட விசுவாசமான பாபுவின் துணைதான் அவளுக்குத் தேவையாக இருந்தது. ஆனால் துரதிர்ஷ்டவசமாக அப்போது குளிர்கால சமயமாக இருந்ததால் அடுத்த வசந்த காலம் வரை அவர்கள் காத்திருக்கத்தான் வேண்டும்.

அந்த இடைவேளைக்குள், கல்லறைத் தோட்டத்திலுள்ள அந்த இடத்தை அவளுக்காக ஒதுக்கி வைப்பதுபற்றிய ஆரம்ப கட்ட பேச்சு வார்த்தையைத் தன் மருமகனோடு தொடங்கியிருந்தான் பாபு. எடுத்த எடுப்பில் அதைக் கேட்டதும் அந்த இளைஞன் குழம்பித்தான் போனான். தன் மாமனார் இப்படிப்பட்ட வெறுப் பூட்டும் துயரமான விஷயத்தை ஏன் பேசுகிறார்? குணமாக்க முடியாத ஏதோ ஒரு நோயால் அவதிப்பட்டுக் கொண்டு சொந்தக் குடும்பத்திடமிருந்தே அதை மறைத்து வைத்திருக்கிறாரோ அவர்? ஆனால் அந்த இளைஞன், தான் நினைத்ததையெல்லாம் வெளியே சொல்லிவிடாமல் தன் மனதுக்குள் மட்டுமே வைத்துக்கொண்டான். கல்லறைத் தோட்டத்தின் முன்வரிசை இடங்களைத்தான் நிறைய பேர் விரும்புகிறார்கள் என்பதையும், நகரத்தில் பிரபலமாக இருக்கும் மனிதர்களுக்கிடையே அது தொடர்பான தகராறுகள் கூட ஏற்படுவதுண்டு என்பதையும் மருமகன் வழியாக பாபு அறிந்து கொண்டான். ஆனால் பாபு முன்வைத்த கோரிக்கை, அவனது மருமகனைப் பெரிதும் ஆச்சரியமடைய வைத்தது; காரணம் அவன் சொன்ன இடம், கல்லறைத் தோட்டத்தின் ஏதோ ஒரு மூலையில் இருக்கும் அதிகம் கண்டுகொள்ளப்படாத இடம். அந்த இடத்தை ஒதுக்குவதில் எந்தச் சிக்கலும் இருக்காதென்று தனக்குத் தோன்றுவதாக மாமனாரிடம் உறுதியளித்தான் அவன். ஆனால் முறையான ஒரு விண்ணப்பம் இருந்தால்தான் கமிட்டியால் பொருத்தமான நடவடிக்கையை எடுக்க முடியும்.

பாபு, தன் எஜமானியிடம் இது பற்றித் தெரிவித்ததும், லெண்டினா மீண்டும் ஒருவகையில் குழப்பத்திற்கு ஆட்பட்டாள். அந்த விண்ணப்பத்தில் அவளே கையெழுத்திடுவதா அல்லது விண்ணப்பதாரர் பெயர் ரகசியமாக இருப்பதற்காக வேறு ஏதாவது தந்திரமான திட்டம் தீட்ட வேண்டி இருக்குமா? இரண்டாவதுதான் சிறந்ததாக இருக்குமென்று தோன்றினாலும் அதை அவள் எப்படிச் செய்து முடிப்பது? மனதுக்குள் பல விதமாக யோசித்துப் பார்த்த போது, நீண்ட நாட்களுக்கு முன் தனக்கும், கணவருக்கும் இடையே நிகழ்ந்த ஓர் உரையாடல் அவளுக்கு நினைவு வந்தது. அவர்கள், நிலவிற்பனை சார்ந்த பல விஷயங்களைப் பற்றிப் பேசிக்கொண்டிருந்த அந்த நேரத்தில்,

"நிலத்திலே போட்ட பணத்திலே இருந்து லாபம் வரணும்னு நீ நெனச்சா, பளிச்சுனு வெளியே அதிகம் தெரியாம இருக்கிற இடங்களை வாங்கிப்போடணும். அப்பத்தான் நீ அதுகளை வாங்கும்போது யார் கவனத்திலேயும் அது படாது. ஊர் பெரிசாகும்போது உன்கிட்டே இருக்கிற சொத்தோட மதிப்பு பலமடங்கு கூட ஆகியிருக்கும்" என்று அவள் கணவர் சொல்லி யிருந்தார்.

அந்த உரையாடலிலிருந்து கிடைத்த ஒரு விஷயத்தை இப்போது நினைத்துப் பார்த்த அவள்–ஏற்கனவே நெரிசலாக இருக்கும் கல்லறைத் தோட்டத்தில் ஒரு இடத்தை ஒதுக்கும் முதல் யோசனையைக் கைவிட்டுவிட்டு மறுநாள் அங்கே மீண்டும் போனாள். இம்முறை தோட்டத்தின் சுவரைச் சுற்றி பாபுவையும் தன்னோடு நடந்து வருமாறு கூப்பிட்டாள் அவள்; பிற்காலத்தில் தோட்டம் எந்தத் திசையில் விரிவுபடுத்தப்பட வாய்ப்பிருக்கிறது என்பதை ஆராயுமாறும் அவனிடம் கேட்டுக்கொண்டாள். சட்டென்று விஷயத்தைப் பிடித்துக்கொண்ட அவன், அவளைச் சிறிது ஓய்வெடுக்குமாறு கேட்டுக்கொண்ட பிறகு தோட்டத்தைச் சுற்றியுள்ள பகுதியை வேகமாகப் போய்ப் பார்த்துவிட்டு ஒரு முடிவோடு திரும்பி வந்தான். காரில் ஏறிக்கொள்ள அவளுக்கு உதவி செய்து, இருவரும் வசதியாக உட்கார்ந்தபிறகு,

"மேடம்! தெற்குப் பக்க எல்லையை ஒட்டியிருக்கிற இடம்தான் மிகவும் நன்றாக இருக்கிறது; ஆனாலும் உங்கள் தேவைக்கு ஒரு கையளவு நிலம் போதுமென்ற நிலையில் நீங்கள் இப்படிச் செய்வது ஏனென்று எனக்கு முழுசாய்ப் புரியலை" என்றான்.

கண்கள் பளபளக்க அவனைப் பார்த்தவள்,

"பொறுமையா இரு பாபு! உன்னோட கேள்விக்குக் காலம் பதில் சொல்லும்" என்றாள். புதிரான அந்தப் பதிலோடு அவள் நிறுத்திக் கொண்டுவிட அவர்கள் இருவரும் அமைதியாக வீட்டுக்குத் திரும்பிச் சென்றனர்.

மீண்டும் தன் படுக்கையறைக்குச் சென்று முடங்கிக் கொண்ட லெண்டினா, கல்லறைத் தோட்டத்தை ஒட்டியிருக்கும் அந்த இடத்தைக் கையகப்படுத்துவதற்கான சாத்தியக்கூறுகள் குறித்துக் கவலைப்படத் தொடங்கியிருந்தாள். அந்தக் காரியத்தைச் செய்து முடிக்க அவளுக்கு நம்பகமான ஒரே ஒரு ஆள் பாபுதான்; அவனிடம் அந்தப் பொறுப்பை ஒப்படைக்க அவள் முடிவு செய்தாள். ஆனால் அதைப்பற்றி அவனிடம் பேசுவதற்கு முன்பே அதிர்ஷ்டவசமாக அவள் வாழ்வில் குறுக்கிட்ட விதி வேறொரு மனிதனின் மூலம் அவளுக்கு அந்த வாய்ப்பை ஏற்படுத்திக்

கொடுத்துவிட்டது. பக்கத்து கிராமத்தைச் சேர்ந்த அந்த மனிதன், இறந்துபோன அவள் கணவரது நண்பன் மகன். அந்த நண்பருமேகூட இறந்துவிட்டார். அவரது மகனான கேலாங் அவள் கணவர் இறந்த போது வேறெங்கோ சென்றிருந்ததால் இப்போது அதைப் பற்றிக் கேள்விப்பட்டு இரங்கல் தெரிவிப்பதற்காக வந்திருந்தார். கேலாங்கின் நடவடிக்கைகளில் ஏதோ ஒரு விதமான சலிப்பும் விரக்தியும் தென்படுவதைக் கவனித்துவிட்ட லெண்டினா அதற்கான காரணத்தைக் கேட்டு அவனைக் குடைந்தெடுத்தாள். பொறுக்க முடியாமல அவனும் அதை வெளியே கொட்டிவிட்டான். தன் தந்தை மாநிலத்துக்கு வெளியே பல மருத்துவமனைகளில் தங்கி சிகிச்சை பெற நேர்ந்ததால் – அவரது நீண்ட நாள் உடல் நலக்குறைவால் – தனக்கு ஏற்பட்டிருக்கும் பொருளாதாரச் சிக்கல் பற்றிக் கொட்டித் தீர்த்தான் அவன்.

"எங்களோட இடத்தை மட்டும் விக்க முடிஞ்சா நல்லது தான்! ஆனா துரதிர்ஷ்டவசமாக, கல்லறைத் தோட்டமே இப்ப பெரிசாயிட்டதாலே அதை ஒட்டியிருக்கிற எங்களோட நிலத்தை விக்கிறது பத்தி நான் பேசப்போனா ஜனங்க சிரிக்க மட்டும்தான் செய்வாங்க. அதையும் இன்னொரு கல்லறைத் தோட்டமாக்கிட்டு வாடகை வாங்கிக்கோன்னு என்னைக் கிண்டல் கூட செய்வாங்க! ஆண்ட்டி! எங்க நிலைமை என்ன ஆகப்போகுதுன்னே தெரியலை" என்றபடி பெருமூச்சுவிட்டான் அவன். பாவப்பட்ட அந்த மனிதன் கிட்டத்தட்ட கண்ணீர்விடும் நிலையில் இருந்தபோது அவனுக்காகப் பரிதாபப்படாமல், அவன் கொட்டித் தீர்த்த விஷயத்தில் பரவச மடைந்திருந்தாள் லெண்டினா.

நீண்டநேரம் அவள் அப்படி அசாதாரண மௌனம் அனுசரிப்பது ஏன் என்று அவன் நினைத்துக் கொண்டிருக்கும்போது அவன் பக்கம் திரும்பிய லெண்டினா, அந்த நிலத்தைக் குறித்த தகவல்களை அவனிடம் கேட்டாள். அது தன் மீதுள்ள கரிசனமும் அக்கறையும் மட்டும்தான் என்றுதான் கேலாங் நினைத்தான். ஆனால் தொடர்ந்து வந்த அடுத்த கேள்வி, அவனைத் தூக்கி வாரிப்போடச் செய்துவிட்டது.

"அந்த நிலத்தை எனக்கு விக்கிறியா?" என்று உணர்ச்சிகரமாக அவனிடம் கேட்டாள் அவள். அவனால் அதற்கு உடனடியாகப் பதில் தர முடியவில்லை. தன்னிடம் அவள் அனுதாபம் காட்டு கிறாள் என்பதற்காக மோசமான அந்த இடத்தை அவளுக்கு விற்பனை செய்வது சரியாக இருக்குமா என்று அவன் தனக்குள்ளே விவாதித்துக் கொண்டிருந்தான். அவளது இரக்கத்தைத் தனக்கு சாதகமாகப் பயன்படுத்திக்கொள்வது அநியாயமானது என்று

அவனுக்குத் தோன்றியது. அவனது மனதை மிகச் சரியாகப் படித்துவிட்ட அந்த வயதான பெண்மணி,

"நீ என்ன நினைக்கிறேன்னு எனக்குத் தெரியும். ஆனா உன்மேலே இருக்கிற அக்கறையாலே மட்டும் நான் இதைச் செய்யலை. எனக்கும் ஒரு சுயநல நோக்கம் இருக்கு. கொஞ்சகாலமாவே என்னைப் புதைக்கறத்துக்கு ஏத்தமாதிரி பொருத்தமான ஒரு இடத்தை நான் தேடிக்கிட்டிருந்தேன். சரி... நீ எந்தப் பதிலும் சொல்றதுக்கு முன்னாடி நான் இதையும் சொல்லிடறேன், கேட்டுக்கோ. அந்தப் பெரிய தோட்டத்திலே இருக்கிற முட்டாள் தனமான கல் சின்னங்களுக்கு நடுவிலே புதைக்கப்படறதை நான் விரும்பலை. என்னோட சமாதிக்குமேலே அழகான மரங்களைத் தவிர வேற எதுவுமே இருக்கக் கூடாது. அப்படி ஒரு இடம்தான் எனக்கு வேணும். சரி... இப்பச் சொல்லு... அந்த இடத்தை எனக்கு விக்கிறியா?" என்று மென்மையான குரலில் பேசியபடி அவனிடம் கேட்டாள்.

லெண்டினா, உண்மையிலேயே இதை வாங்குவதில் தீவிரம் காட்டுவதை உணர்ந்து கொண்ட கேலாங் மெல்லிய குரலில் "சரி" என்றான். ஆனால் அந்தப் பெண்மணி அதோடு விட்டுவிடுவதாக இல்லை. தான் முதலில் பேசிய அதே தீவிரமான தொனியில் பேச்சைத் தொடர்ந்தாள்.

"இதைக் கேட்டுக்கோ! ஒரு 'கண்டிஷ'னோட மட்டும்தான் அந்த இடத்தை வாங்கிப்பேன். இந்த வியாபாரத்தைப் பத்தி நீ யார் கிட்டேயுமே – உன் மனைவி கிட்டே கூட மூச்சுவிடக் கூடாது. அந்த நிபந்தனைக்கு சம்மதிச்சா உனக்கு எவ்வளவு வேணும்னு சொல்லு நாளைக்குப் பத்திரங்களோட வந்திடு! காரியத்தை முடிச்சு உறுதிப்படுத்திடலாம்.

எதிர்பாராமல் நேர்ந்த இந்த அதிர்ஷ்டத்தைக் கண்டு திக்கு முக்காடிப்போயிருந்த கேலாங் தான் நினைத்திருந்த தொகைக்குக் கூடுதலாகவே ஒரு தொகையைக் குறிப்பிட்டான்.

"நல்லது நாளைக்குக் காலையிலே பதினோரு மணிக்குத் தயாரா வந்திடு" என்று அவளது பதில் அவனது அதிர்ச்சியை இன்னும் அதிகமாக்கிவிட்டது.

அவள் சொன்னவைகளைக் கேட்டுக்கொண்டபின், முறையாகக் கூட விடைபெற்றுக்கொள்ளத் தோன்றாமல் ஏதோ ஒரு மயக்க நிலையில் இருப்பவனைப் போல வீட்டை விட்டு வெளியேறினான் அவன். நிகழ்ந்து கொண்டிருப்பதெல்லாம் நிஜமாகவேதான் நடந்து கொண்டிருக்கிறதா என்ற வியப்பு அவனை இன்னும் ஆட்கொண்டிருந்தது. கொஞ்சம் பேரம் பேசி இருந்தால் விலை குறைந்திருக்கக்கூடும்

என்பதை லெண்டினாவும் அறிந்திருந்தாள். ஆனாலும் வானுலகி லிருந்து வரும் கொடைகளை எந்த வகையான முணுமுணுப்பும் இன்றி ஏற்றுக்கொள்ள வேண்டும் என்பதையும் உணர்ந்திருந்ததால் மறுநாள் நடந்து முடிய வேண்டிய பரிவர்த்தனைக்கான பணத்தை ஆயத்தமாக்கும் வேலையைத் தொடங்கினாள். மீண்டும் பாபுவின் துணையே அவளுக்குத் தேவைப்பட்டது. இந்த ஒப்பந்தத்தில் சாட்சி அவனாகத்தான் இருந்தாக வேண்டும். 'டவுன் கமிட்டி'யோடு நடைபெற்று வந்த பேச்சு வார்த்தைகளை அவளுக்கு நினைவூட்டிய படி, அவற்றை சட்டென்று நிறுத்திக் கொள்வது பற்றித் தன் மரு மகனுக்கு விளக்கம் தரவேண்டியிருக்கமென்று சொல்ல முற் பட்டான் பாபு.

அதற்குப் புன்னகையோடு,

"வயசாகிப் போனதனாலே ஒண்ணும் புரியாம யாரோ போட்ட குளறுபடியான திட்டம் அதுன்னு அவன் நினைச்சுக்கட்டும்" என்று பதில் தந்தாள் அவள்.

லெண்டினாவின் ஆலோசனைப்படி ஒப்பந்தப் பத்திரத்தில் உறவினர் ஒருவர் போட்டிருந்த சாட்சிக் கைநாட்டுடன் மறுநாள் வந்தான் கேலாங். எந்த ஒரு சிக்கலுமில்லாமல் வேலை முடிந்துவிட, பழைய கல்லறைத் தோட்டத்தின் தெற்குப் பார்த்த சுவரை ஒட்டிய நிலப்பகுதியின் பெருமைமிக்க உடமைக்காரியாக ஆகிவிட்டாள் லெண்டினா. நிலத்தைச் சுற்றிலும் அதன் எல்லையைக் குறிப்பதற் காகத் தற்காலிக வேலி போட ஆட்களை அழைத்து வருமாறு பாபுவிடம் சொன்னாள். கிட்டத்தட்ட வேலி போடும் பணி முடிவடையும் தருணத்திலேதான் தங்கள் அம்மாவின் பைத்தியக் காரத்தனமான திட்டத்தைப் பற்றி அவளது மகன்கள் அறிந்து கொண்டார்கள். அவர்கள் கோபத்தோடு அவளை எதிர்த்தார்கள்; அவள் போட்ட திட்டத்தைப் பற்றித் தங்களோடு கலந்தாலோசிக் காமல் விட்டு விட்டதற்காக அவளிடம் சிடுசிடுத்தார்கள். தங்களை இப்படி வெளியாட்கள் போல அவள் நடத்தும் பட்சத்தில் அந்த வீட்டை விட்டே கூட வெளியேறிவிடப் போவதாக அவளைப் பயமுறுத்தினார்கள். அவளது திட்டங்களில் தங்களுக்கு இருக்க வேண்டிய நியாயமான இடத்தைப் போயும் போயும் ஒரு 'டிரைவர்' பறித்துக் கொண்டு விட்டதாக அவர்கள் வருத்தத்தோடு இருந்தார்கள். ஆனால் அப்போதும் கூடப் புதிய கல்லறைத் தோட்டத்தைப் பற்றிய அவளது முழுமையான திட்டம் அவர்களுக்குத் தெரிந்திருக்கவில்லை. தானும் பாபுவுமாகவே எளிதாக, சீராக முடிக்கக் கூடிய செயல் களை அவர்கள் மீது சுமத்துவதற்குத் தான் விரும்பாததே காரணம் என்ற சொல்லி அவள் அவர்களைச் சமாதானப்படுத்த முயன்றாள். லெண்டினாவின் பையன்கள் அமைதியடைந்துவிட்டாலும், மூத்த

மருமகள் தன்னை ஸ்தாபித்துக் கொள்ள எண்ணியபடி லெண்டினா மீது குற்றம் சாட்டத் தொடங்கினாள். ஒரு வேலையாள் மீது இத்தனை நம்பிக்கை வைத்தது, தங்களை அவமானப்படுத்தும் செயல் என்றாள். நியாயம் இல்லாத இந்தக் குற்றச்சாட்டால் புண்பட்ட லெண்டினா, தன் கணவரின் இறுதிச்சடங்கின்போது காதில் விழுந்ததும், தான் ரகசியமாக வைத்திருக்க எண்ணியதுமான விஷயம் ஒன்றை இப்போது 'சட்'டென்று கொட்டித் தீர்த்துவிட்டாள்.

இறுதிச் சடங்குக்குரிய செலவை யார் ஏற்றுக்கொள்வது என்று அப்போது அவளது இரண்டு மருமகள்களுக்குமிடையே ஒரு விவாதம் மூண்டது.

"நாங்க மட்டும்தான் செலவழிக்கணும்கிறது நியாயமில்லை. நீயும் உன்னோட வீட்டுக்காரரும் பாதி கொடுத்தாகணும்" எனறாள் மூத்தவள்.

"இதிலே நான் சொல்றதுக்கு என்ன இருக்கு? உனக்கு அப்படித் தோணினா என் வீட்டுக்காரர் கிட்டே சொல்லிக்கோ. ஆனா, தேவையில்லாத இந்த ஆடம்பரத்துக்கு நான் ஒரு ரூபாய் கூடக் கொடுக்கமாட்டேன்" என்று பதிலளித்தாள் இளையவள். இளைய மருமகள் தனக்கென்று சொந்தமாகப் பணம் வைத்திருப்பது எல்லோருக்குமே தெரிந்ததுதான்; அதுவே மற்றவர்களை விட அவளை ஒரு படி உயர்த்தி வைத்திருந்தது.

"அந்தக் கிழவருக்குப் பிரம்மாண்டமா கல்லறை கட்டறதிலே பணத்தை வீணாக்கப் போறோம்னு நினைச்சா, அதை மறுபடியும் கொஞ்சம் யோசிச்சுப் பாரு. இந்தக் குடும்பத்திலே இப்படிப்பட்ட பாசாங்குகள்தான் இருக்கு" என்று மேலும் தொடர்ந்தாள்.

லெண்டினா, மேலே நடந்த பேச்சுவார்த்தையைத் தன் மனதுக்குள் மட்டுமே வைத்துக்கொண்டிருந்தாள்; அதை ஒரு போதும், ஒருவருக்கும் வெளிப்படுத்தப்போவதில்லை என்ற உறுதி யோடும் கூட இருந்தாள். ஆனால் வேறு யாரையுமே நேரடியாக அவள் சம்பந்தப்படுத்தியிராத ஒரு விஷயத்தில் அவளது குடும்ப உறுப்பினர்கள் தலையிட்டுப் பேசியது அவளைத் தூண்டிவிட்டு விட்டது; அவள் அதைச் சொல்லிவிட முடிவு செய்தாள்.

"இப்படி ஒரு அற்ப விஷயத்துக்குப் போய் நீங்க எல்லாரும் தேவையில்லாம ஏன் இப்படி அலட்டிக்கிறீங்க? சொல்லப்போனா நான் வேற யாரோட பணத்துக்கும் செலவு வைக்கவே இல்லையே? இன்னொண்ணும் கேட்டுக்கங்க. எனக்குக் கல்லறை ஏதும் கட்டறதைப் பற்றி நீங்க கவலைப்படவே வேண்டாம். எனக்கு அப்படி எதுவும் தேவையில்லை" என்று அவர்கள் இருவரையும் பார்த்துச் சொன்னாள். அந்த மருமகள்கள் இரண்டு பேரும்

திகைத்துப் போய்விட்டனர். தங்களுக்குள் அப்படிப்பட்ட பேச்சு வார்த்தை நடந்தபோது அறைக்குள் தாங்கள் மட்டும் தனியாக இருந்ததாகத்தான் அவர்கள் நினைத்துக்கொண்டிருந்தனர். திறமையாகவும், தந்திரமாகவும் அதை லெண்டினா கையாண்ட விதம், எழுந்த எதிர்ப்புக்களுக்கெல்லாம் முற்றுப்புள்ளி வைத்து விட்டது. தங்கள் மனைவிகளை அம்மா 'கவனி'த்துக் கொண்டு விட்டதைக் கணவர்கள் அறிந்தபோது உள்ளூர மகிழ்ச்சியடைந்தபடி "அம்மான்னா அம்மாதான்... நல்லா பாடம் கத்துக்கிட்டீங்க நீங்க" என்று தங்களுக்குள் முணுமுணுத்துக் கொண்டார்கள்.

கல்லறைத் தோட்டத்தை ஒட்டியுள்ள துண்டு நிலத்தை லெண்டினா வாங்கியிருக்கும் செய்தி, சீக்கிரமே எல்லோருக்கும் தெரிய வந்துவிட்டது. டவுன்கமிட்டியைச் சேர்ந்த அங்கத்தினர்கள் சீக்கிரத்திலேயே தன்னைப் பார்க்க வந்துவிடக் கூடும் என்பதையும், நிலத்தின் சொந்தக்காரர் குறித்த பிரச்சினை எழக்கூடும் என்பதையும் லெண்டினா அறிந்து வைத்திருந்தாள்; அப்படிப்பட்ட இடங் களெல்லாம் கமிட்டியிடமிருந்து உரிய அனுமதி பெற்று சர்ச்சின் பொறுப்பிலோ அல்லது வேறு மத நிறுவனங்களின் பொறுப்பிலோ இருப்பதுதான் வழக்கம். அவர்கள் அடுத்து செய்யப்போவது என்னவாக இருக்கும் என்பதை அனுமானித்தபடி மாவட்ட நீதி மன்றத்தில் அப்போதுதான் வழக்கறிஞராகப் பணி தொடங்கியிருந்த தன் மருமகனின் உதவியோடு சட்டபூர்வமான ஓர் ஆவணத்தைத் தயார் செய்துவைத்தாள் அவள். அந்த ஆவணத்தில், தனக்குச் சொந்தமான அந்த இடத்தைச் சர்ச்சுக்குத் தரப்போவதில்லையென்றும் தான் குறிப்பிடும் நிபந்தனைகளை ஏற்று நிலம் பராமரிக்கப்படும் என்று எழுத்துபூர்வமான ஒப்புதல் கடிதம் அளித்தால் டவுன் கமிட்டிக்கு, அதைத் தானமாக வழங்கத் தான் முன்வருவதாகவும் அவள் தெரிவித்திருந்தாள்.

1. புதிய நிலப்பகுதி, புதிய கல்லறைத் தோட்டமாக்கப்பட வேண்டும். சமாதிகளின் மீது கற்சின்னங்களை எழுப்பாமல் பூக்களைச் சொரியும் மரங்களை மட்டுமே நடுவதாக ஒத்துக் கொள்பவர்களே அதைப் பயன்படுத்திக் கொள்ளலாம்.

2. நிலத்தைத் தானமாக வழங்குபவரான லெண்டினா, தனக்குரிய துண்டுப்பகுதியைத் தேர்ந்தெடுக்கும் முதல் நபராக இருப்பார்.

3. துண்டு போடப்படும் நிலப் பகுதிகளுக்கு எண்கள் தரப் பட்டு, எண்களுக்கு நேரே பெயர்கள் எழுதப்பட்டு கமிட்டி ரெஜிஸ்டரில் வைக்கப்பட வேண்டும்.

4. கல்லறைத் தோட்டம் பற்றிய நிபந்தனைகள் பரவலாகப் பலரின் கவனத்துக்கும் கொண்டு வரப்படுவதோடு அவை உறுதி யாகப் பின்பற்றப்படுகின்றனவா என்பதையும் டவுன் கமிட்டி உறுதிப்படுத்திக்கொள்ள வேண்டும்.

எதிர்பார்த்தது போலவே டவுன் கமிட்டி மெம்பர்கள் ஒருநாள் அவளைத் தேடி வந்தார்கள். மிகப் பெரிய வரவேற்பறைக்கு அழைத்துச் செல்லப்பட்ட அவர்கள், சமூகத்தில் அவர்கள் பெற்றி ருக்கும் உயர்ந்த ஸ்தானத்துக்குப் பொருத்தமான வகையில் உபசரிப்பு அளிக்கப்பட்டு இருக்கைகளில் அமர வைக்கப்பட்டார்கள். லெண்டினா அவர்களை இன்முகத்தோடு வரவேற்று, அதிகாரபூர்வ மான அவர்களது வருகைக்கான காரணத்தை வினவினாள். முதலில் தொண்டையைக் கனைத்துக் கொண்டு பேச ஆரம்பித்த சேர்மன், குடும்பத்தலைவரை இழந்து வருந்தும் அந்தக் குடும்பத் துக்குக் கமிட்டியினர் அனைவர் சார்பிலும் இரங்கல் தெரிவித்துக் கொண்டார். அதற்கு ஏற்ற முறையில் பதிலளித்த லெண்டினா, அவர்களது மதிப்புமிக்க வருகை எது குறித்தது என்று கேட்டாள். தன் சகாக்களை ஒரு முறை பார்த்த பிறகு, புனிதமான அந்த நிலத்தின் உடைமை பற்றியும், நகர நிர்வாகிகள் அது குறித்து என்ன சொல்கிறார்கள் என்பது பற்றியும் முன்கூட்டியே ஒத்திகை பார்த்து வைத்திருந்த தன் பேச்சை நிகழ்த்த ஆரம்பித்தார் சேர்மன். அவர் பேச்சில் மென்மையாக ஆனால் உறுதியாகக் குறுக்கிட்டபடி.

"நன்றி சேர்மன்! இந்த விஷயத்தைப் பொறுத்தவரை உங்கள் பொறுப்பு எப்படிப்பட்டது என்று எனக்கு நல்லாவே தெரியும். அதை உறுதியாச் சொல்றேன். அதனாலே உங்க பார்வைக்கு ஒரு சட்டப் பத்திரத்தை நானே முன்கூட்டி தயார் செய்து வச்சிட்டேன். அதுக்கு நீங்க ஒத்துழைப்பு தரணும். மத்த மெம்பர்களோட கலந்து பேசி, நான் எழுதியிருக்கிற நிபந்தனைகள் உங்களுக்குப் பொருத்தமானதா இருக்கான்னு எவ்வளவு சீக்கிரம் முடியுமோ சொல்லுங்க" என்றாள் லெண்டினா.

சேர்மன் ஒரு நிமிடம் அவளைக் கடுமையாகப் பார்த்தாலும் எதுவும் பேசாமல் தன்னைக் கட்டுப்படுத்திக் கொண்டார். ஆனாலும் தன் பேச்சின் நடுவே அவள் இடை புகுந்து தடுத்து விட்டதில் அவர் அதிருப்தியும் கோபமும் அடைந்திருந்தார் என்பது தெளிவாகத் தெரிந்தது. வந்திருந்தவர்களில் மூத்தவரான ஒரு உறுப்பினரின் பக்கம் திரும்பியபடி,

"நீங்க என்ன சொல்றீங்க பிரதர்? இங்கே வச்சு இதைப்பத்திப் பேசுவோமா? இல்லேன்னா ஆஃபீசுக்குக் கொண்டு போயிடு வோமா?"

உறுப்பினர்களில் இன்னொருவர் அந்த ஆவணத்தைப் படித்துவிட்டு சேர்மனை விட அதிகாரமான தொனியுடன்,

“இங்கே வச்சே செய்திடலாம்; அதிலே கொடுத்திருக்கிற நிபந்தனைகள் ரொம்ப எளிமையாத்தான் இருக்கு. அதை ஏத்துக்கறதிலே எந்தத் தப்பும் இருக்கிறதா எனக்குத் தெரியலை. மேலும் அதனாலே நமக்குப் பெரிய அளவிலே ஒரு இடம் கிடைக்குது. அப்படி ஒண்ணு தேவைன்னுதான் நாமளும் ரொம்ப நாளாவே நினைச்சிருந்தோம். இந்தப் பெண்மணி அன்போட நமக்கு உதவி செய்ய முன்வந்ததுக்கு அவங்களை நாம் பாராட்டி யாகணும்” என்றார். லெண்டினாவின் ஆவணத்தை அழுத்தம் திருத்தமாக ஆமோதித்து முக்கியமான ஒரு உறுப்பினர் இவ்வாறு பேசிவிட்ட பிறகு அதிலுள்ளவைப் பற்றி விவாதிக்கப் பிறகு ஏதும் இல்லை. சில நாட்களுக்குப் பிறகு செய்யப்பட்ட இன்னொரு பத்திரப் பதிவுக்குப் பின் முதலில் முன்வைக்கப்பட்ட வழக்கத்துக்கு மாறான பல நிபந்தனைகளோடு அந்தப் புதிய கல்லறைத் தோட்டம் டவுன் கமிட்டியின் கைக்கு வந்து சேர்ந்தது.

சட்டபூர்வமாக முறைப்படி செய்ய வேண்டியிருந்த சம்பிர தாயங்களெல்லாம் முடிந்த பின், இந்தத் தடவை தன் மகன்கள், மருமகள்கள் என்று எல்லோர் முன்னிலையிலும் வைத்து, “எல்லாம் சரிதான்... இனிமேல் எனக்குரிய துண்டுப் பகுதி எதுன்னு நான் தேர்ந்தெடுத்துக்கலாமில்லையா?” என்று அப்போதுதான் அதைப் பற்றி யோசித்துப் பார்த்தவளைப் போல அவள் கேட்டாள். யாருக்கும் எந்தப் பாதகமும் இல்லாதது போல புத்திக்கூர்மையான அந்த வேண்டுகோளை அவள் முன் வைத்ததைக் கண்டு அறையிலிருந்த எல்லோரும் அப்படியே அசந்து போய்விட்டார்கள். எந்த இடத்தில் அவள் புதைக்கப்படப் போகிறாளோ அந்த இடத்தை ஒரு மிட்டாயைக் கேட்பதைப் போலக் கேட்கிறாள் அவள். மனதுக்கு ஒவ்வாத அப்படிப்பட்ட வருத்தமான ஒரு விஷயத்தைக் கேள்விப்பட நேர்ந்ததில் அந்தச் சூழலே சற்று இறுகிப்போனது போலிருந்தது.

“அந்த இடத்திலே ஒரு மரக்கன்று வைக்கணும்னு ஆசைப் படறேன் நான்” என்று தொடர்ந்து சொல்லியதன் மூலம் அந்த உறுத்தலைக் களைந்தாள் அவள். அதற்கு யாரும் எந்தப் பதிலும் கூறவில்லை. வந்திருந்த உறுப்பினர்கள் அங்கிருந்து கிளம்பியபோது,

“சொல்லப்போனா, அந்த அம்மாதானே இடத்தையே தானம் கொடுத்தவங்க. முதல் வாய்ப்பை அவங்களுக்குக் கொடுக்கிறதுதான் சரி” என்று மெல்லிய குரலில் சேர்மன் சொன்னது காதில் விழுந்தது.

லெண்டினாவும், பாபுவும் புதிய இடத்துக்கு அடிக்கடி போய் வந்தபடி இருந்தார்கள். ஒருநாள் தோட்டக்காரரோடு, கொன்றை மரக்கன்றுகளையும் எடுத்துக்கொண்டு சென்ற பாபு, ஏற்கனவே ஆயத்தமாக்கப்பட்டிருந்த குறிப்பிட்ட இடத்தில் அவற்றை நட்டு வைத்தான். கல்லறைத் தோட்டத்துக்குச் செல்வதை இப்போது லெண்டினா நிறுத்திக் கொண்டுவிட்டாள். தொடர்ந்து மேற் கொண்ட முயற்சிகளும், நெடுநாள் மனதிலிருந்த கனவு நனவாகிக் கொண்டிருப்பதும் அவளைக் களைப்பாக்கத் தொடங்கியிருந்தன. ஒவ்வொரு மே மாதத்திலும் பூக்கும் கொன்றை மரத்தடியில் மட்டும்தான் புதைக்கப்பட வேண்டும் என்று அவள்தான் எப்படி ஆசைப்பட்டாள்? அதே போல அப்படி ஒரு துண்டு நிலம் தன் வசப்பட்டுவிட்ட அந்த விதம் அவளுக்கு இன்னும் கூட ஒரு மர்மம் போலவே தோன்றியது.

ஆ! கொன்றை மரம்!! இம்முறை அவள் கணக்குப்போட்டது போல அந்தக் கன்றுகள் துளிர்த்துத் தழைத்து விடுமா? உண்மை யாகவே அவை நன்றாகப் பூத்துவிடுமா? மலர்கள் நிறைந்த மரங் களைக் கண்ணால் பார்க்கும்வரை அவள் உயிரோடு இருந்து விடுவாளா? எல்லா இடங்களிலும் சரக்கொன்றை பூத்துச் சொரிந்த இன்னொரு மே மாதமும், சத்தம் காட்டாமல் வந்து சென்றது. பலவீனமான அந்தப் பெண்மணிக்கு ஒரு சிறிய ஆறுதல், அவளுடைய மரக்கன்றுகள் அந்த இடத்தில் நன்றாக வளர்ந்து கொண்டிருக்கின்றன என்பதுதான். அவளுக்கு எப்போதும் விசுவாசமான நண்பனான பாபு–இப்போது அவனைப் பற்றி அவள் நினைப்பது அப்படித்தான் அவளுக்குப் பொக்கிஷம் போன்ற அந்தச் செடிகளைப் பற்றிய செய்திகளோடு வேறு பல விஷயங்களையும் அவளிடம் கொண்டு வந்து சேர்த்துக் கொண்டிருந்தான்.

எப்பொழுதாவது ஒரு முறை அந்தக் கன்றுகளைக் காண வேண்டுமென்று பாபுவிடம் அவள் சொல்வாள்.

“சீக்கிரமே பார்த்திடலாம் மேடம். ஆனா இன்னிக்கு வேண்டாம்” என்பான் அவன். அந்திம காலத்தை நோக்கி அவளது ஆயுள் அவளை மிரட்டத் தொடங்கியிருந்தது. சில நேரங்களில் அவள் வெறும் காலோடு, சால்வை கூடப் போர்த்திக் கொள்ளாமல் தோட்டத்தில் உலவுவதைக் குடும்பத்தார் பார்க்க நேரும். அந்தக் குளிர்காலத்தின்போது கடுமையான சளியால் பாதிக்கப்பட்ட அவள் தீவிரமாக நோய்வாய்ப்பட்டாள். இயல்பில் சற்று இலகு வான, வேடிக்கையாகப் பேசும் மனிதரான அவளது மருத்துவரும் கூட அவளுடைய அறைக்குப் போய்ப் பரிசோதனை செய்துவிட்டுத் திரும்பும்போது பதட்டமான சில அறிகுறிகளைக் காட்டத் தொடங்கியிருந்தார். அந்த நெருக்கடியான நேரத்தில் பாபு மட்டுமே

அமைதியாகவும், சமநிலையோடும் இருந்து வந்தான். உறவினர்களும், நெருங்கிய நண்பர்களும் அவளைப் பார்க்க அனுமதிக்கப்படும் குறுகிய நேரங்களில் அவளது அறைக்கதவருகே காவல் காத்துக் கொண்டிருக்கும் பாபு, அவர்கள் அதிக நேரம் அங்கே இல்லாமல் பார்த்துக்கொள்வான். உரக்கப் பேசுபவர்கள், எல்லாவற்றிலும் மூக்கை நுழைப்பவர்கள் முதலிய உறவினர்கள் வரும் சமயங்களில் லெண்டினா தூங்குவதைப் போல பாவனை செய்து கொள்வாள்; அவர்களை மிக விரைவாக வெளியேற்ற பாபுவுக்கு அது சரியான காரணமாகிவிடும். பகல்பொழுதுகளில் பாபு சிறிது நேரம் எங்கோ சென்று மறைந்துவிடுவான்; திரும்பி வரும்போது நேராக லெண்டினாவின் அறைக்குத்தான் செல்வான். பூனையைப் போல சத்தம் காட்டாமல் அந்த அறைக்குள் அவன் காலடி எடுத்து வைத்ததும், அவள் கண்களும் கதவுப் பக்கமாகத் திரும்பும். அவர் களது பார்வைகள் சந்தித்ததும் அவன் மெல்லத் தலையசைத்து விட்டு அங்கிருந்து வெளியேறிவிடுவான். அவன் அந்த மரங்களை அப்போது போய்ப் பார்த்து வந்திருக்கிறான் என்பதற்கும், அவை நல்ல நிலையிலேதான் இருக்கின்றன என்பதற்குமான சங்கேதம் அது. அவளுக்குத் தரப்படும் உணவும், மருந்துகளும் வேலை செய்ய வில்லையென்றாலும் உயிர் வாழவேண்டுமென்ற விருப்பத்தை அதுவே அவளிடம் தக்க வைத்துக்கொண்டிருந்தது.

வீட்டிலுள்ள எல்லோரும் ஆச்சரியப்படும் வகையில், கொடுமை யான அந்தக் குளிர்காலத்தைத் தாக்குப் பிடித்துவிட்ட லெண்டினா, நல்ல வெளிச்சமான ஒரு பிப்ரவரி மாத காலை நேரத்தில் அவசர மாக மணியை அழுத்தினாள். பணிப்பெண் உடனே அறைக்குள் சென்றபோது லெண்டினா தன் 'கவு'னையும், வீட்டில் அணியும் செருப்புகளையும் தேடிக் கொண்டிருந்ததைக் கண்டாள். தேநீரை அறைக்கு எடுத்து வரவா என்று கேட்டபோது, அதை வரவேற் பறைக்குக் கொண்டுவருமாறு பணித்தாள் லெண்டினா. குளிர் காய்வதற்கான 'கணப்பு'க்கருகே அமர்ந்து கொண்ட அவள், தன்னிடம் கொண்டுவரப்பட்ட சூடான தேநீரை மிடறு மிடறாக ஏதோ அப்போதுதான் முதல் முறையாக அதை ருசிப்பதைப்போலச் சுவைத்தாள். அன்று முதல் வீட்டுக்குள் முன்போல நடமாடவும், வீட்டு நடவடிக்கைகளை எப்போதும் போல மேற்பார்வை செய்யவும் தொடங்கிவிட்டாள் அவள்.

தன்னைப் பார்க்க வந்த மருமகள்களிடம் இனிமையாக, பரிவோடு நடந்துகொண்டாள்; சில சமயங்களில் மோதிரம், காதுத் தோடு, நெக்லஸ் என்று சில நகைகளைக் கூட அவர்களுக்குத் தந்தாள். அம்மாவிடம் அரும்பியிருக்கும் புதிய உற்சாகத்தைக் கண்ட அவளது மகன்களும் தங்கள் தொழில் தொடர்பாகவும், குடும்ப விஷயங்கள்

சம்பந்தமாகவும் அவளிடம் ஆலோசனை கேட்க ஆரம்பித்திருந்தனர். அவர்களது தந்தை உயிரோடு இருந்தவரை, அப்படி ஒன்று நடந்ததே இல்லை. தங்கள் தாயின் மனநிலை எத்தனை சீராகவும், புத்திக் கூர்மையோடும் இருக்கிறது என்பதை அவர்கள் வியப்போடு கண்டு மகிழ்ந்தார்கள். சில சமயங்களில் அவள் சொல்வது எப்படித் தங்கள் தந்தை சொல்வதைப் போலவே விசித்திரமாக இருக்கிறது என்பதையும் அவர்கள் கவனித்தார்கள். அவர்களுக்குள் இத்தனை நாளாக நிலவி வந்த இறுக்கம் குறைவதை வெளிப்படையாகப் பார்க்க முடிந்தது. லெண்டினா மட்டுமல்லாமல் அந்தக் குடும்பம் முழுவதுமே – தேறிவருவதைப் போல் தோன்றியது. உடல்நலம் சார்ந்ததை விடவும் மேலான... ஆரோக்கியமான ஒன்று அது.

லெண்டினாவின் உடல்நிலை தேறிய அதே ஆண்டில், புதிய கல்லறைத் தோட்டத்திலும் ஒன்று நடந்திருந்தது. அதைப் பார்த்தவன் பாபு மட்டும்தான்; ஆனால் தன் மனதுக்குள்ளேயே அதை வைத் திருந்தான் அவன். லெண்டினாவுக்காக ஒதுக்கப்பட்டிருந்த இடத்தில் வைக்கப்பட்டிருந்த இரண்டு கொன்றை மரங்களில் ஒன்று வாடிப் போய்ப் பட்டுப்போய்விட்டது. இன்னொன்று பிழைத்துக்கொண்டது; தழைக்கவும் செய்தது. அதிசயத்தில் அதிசயமாக ஒரு சில மஞ்சள் பூக்களோடு கூடிய மெல்லிய சிறிய கிளையும் அதிலிருந்து வளர்ந்தது. சாலையிலிருந்து பார்த்தால் இது கண்ணுக்குத் தென்படாது; காரணம் இன்னும் கூட மரம் குட்டையாகத்தான் இருந்தது; பூக்களும் மிகமிகக் குறைவாகத்தான் இருந்தன. ஆனால் அந்த இடத்துக்கு அடிக்கடி சென்று கொண்டிருந்த பாபு ஒரு மே மாத காலை வேளையில் வெட்கத்தோடு உள்ளடங்கிப் பூத்திருக்கும் அவற்றைக் கண்டு பிடித்துவிட்டான். உடனே லெண்டினாவிடம் போய் அதைச் சொல்ல வேண்டும் என்ற தூண்டுதல் அவனுள் எழுந்தாலும், அதிக மாக உணர்ச்சிவசப்படுவது அவளுக்கு ஆபத்தாகப் போய்விடும் என்பதால் சொல்ல வேண்டாமென்று தீர்மானித்துக் கொண்டான். மேலும் நம்பியதைப்போல அந்த மரக்கன்று வளராமல் போய் விட்டால் அந்த ஏமாற்றம் சமீபத்தில் நோய்வாய்ப்பட்டு பலவீன மாக இருந்த அவனது எஜமானியைப் பெரிதும் பாதித்துவிடலாம். அவன் ஒருபுறம் மகிழ்ச்சியாகவும், மறுபுறம் பயத்தோடும் இருந்தான். தன் எஜமானியின் நீண்ட நாள் விருப்பமான கொன்றை பூப்பது நிறைவேறியதில் மகிழ்ச்சி. அதே சமயம் அடுத்த மே மாதம் பூத்திருக்கும் கொன்றையில் கண்பதித்ததுமே இந்த உலகை விட்டுத் தான் நீங்கிப் போவதற்கான நேரம் வந்துவிட்டதாக அவள் முடிவு கட்டிக் கொண்டுவிடுவாள் என்பதையும் அவன் தன் உள்ளுணர்வால் அறிந்திருந்தான். தன்னைத் தானே மாய்த்துக்கொள்வது போன்ற பயங்கரமான விஷயங்களில் நிச்சயம் அவள் ஈடுபடமாட்டாளென்றாலும்,

எல்லாவற்றிலிருந்தும் தன்னை விலக்கிக் கொண்டபடி நிறைவான பெருமூச்சோடு வாழ்க்கையின் முன்பு அமைதியாக மண்டியிட்டு விடுவாள்.

ஆனால் எதிர்காலத்தைப் பற்றிய இத்தனை பயங்கள் இருந்தாலும் இயற்கையின் சக்தியைத் தடை செய்ய முடியாது என்பதும் பாபுவுக்குத் தெரியும். மே மாதம் ஒரு சிறிய அதிசயம் போல அந்தச் சரக்கொன்றை மரம் முதன்முறையாக கட்டாயம் பூக்கத்தான் போகிறது. அடுத்த ஆண்டுக்குள் மரம் பெரிதாக வளர்ந்துவிடும். பூக்களும் கொத்துக் கொத்தாய் நிறையப் பூக்கும். புதிய கல்லறைத் தோட்டத்துக்குச் செல்லும் தனிமையான சாலை வழியே செல்லும் எல்லோருக்கும் அது கண்ணில் படும். தன் எஜமானியிடம் இதை அவன் சொல்லியே ஆகவேண்டும். ஆனால், எப்போது? பல நாள் இரவுகளில் அது பற்றி யோசித்துப் பார்த்த அவன், அடுத்த பருவகாலத்தில் அது பூக்கும்போது சொல்வதுதான் நல்லது என்று இறுதியில முடிவு செய்து கொண்டான். அந்த நல்ல செய்தியைத் தன் மூலம் கேட்கத் தன் எஜமானி அதுவரை உயிருடன் இருப்பாளென்றும் நம்பினான். இப்போது பாபுவைத் தன் நண்பனாக லெண்டினா நினைக்கத் தொடங்கியிருந்தது போல பாபுவும் அவளோடான தன் உறவைப் பற்றி வேறு விதமாக யோசித்துப் பார்க்க ஆரம்பித்திருந்தான்.

லெண்டினாவின் கணவர் உயிரோடு இருந்தவரை–அவள் அவனை அன்போடும் கண்ணியத்தோடும் நடத்திவந்திருந்தாலும் எஜமான் பணியாளர் என்ற உறவுக்குப் பொருத்தமான ஒரு மெல்லிய இடைவெளியையே பேணி வந்தாள். ஆனால் அவனைச் சார்ந் திருப்பதை வெளிப்படையாகக் காட்டிக் கொண்டதன் மூலம் படிப்படியாக அவர்களுக்கிடையே இருந்த இடைவெளியைத் தகர்த்துவிட்டாள் அவள். முதலில் ‘விசுவாசமான வேலை’யை மட்டும் அவனிடம் வாங்கிக் கொண்டாள். பிறகு அடுத்த நிலையில் நுட்பமான ஒரு நண்பனாக, இறுதியில் தன் முழு நம்பிக்கைக்கும் உரியவனாக. வெளிப்பார்வைக்கு அவரவர் அந்தஸ்துக்கேற்ற படிநிலைகள், நடைமுறை ஒழுங்குகள் மாறாமல் அப்படியேதான் இருந்தன. ஆனால் வயதான அந்த டிரைவர் மீது லெண்டினா எவ்வளவு நம்பிக்கை வைத்துத் தனக்கு வேண்டிய காரியங்களைச் சாதித்துக் கொள்கிறாள் என்பதைச் சீக்கிரமே எல்லோரும் வெளிப் படையாகப் புரிந்துகொண்டார்கள். இதில் வியப்பென்ன என்றால் அவளது மகன்களும், அவர்களது மனைவிகளும் கூட அதை ஏற்றுக்கொண்டுவிட்டதுதான். ஒரு வகையில் வயதாகி பலவீன மடைந்திருக்கும் தங்கள் தாய்க்கு ஆற்றவேண்டிய கடினமான கடமையிலிருந்து அது அவர்களை விடுவித்திருந்தது. உறுதியான

மன உரம் கொண்ட ஒரு பெண்மணியும், அவளது விசுவாசத்துக்குரிய பணியாளும் நம்பிக்கை, விசுவாசம் ஆகியவற்றை அடித்தளமாகக் கொண்ட, வழக்கத்துக்கு மாறான ஆனால் பொதுவான மனிதகுல பந்தத்தில் இவ்வாறு பிணைக்கப்பட்டு விட்டிருந்தார்கள்.

புத்தாண்டு பிறப்பதற்குள் முதுமையின் தளர்ச்சிக்குரிய அறிகுறிகள் லெண்டினாவிடம் தோன்றத் தொடங்கிவிட்டன. குளிர்காலத்தின் எல்லா மாதங்களிலும் அவள் குடும்பத்தார் அவளைக் கவனமாகப் பார்த்துக் கொண்டனர். அவளை ஒருபோதும் அவர்கள் தனியே விடவில்லை. மார்ச் மாதம் தொடங்கிக் கோடைக் காலம் ஆரம்பித்த உடன் காரில் வெளியே செல்ல விரும்பினாள் அவள். முதலில் அவளது விருப்பத்தை அவர்கள் ஏற்றுக்கொள்ள வில்லை. காரில் வெளியே கூட்டிக் கொண்டு போகாவிட்டால் சாப்பிடப்போவதில்லை என்று அவள் பிடிவாதம் பிடித்த பிறகே அவளது வேண்டுகோளைக் குடும்பத்தார் ஏற்றுக்கொண்டனர். அதற்கென்று ஒழுங்கான ஒரு நடைமுறையும் வகுக்கப்பட்டது. பருவநிலை நன்றாக இருந்தால் வாரம் இரண்டு முறை பணிப் பெண்ணின் துணையோடு லெண்டினா காரில் வெளியே சென்று வரலாம். இந்த ஏற்பாட்டுக்கு லெண்டினா எதிர்ப்புத் தெரிவிக்க வில்லை. இப்படி வெளியில் சென்று திரும்பும்போதெல்லாம் மிகவும் சந்தோஷமான ஒரு நபராகத் திரும்பி வருவாள் அவள். நன்றாகச் சாப்பிடவும் ஆரம்பித்தாள். வெளிறிப்போன அவள் முகம், சற்று வண்ணம் பெறவும் ஆரம்பித்திருந்தது. ஆனால் இந்தப் பயணங்களின் போதெல்லாம் அவள் ஒரு வார்த்தைகூடப் பேசாமல் மிகவும் அமைதியாக மட்டும் உட்கார்ந்திருப்பாள். தாங்கள் நகரத்தில் பார்த்த புதிய விஷயத்தைப் பற்றியோ, வித்தியாசமான ஏதாவது ஒன்றைப் பற்றியோ பாபுவோ, பணிப்பெண்ணோ பேச்செடுத்தாலும் அவள் அதற்கு எந்தப் பதிலும் சொல்லமாட்டாள். வீடு திரும்பிய பிறகு நேரே தன் அறைக்குச் சென்றுவிடுவாள்; இரவு உணவுக்கான நேரம் வரும்வரை அங்கேயே இருப்பாள்.

அடுத்த மே மாதம், விரைவில் தொடங்க இருந்தது; லெண்டினாவிடம் வெளிப்படையான ஒரு மாற்றம் தெரிவதை எல்லோருமே கவனித்தனர். அவள் இன்னும் அதிகமாக, அடிக்கடி வெளியில் போக ஆசைப்பட்டாள். ஆனால் டாக்டர் அதற்குத் தடை விதித்துவிட்டதால் வாரம் இரண்டுமுறை என்ற வழக்கமே தொடர்ந்து கொண்டிருந்தது. அவள் அனுபவித்து வரும் வேதனையைக் கண்ட பாபு ஒருநாள் அவளது அறைக்கதவருகே நின்றபடி அவளிடம் பேச அனுமதி கேட்டான். மரக்கன்றுகளைத் தான் மிகக் கவனமாகக் கண்காணித்து வருவதாகவும் இந்த ஆண்டின் பருவகாலத்தின்போது அவை பூத்துவிடுமென்று நம்பிக்கையோடு

இருப்பதாகவும் அவளுக்கு உறுதியளித்தான். போனவருடம் என்ன நடந்ததென்பதை அவன் இன்னும் அவளிடம் சொல்லியிருக்கவில்லை. அவள் வீட்டில் இருக்க நேரும் நாட்களில் மரக்கன்றுகள் பற்றிய விவரத்தைத் தானே வந்து அவளிடம் சொல்லி விடுவதாகவும் அவன் அவளுக்கு வாக்களித்தான். ஆனால் இப்போதெல்லாம் வெளியே செல்ல நேரும் தருணங்களில் புதிய கல்லறைத் தோட்டத்தை ஒட்டியபடி காரில் செல்லவும், பூக்கும் அடையாளம் அந்தக் கொன்றை மரங்களில் தெரிகிறதா என்று பார்க்கவும் அவளே ஆசைப்பட்டாள். நகரத்திலிருந்த மற்ற மரங்கள், மஞ்சள் மலர்களை மாலையாகத் தொங்கவிட்டபடி அற்புதமாகப் பூத்திருப்பதும் அவள் கண்ணில் படாமல் இல்லை. அவளது ஏமாற்றம் மிகவும் கூடுதலாகியது; ஒரு சில தடவை சென்று வந்த பிறகு அவள் வெளியே செல்லவே மறுத்துவிட்டாள்.

கடைசியில் மாதக்கடைசியில் ஒருநாள் தினசரி வழக்கப்படி கல்லறைத் தோட்டத்துக்குச் சென்ற பாபு, தாங்கள் இத்தனை கால மாகப் பிரார்த்தனை செய்துகொண்டிருந்த அற்புதம் நிகழ்ந் திருப்பதைக் கண்டான். சிறிய கொன்றை மரம் ஒன்று இளம் மஞ் சள்நிறத்தில் பூத்துக் குலுங்கியிருந்தது. சந்தோஷக் கிளர்ச்சியுடன் ஆனந்தக்கூச்சலிட்ட அந்த டிரைவர், மகிழ்ச்சியான அந்தச் செய்தியைத் தன் எஜமானியிடம் தெரிவிப்பதற்காக அம்பு போல் விரைந்தான். அவளிடம் அந்தச் செய்தியை எப்படிச் சொல்லத் தொடங்குவது என்று வழிநெடுக ஒத்திகை பார்த்துக் கொண்டே போனான் அவன். எஜமானியம்மாள் அதிகமாக உணர்ச்சிவசப்பட்டு விடாமல் இருக்க வேண்டுமானால் அவன் விஷயத்தை அமைதி யாகத்தான் சொல்ல வேண்டும் என்று தனக்குத் தானே எச்சரித்துக் கொண்டான். வீட்டை அடைந்து, அவளது அறையை மெதுவாக நெருங்கி கதவை மென்மையாகத் தட்டியபோது "உள்ளே வா பாபு, நான் உனக்காகத்தான் காத்துக் கொண்டிருக்கிறேன்" என்று உள்ளேயிருந்து வந்த சுருக்கமான அந்த ஆணை அவனை ஆச்சரி யத்தில் ஆழ்த்தியது. உள்ளே நுழைந்து பேசத்தொடங்கியவனைச் சட்டென்று கத்தரிப்பதுபோல,

"நீ என்ன சொல்லப் போகிறாய் என்பது எனக்குத் தெரியும்! என் நாடி நரம்புகளிலே அதை நான் உணர்ந்துவிட்டேன்" என்றாள் அவள். ஏதோ மிகப்பெரிய விசேஷ நிகழ்ச்சிக்குப் போவது போல நன்றாக உடுத்திக் கொண்டிருந்தாள் லெண்டினா. அருகில் அவளது பணிப்பெண்ணும் ஆயத்தமாக இருந்தாள். தன் கைத்தடி எங்கே என்று சற்றுத் தடுமாறிய அந்த முதியவள் "வாருங்கள் போகலாம், இப்படி எதற்காகக் காத்திருக்கிறீர்கள்?" என்று பொறுமையின்றிக் கத்தினாள்.

திகைத்துப் போயிருந்த டிரைவரும், லேசாகக் குழம்பிப் போயிருந்த பணிப்பெண்ணும் முதியவளைத் தொடர்ந்தார்கள். அவளது நடையில் திடீரென்று வேகம் கூடினாற் போலிருந்தது. வழக்கமாக அவர்கள் வெளியே கிளம்புவதைப் போலத்தான் அன்றும் சென்றார்கள் என்றாலும் இன்று நேர்ந்திருக்கும் இந்தப் புதுமையின் உட்பொருளை லெண்டினாவும் பாபுவும் மட்டுமே அறிந்திருந்தார்கள். குறிப்பிட்ட இடத்துக்குச் சென்று சேர்ந்ததும் லெண்டினா, துயரமான ஒரு மனநிலைக்கு ஆட்பட்டவள் போலத் தோன்றினாள்; பாபுவும் அவ்வாறே. அத்தனை சிறிய மரத்தில் அவ்வளவு நிறைய பூங்கொத்துகளைக் கண்ட பணிப்பெண் மட்டுமே வியப்பில் கூச்சலிட்டாள். வெகுநேரம் அந்தப் பூக்களையே உற்று நோக்கியபடி ஆழமாகப் பெருமூச்சுவிட்டுக் கொண்டிருந்த லெண்டினா, தன்னைப் பூங்காவரை அழைத்துச் செல்லுமாறு கேட்டுக்கொண்டாள். நகரத்திலிருந்து நான்கு கிலோ மீட்டர் தொலைவில் அமைந்திருந்த பூங்கா, மிக உயரமான ஓர் இடம். அங்கிருந்து நகரம் முழுவதையுமே பார்க்க முடியும். அது பொழுது போக்குவதற்குரிய இடமாக இருந்ததால் வாரக் கடைசியில் அங்கே மக்கள் கூட்டம் அதிகமாக இருக்கும். அவர்கள் உச்சிக்குப் போய்ச் சேர்ந்தார்கள். அது வாரத்தின் வேலைநாள் என்பதால் சுற்றுமுற்றும் அதிகம் பேர் இல்லை. அமைதியான ஒரு மூலையைத் தேர்ந்து கொண்ட லெண்டினாவும், அவளது பணிப்பெண்ணும் ஓய்வெடுக்க வேண்டி அமர்ந்தனர். பிஸ்கட்டும் ஃபிளாஸ்கில் தேநீரும் எடுத்துவந்திருந்தாள் பணிப்பெண். மூன்று பேருமாய் அவற்றைப் பகிர்ந்து கொண்டனர். அரை மணிநேரத்துக்குப் பிறகு காரில் வீட்டுக்குத் திரும்பினர். அறைக்குள் நுழைவதற்கு முன் பாபுவையும் பணிப்பெண்ணையும் திரும்பிப் பார்த்து அவர்களோடு கைகுலுக்கிய லெண்டினா,

“உங்களுக்கு ரொம்ப தாங்க்ஸ்! கடவுள் உங்களை ஆசீர்வதிக் கட்டும்” என்று மெல்லிய குரலில் முணுமுணுத்தாள்.

அந்த வாரம் முழுவதும் பெரும்பாலான நேரம் தன் அறைக் குள்ளேயே அடைந்து கிடந்தாள் லெண்டினா. தொடர்ந்து வெளியே போவதில் ஆர்வம் காட்டாமல் அதை நிராகரித்துவிட்ட அவள், தன் அறையைச் சுத்தம் செய்வதிலேயே தன்னை முழுவதுமாய் ஆழ்த்திக்கொண்டாள். பணிப்பெண்ணின் உதவியும் கூட வேண்டா மென்று மறுத்துவிட்டாள். தனக்குத் தானே அவள் விதித்துக் கொண்ட அந்தத் தனிமைக் காலத்தில் ஐந்தாவது நாளன்று பணிப் பெண்ணை அழைத்துத் தான் குளிக்கவும், தனக்கு மிகவும் விருப்ப மான உடையை உடுத்திக்கொள்ளவும் உதவுமாறு கேட்டுக் கொண்டாள். அது முடிந்ததும் தனக்குரிய எளிய இரவு உணவைச்

சீக்கிரமே எடுத்து வருமாறு சொன்னாள். லெண்டினா சொன்னது போலவே எல்லாம் செய்து முடித்த பணிப்பெண், தன் இருப்பிடத் துக்குச் செல்லும் முன் அன்று சற்றுச் சீக்கிரமாகவே இரவு வணக்கம் செலுத்திவிட்டுச் சென்றாள்.

மறுநாள், காலைத் தேநீரோடு அவள் லெண்டினாவின் அறைக் கதவைத் தட்டியபோது உள்ளேயிருந்து எந்தப் பதிலும் இல்லை. மறுமுறை தட்டியபோதும் மௌனமே அவளை வரவேற்றது. அறைக்குள் சென்ற அவள், லெண்டினா படுக்கையில் படுத்திருப் பதைக் கண்டதும் ஆழ்ந்து உறங்குவதாகவே நினைத்துக் கொண்டாள். தேநீர்த் தட்டைப் பக்கத்து மேஜைமீது வைத்துவிட்டு,

"மேடம்! டீ எடுத்துவந்திருக்கிறேன்" என்று மென்மையாகச் சொன்னவள் வழக்கம்போலத் திரைச்சீலைகளையும் விலக்கினாள். படுக்கைக்கருகே வந்த பிறகு உடல் ஒரு மாதிரி விறைத்துப் போயிருப் பதையும் அந்த முதிய பெண்மணியின் முகம் வழக்கத்துக்கு மாறாகச் சோகை பிடித்தது போலிருந்ததையும் கவனித்தாள். உடனே கலவர மடைந்து போய் அறைக்கு வெளியே சென்று மகன்கள், மருமகள்கள் வேலைக்காரர்கள் என எல்லோரையும் அவசரமாகக் கூப்பிட்டாள். பாபுவைத் தவிர மற்ற அனைவரும் விரைந்து வர, அவன் மட்டும் ஒரு தூணின் அருகே நின்றபடி குழந்தையைப் போல அழுது கொண்டிருந்தான். வந்தவர்கள் அறைக்குள் நுழைந்தார்கள். மூத்த மகன், அம்மாவுக்கு மூச்சு வருகிறதா என்று குனிந்து பார்த்தான். பிறகு பெருமூச்சு விட்டுக்கொண்டே நிமிர்ந்தவன் தலையை அசைத்தான். டாக்டர் வந்து பார்த்துவிட்டு வீட்டின் எஜமானியாகிய லெண்டினா, தூக்கத்திலேயே காலமாகி விட்டதை உறுதிப்படுத் தினார்.

ஒரு எளிய கொன்றை மரம் வருடம் ஒரு முறை தன் தலை மீது பூக்க வேண்டும் என்ற ஒரே ஒரு நெஞ்சார்ந்த விருப்பத்தை மட்டுமே கொண்டிருந்த ஒரு சராசரிப் பெண்ணின் நாடகத்தன மில்லாத வாழ்க்கை அவ்வாறு முடிந்து போயிற்று.

ஒவ்வொரு மே மாதத்திலும் தூங்குமூஞ்சித்தனமான அந்தச் சிறிய நகரத்திலுள்ள கல்லறைத் தோட்டத்தில், அவளது சமாதிக்கு மேல் நட்டு வைத்த சரக்கொன்றை மரம் இளம் மஞ்சள் பூங் கொத்துகளைப் பூத்துச் சொரியும்போதும் வித்தியாசமான அந்த விருப்பம் நிறைவேறிக்கொண்டே இருந்தது. விசாலமான அந்தக் கல்லறைத் தோட்டத்தைச் சுற்றி உங்கள் பார்வையைச் செலுத்தி னால் அங்கே கல்லால் செதுக்கப்பட்ட ஒரு நினைவுச்சின்னம் கூட இல்லையென்பதை அறிந்துகொள்ள முடியும். அதற்கு மாறாக வெவ்வேறு பருவ காலங்களில் வெவ்வேறு விதமாகப் பூக்கும் பூச்செடிகளே அந்த இடம் முழுவதும் வேர்விட்டுத் தழைத்திருந்தன.

செம்பருத்தி, கார்டினியா, பாட்டில் பிரஷ், சமேலியா, ஓலியான், பல வகையான குரோட்டன்ஸ்கள் ஆகிய பூச்செடிகளோடு ஒன்றிரண்டு இடங்களில் ஜகரந்தா மரங்களும் கூடப் பிறவற்றோடு போட்டி போட்டு வளர்ந்து கொண்டிருந்தன. ஒரே ஒரு வாழை மரமும், சில அசோக மரங்களும் மிகவும் தள்ளி ஓரமாக இருந்தன. அவைகளுமே நன்றாகச் செழித்துக் கொண்டுதான் இருந்தன. நீங்கள் மிகவும் கவனமாகப் பார்த்தால் அந்த முழு இடத்திலும் ஒரே ஒரு கொன்றை மரம் மட்டும் பிற செடி, கொடி மரங்களை யெல்லாம் விட உயரமாக வளர்ந்திருப்பதையும், ஒவ்வொரு பருவ காலத்திலும் பூத்துச் சொரிவதையும் கண்டு வியப்படைவீர்கள். மரணத்தை வென்று தாங்கள் நிலையாக இருப்பதாக பொய்ப் பாசாங்கு காட்ட எண்ணும் மனித முயற்சிகளிலிருந்து விடுபட்ட அப்படி ஒரு சூழலில்!!

ஆம், ஒவ்வொரு மே மாதத்திலும் வித்தியாசமாய், விநோதமாய்!

✧

ஒரு வேட்டைக்காரரின் மரணம்

வேட்டையாடுவதற்கு ஏற்ற பருவகாலம் தொடங்கியிருந்தது. மிக அதிகமாக உபயோகிக்கப்பட்டுப் பழகிப் போயிருந்த தன் துப்பாக்கிக்கு எண்ணெய் போட்டுக் கொண்டிருந்தார் வேட்டைக் காரர். எந்த இராகத்திலும் சேராத ஏதோ ஒரு பாட்டை மெல்ல உதட்டுக்குள் முனகிக் கொண்டிருந்தார் அவர். ஒட்டினாற் போலிருந்த 'ஷெட்'டில் உட்கார்ந்தபடி, நெல்லிலிருந்து உமியை நீக்கிக் கொண்டிருந்த அவரது பெண்ணும், மருமகளும் சிரிப்பை அடக்கிக் கொண்டு மெல்லக் கிளுகிளுப்பதற்கு அது காரணமாகி விட்டது. தான் பாட முயற்சி செய்வதைப் பார்த்துதான் அந்தப் பெண்கள் கேலிசெய்கிறார்கள் என்பது கிளுகிளுப்பான சிரிப் பொலிகள் சற்று உரத்துக் கேட்ட பிறகுதான் அவருக்குப் புரிந்தது. அதனால் இன்னும் சற்று உரத்த குரலில் பாடத்தொடங்கிய அவர், குறிப்பான ஒரு உச்ச ஸ்தாயியில் ஸ்வரம் தவறிப் பாடி விடவே, அவர்கள் மூன்று பேருமே கட்டுப்படுத்திக் கொள்ள முடியாமல் விழுந்து விழுந்து சிரித்தனர். உமி குத்திக் கொண்டிருந்த உலக்கையைக் கூட அந்தப் பெண்கள் கை நழுவ விட்டுவிட, பாதி உமி நீக்கிய நெல் மணிகள் மண்தரையில் சிதறின. 'ஷெட்'டைச் சுற்றி வட்டமிட்டுக் கொண்டிருந்த கோழிக்குஞ்சுகள் உடனே கூட்டம் கூட்டமாக உள்ளே வந்தபடி மகிழ்ச்சியோடு குரலெழுப்பிக் கொண்டு சிதறிய தானியங்களைக் கொத்தத் தொடங்கின. ஒரு வழியாக அந்தப் பெண்களின் சிரிப்பு அடங்கி, இயல்பாக மூச்சுவிட ஆரம்பித்த பிறகு,

"என்ன மாமா இன்னிக்கு இப்படி ஒரு சந்தோஷம்? ஏதாவது ஒரு மிருகம் உங்களுக்காகக் காத்திருக்கா என்ன?" என்று கேட்டாள் மருமகள்.

ஆழ்ந்த பெருமூச்சு விட்டபடி வேட்டைக்காரர் பதிலளித்தார்.

"யாருக்குத் தெரியும்? அந்த மிருகம் நம்ம நிலத்திலே விளையற பிரமாதமான நெல்லை ஒரு சில வருஷங்களா தின்னுக்கிட்டிருக்கிற பெரிய காட்டுப் பன்னியாக் கூட இருக்கலாம். ஒரு வேளை அது சீக்கிரமே கண்ணிலே படலாம். அதுக்குத்தான் என்னோட துப்பாக்கியை நல்லா சுத்தம் செய்யறேன். இந்தத் தடவை அதோட நெஞ்சிலே குறி வைக்கத் தவறக் கூடாது."

கடந்து போன ஐந்து வேட்டைக் காலங்களிலும் இம்சனோக் என்ற அந்த வேட்டைக்காரர் குறிப்பாக இந்தக் கொடிய காட்டுப் பன்றியின் மீதே கவனம் வைத்து அதையே தொடர்ந்து கொண்டிருந்தார். அவரது வயல் உட்பட கிராமத்திலிருக்கும் எல்லா நெல் வயல்களையும் அது நாசமாக்கிக் கொண்டிருந்தது. சிறந்த ரக நெல்லை எங்கே பயிர் செய்கிறாரோ சரியாக அந்த இடம் பார்த்து அதைத் தனக்கு இரையாக்கி விட்டுப் போய்க் கொண்டிருந்தது அது. தொடர்ந்து இரண்டு வருடங்கள் இப்படி நடந்த பின், இடத்தை மாற்றிப் பயிர் செய்யுமாறு அவரது மனைவி ஆலோசனை கூற, தங்கள் விசாலமான நிலத்தின் மேற்குப் பகுதி ஓரமாக அதைப் பயிர் செய்திருந்தார்கள் அவர்கள். ஆனால் அதனால் எந்தப் பயனும் இல்லை. அந்தப் பாழாய்ப்போன பன்றி எப்படியோ அந்த இடத்தைச் சரியாகக் கண்டுபிடித்து அதில் மேய்ந்துவிடும். கிராமவாசிகள் பல முறை அந்த மிருகத்தைப் பார்த்திருக்கிறார்கள். மிகப் பிரம்மாண்டமான தோற்றத்தோடு, தன் எடையைச் சுமக்க முடியாமல் சுமந்தபடி அசைந்தாடிக் கொண்டு வரும் அந்தக் காட்டுப்பன்றிக்குப் பின்னோக்கி வளைந்திருக்கும் இரண்டு மஞ்சள் நிறக் கொம்புகள் இருந்தன. கிட்டத்தட்ட அந்தப் பன்றியின் பின்புறத்திலுள்ள பருத்த சதைப் பகுதியை அவை தொட்டுக் கொண்டிருந்தன. தோற்றத்தில் மட்டுமல்லாமல் இயல்பிலேயே அந்தப் பன்றி மிகவும் கொடூரமானதாக இருந்தது. தன்னால் முடிந்தவரை பயிர்களைச் சாப்பிடுவதோடு நெல் வயல்களை அதிகபட்ச சேதம் செய்வதே நோக்கம் என்பது போல நிறைய வயல்களை அது காலால் மிதித்து துவம்சம் செய்து கொண்டும் இருந்தது. ஏனோ தெரியவில்லை, பிரசித்தி பெற்ற அந்த மிருகம் இதுவரை இம்சனோக்கின் கண்ணில் போகிற போக்கில் மிக லேசாகக் கூடப் படவில்லை. இத்தனைக்கும் அவருடைய நெல் வயல்களுக்குத்தான் அதிகமான சேதம் ஏற்பட்டுக் கொண்டிருந்தது. கடுமையான குளிர்கால இரவுகள் பலவற்றில் அந்தக் காட்டுப்பன்றி தன் வயலின் பக்கம் வருகிறதா என்பதை அவர் கண்காணித்துக் கொண்டே இருந்ததுண்டு. ஆனால் அவர் அங்கே இருப்பதை தூரத்திலிருந்தே மோப்பம் பிடித்து விட்டதைப் போல அது வேறு வயல்களின் பக்கம் போய் விடும்.

இப்போது தன் எதிரியாகவே ஆகிவிட்ட அந்த மிருகத்தைக் கொன்று வீழ்த்துவதைப் பற்றி நினைத்த உடனேயே கையிலிருந்த எண்ணெய்க்கறை படிந்த துணியால் துப்பாக்கியை வேக வேகமாக அழுத்தித் துடைக்கத் தொடங்கினார் அவர். இதற்கு முன்பு சுட்ட கறைகளின் லேசான அடையாளம் கூட இல்லாமல் அவற்றைச் சுத்தமாக நீக்கினார். துப்பாக்கியின் நுனிப் பகுதி கூடப் புதுசாகத் தீட்டிய வார்னிஷால் பளபளத்தது. பிறகு நெற்குதிருக்கு அருகே துப்பாக்கியை நிறுத்தி வைத்து விட்டு அதில் போட வேண்டிய துப்பாக்கி ரவைகளைப் பரிசீலிக்கச் சென்றார். சமீபத்தில்தான் ஒரு முழுபாக்கெட் துப்பாக்கி ரவைகளை அவர் வாங்கி வந்திருந் தார். அவற்றில் இரண்டை மட்டும் தன் நெருங்கிய நண்பருக்குக் கடனாகக் கொடுத்திருந்தார். அதற்குப் பதிலாக அந்த நண்பர் தான் சுட்டு வீழ்த்திய சாம்பார் வகை மானின் ஒரு பின்னங்காலை முழுதாக இவருக்குத் தந்துவிட்டார்.

ஒரு பெரிய எதிரியை நேருக்கு நேர் எதிர் கொள்ளத் தயாராகி விட்ட திருப்தியோடு வெளியே வெயிலில் காய்ந்து கொண்டிருந்த துப்பாக்கியை உள்ளே எடுத்துச் சென்று அதற்கென்றே பிரத்தியேக மாக வைத்திருக்கும் சாக்குத்துணியில் சுற்றித் தன் படுக்கை அறை யிலுள்ள மர அலமாரியின் மேல்தட்டில் வைத்தார் அவர்.

அன்று மாலை அவரது மனைவி டங்க்செட்லா வயல் வேலை முடிந்து திரும்பி வந்தபோது அவர் மிகவும் சந்தோஷமான மன நிலையுடன் இருந்ததையும், வழக்கமாகத் தன்னைப் பார்க்க வருபவர்களுடன் பேசிச் சிரித்துக் கொண்டு குளிர் காய்வதற்காக மூட்டியிருந்த நெருப்புக்கு அருகில் அமர்ந்தபடி கறுப்புத் தேநீர் அருந்திக் கொண்டிருப்பதையும் கண்டாள். அங்கே கூடி இருந்தவர் களின் மனநிலையிலிருந்து, அந்தப் பயங்கரமான மிருகம் மீண்டும் ஒருமுறை கண்ணில் தட்டுப்பட்டிருக்க வேண்டுமென்பதை அவள் உடனே உணர்ந்து கொண்டாள்.

அறுவடைக் காலங்களில் கிராமத்து ஆண்கள் விழித்திருக்கும் நேரம் முழுவதும் அந்தக் காட்டுப்பன்றி அவர்களை மிரட்டிக் கொண்டிருந்தது. அடுத்ததாக அந்தக் கொள்ளைக்கார விலங்கு எவருடைய நிலத்தை நாசமாக்கப் போகிறதோ என்று எண்ணி எல்லோரும் பயந்திருந்தனர். இதே போல இதுவரை ஆறு ஆண்டுகள் கடந்து போய் விட்டன. ஒவ்வொரு ஆண்டு கடந்து போகும்போதும் அவர்களது பீதி மேன்மேலும் கூடிக் கொண்டே சென்றது. காரணம், இப்படிப்பட்ட பேராபத்திலிருந்து தங்களை விடுவிக்க எவருமே இல்லையே என்ற எண்ணம்தான். புகழ்பெற்ற வேட்டைக்காரரான இம்சனோக்காலும் கூட அது முடியவில்லையே? இம்சனோக்கைப் பொறுத்தவரை அது, உறுதியான மன உரம் படைத்த இருவருக்

கிடையே நடக்கும் ஒரு தனிப்பட்ட போட்டியைப் போலத் தோன்றியது.

திறமையான வேட்டைக்காரர் என்று பல வருடங்களாகப் புகழ் பெற்றிருந்த இம்சனோக், கிராமத்திலிருந்த ஒரு தொடக்கப் பள்ளி ஆசிரியராக இருந்தவர். ஆனால் வேட்டைக்காரராகப் புகழ்பெற்ற பிறகு அந்தப் பழைய அடையாளமே அவரிடமிருந்து மறைந்து போய் விட்டது. நிறைய விவசாய நிலங்களையும், பண்ணை வீடுகளையும் அழித்து எத்தனையோ மனிதர்களைக் காலால் நசுக்கிக் கொன்ற முரட்டுத்தனமான ஒரு யானையைச் சுட்டு வீழ்த்தியதற்காக அரசாங்கத்திலிருந்து அவருக்கு வெகுமதி கூடக் கிடைத்திருக்கிறது. அவரது கிராமத்திலும், சுற்றுப்புற கிராமங்களிலும் வேறு பல வேட்டைக்காரர்கள் இருந்தாலும் அரசாங்கம் கொடுக்க முன் வந்த வெகுமதிக்காக அந்த யானையை வேட்டையாட அவர்கள் முன் வரவில்லை. அந்த முரட்டு யானையின் தந்திரத்துக்கு ஈடு கொடுத்து அதைக் கொல்ல வேண்டுமென்றால் அது இம்சனோக் ஒருவரால் மட்டுமே முடியும் என்று அவர்கள் எல்லோருமே ஏக மனதாகச் சொல்லி விட்டார்கள். அதனால் அந்த வேலையும், வேலைக்கான வெகு மதியும் இயல்பாகவே அவரிடம் வந்து சேர்ந்தது.

யானையைச் சுடுவதற்கேற்ற துப்பாக்கியோடும் வெடிமருந்து களோடும் இருமொழி அறிந்த துபாஷி ஒருவரை இம்சனோக்கிடம் அனுப்பி வைத்தார் துணை கமிஷனர். வேட்டைக்குத் தேவைப்படும் உதவி எது என்றாலும் கிராம சபையிடமிருந்து இம்சனோக் அதைக் கேட்டுப் பெற்றுக் கொள்ளலாம் என்றும் சொல்லப்பட்டது. அந்த வேலையை முடிக்க அவருக்குத் தரப்பட்ட நாட்கள் ஏழு.

வழக்கத்திலிருந்து மிகவும் மாறான இந்தச் சூழ்நிலைக்கு இம்சனோக் சிறிது கூட ஆயத்தமாக இருந்திருக்கவில்லை. எதை எப்போது எங்கே வேட்டையாட வேண்டும் என்பதை அவர்கள் முடிவு செய்வார்களாம்; ஆனால் உண்மையில் அந்தச் சவாலை எதிர்கொள்ள வேண்டியவன் வேறொருவனாம்.

“காட்டைப் பற்றி இந்த ‘சாகி’புகளுக்கு என்ன தெரியும்? நான் போய்ச் சுடுவதற்கு வாகாக வசதியான ஓர் இடத்தில் யானை நின்று கொண்டிருக்கும் என்றா அவர்கள் நினைத்துக் கொண்டிருக் கிறார்கள்? இந்த மிருகங்கள் எவ்வளவு புத்திசாலிகள் என்பதும், கிட்டத்தட்ட மனிதர்களைப் போலவே கூட யோசிக்கக் கூடியவை அவை என்பதும் அவர்களுக்குத் தெரியுமா என்ன? தப்பித்து ஓட வேண்டுமென்று நினைக்கும் பரப்பு முழுவதையும் பாதுகாத்தா வைக்க முடியும்?’

ஆனால் அது அரசாங்கத்தின் ஆணை. அவர் அதை ஏற்றே ஆகவேண்டியிருந்தது. யானை வேட்டை பற்றி நிகழ்ந்த அரசின் செய்திப் பரிமாற்றத்தில் ஏதோ ஓரிடத்தில் லேசான அச்சுறுத்தல் தொனியும் கூட இருந்ததைப் பார்க்க முடிந்தது. இந்தப் பணியில் ஒத்துழைக்க மறுப்பவர்களின் வேட்டை உரிமங்கள் தற்காலிகமாக நிறுத்தி வைக்கப்படலாம் அல்லது அடியோடு பறிக்கப்படலாம் என்பதே அது. இன்னொரு பக்கம் அந்தப் பகுதியிலேயே தலை சிறந்த வேட்டைக்காரர் என்று அவர் பெற்றிருந்த பெருமை வேறு இருந்தது. எப்படிப் பார்த்தாலும் வித்தியாசமான வகையில் வந்து சேர்ந்திருக்கும் இந்த வேட்டை அவரைக் கட்டிப் போடத்தான் செய்தது. அதனால் தனக்கு நம்பிக்கைக்குப் பாத்திரமான வேட்டைக்காரர்களின் பெயர்களைப் பட்டியலிட்ட அவர், யானையால் ஏற்பட்ட அழிவுகளும், சேதாரங்களும் எந்தெந்த இடங்களில் இருக்கின்றன என்பதைப் பார்த்துவர ஓர் உளவுப் பயணமாக அவர்களை அனுப்பி வைத்தார். தங்கள் கண்டு பிடிப்புக ளோடு அவர்கள் திரும்பி வந்ததும் போர்க்கால நடவடிக்கை களுக்காகக் கூட்டம் போட்டுப் பேசுவதைப் போலவே அவர்கள் கூடி விவாதித்தனர். இரவு முழுவதும் அதைப் பற்றி விவாதித்து விட்டு விடிவதற்கு முன் சில மணி நேரம் உறங்கி எழுந்து தங்கள் திட்டத்துக்கு இறுதி வடிவம் கொடுப்பதற்காகத் தங்கள் பேச்சைத் தொடர்ந்தனர்.

பிறகு ஆபத்தில்லாத தங்கள் மறைவிடத்துக்குத் திரும்பி வந்து பழைய சோற்றைச் சாப்பிட்டுவிட்டுக் கறுப்புத் தேநீர் அருந்தியபின் அந்த விலங்கின் வருகைக்குக் காத்திருக்கத் தொடங்கினர். இரண்டாம் நாள் மாலை, மழை பெய்யத் தொடங்கியதால் தங்கள் துப்பாக்கிகளில் தண்ணீர் படாமல் மூடிக் கொண்டார்கள். யானையைச் சுடுவதற்கென்று அரசாங்கம் கொடுத்திருந்த துப்பாக்கியோடு கூடவே மூன்று வேட்டைக்காரர்கள் தங்கள் இரட்டைக்குழல் துப்பாக்கிகளையும் கூடுதல் எச்சரிக்கைக்காகக் கொண்டு வந்திருந்தார்கள். அங்கே ஆபத்தான வேறு மிருகங்களும் இருக்கக் கூடும். ஆனால் தாங்கள் இவ்வளவு கவனமாகத் தீட்டி யிருக்கும் திட்டத்தில் வேறு எந்த மிருகமும் குறுக்கிட்டுக் குழப்பி விடக் கூடாதே என்று இம்சனோக் பிரார்த்தனை செய்து கொண்டும் இருந்தார். இரண்டாம் நாள் இரவானபோது வேட்டைக்காரர்கள் நன்றாக நனைந்து போயிருந்தார்கள். பசியுடனும் மிகுந்த பயத்தோடும் இருந்தார்கள். இம்சனோக் மட்டும் எந்தக் குழப்பமும் இல்லாமல் காணப்பட்டார். துப்பாக்கிக் குழல் வழியே அவர் கற்பனையில் குறிபார்த்துக் கொண்டிருந்தார். தன் கையில் முதன் முதலாகக் கிடைத்திருக்கும் அதிகம் பழக்கப்படாத இந்த ஆயுதத்தைக் கொண்டு தன் குறிபார்க்கும் திறனைச் சோதித்துக்

கொள்ள ஒரு வாய்ப்புக் கிடைக்க வேண்டுமென்று அவர் உள்ளூர ஆசைப்பட்டார். சரியாகக் குறிவைத்துப் பார்ப்பதில் தனக்கிருந்த திறமை மீது அவருக்குப் போதிய நம்பிக்கை இருந்ததால், அந்த முக்கியமான நேரத்தில் வேறெந்தக் காரணத்தாலும் அது திசை திரும்பிவிடக் கூடாது என்றும் வேண்டிக் கொண்டார்.

இரவு செல்லச் செல்ல, காடும் அமைதியாகிக் கொண்டே சென்றது. இதுவரை கண்காணித்துக் கொண்டிருந்த 'வாட்ச்சர்'களின் கவனமும் சற்றுக் குறைய ஆரம்பித்திருந்தது. தூங்கி வழிந்து கொண்டிருக்கும் அடர்த்தியான இருண்ட காட்டின் நிசப்தம் அவர்களையும் தன் பிடியில் வைத்தபடி உறங்கத் தூண்டிக் கொண்டிருந்தது. இம்சனோக் மட்டும் முழுமையான விழிப்போடு இருந்தார். தன் சகாக்கள் களைத்துப் போயிருப்பதை அறிந்து முக்கியமான விலைமதிப்பற்ற அந்த நேரத்தின் ஒரு சில நொடிகள் மட்டும் அவர்களை உறங்குமாறு விட்டுவிட்டுத் தன் அருகில் இருப்பவரைப் பக்கவாட்டில் மெதுவாக இடித்துத் தூக்கத்திலிருந்து எழுப்பி விட்டார். அடுத்தடுத்து இருப்பவர்கள் பக்கத்தில் இருப்பவர்களை இதே போல இடித்து இடித்து எழுப்ப எல்லோரும் எழுந்து உட்கார்ந்து கொண்டு அவரது பார்வையோடு தங்கள் பார்வையையும் ஒருங்கிணைத்துக் கொள்ள முயன்றனர். பச்சைப்பசேலென்ற செழிப்பான காட்டைத் திகிலூட்டும் இருள் விழுங்கிவிட்டது போலிருந்தது. அவரவர், ஏதோ யோசித்தபடி அங்கே காத்திருந்தனர். பிறகு இரவுப் பொழுது முடிந்து மறுநாள் விடிவதற்கான நேரம் வந்தது. இருட்டைத் தவிர விடிவதற்கான எந்த அறிகுறியுமே இல்லையென்றாலும் கூட இரவு முடிந்து காலை விடிந்துவிட்டதை மனத்தால் தெளிவாக உணர முடிந்தது. அதை முதலில் உணர்ந்தவர் இம்சனோக்தான். தன் உடலை அமைதியாக இடது புறத்திலிருந்து வலப்புறமாக மெல்லத் திருப்பினார் அவர். அவரை அடுத்திருந்தவர் இந்த அசைவைப் பிடித்துக்கொண்டு இதே போன்ற அசைவைத் தானும் செய்தார். பிறகு அடுத்தடுத்து எல்லோரிடமும் இது தொடர்ந்து கொண்டே செல்ல இந்தச் சிறிய அசைவுகளால் புத்துயிர் பெற்றது போல எல்லோரும் அவரவர் இருக்குமிடத்தில் விழிப்புடன் இருக்கத் தொடங்கினர்.

காட்டில் வேறு உயிரிகளும் இருக்கின்றன என்பதற்கு அடையாளமாக அதன் முதல் சமிக்ஞை ஒரு காட்டுக் கோழியிட மிருந்து வந்தது. சிறிது தூரத்திலிருந்த உயரமான மரத்தில் ஒரு கோழி தன் சிறகுகளைப் படபடவென்று வேகமாக அடித்துக் கொண்டது. தாங்கள் இருந்த இடத்திலேயே விறைப்பாக இருந்தபடி வேட்டைக்காரர்கள் காத்திருந்தனர். தங்களைச் சுற்றிச் சூழ்ந்திருந்த நிசப்தம் அவர்களைச் சோர்வடைய வைத்தது. இன்னொரு நாளும் பயனில்லாமல் போய் விடப் போகிறதா? பிறகு திடீரென்று

ஒவ்வொரு மரத்தின் மேலிருந்த குரங்குகளும் பயங்கரமாய் ஓலமிடத் தொடங்கின. அவை நிச்சயம் எதையோ பார்த்துப் பயந்திருக்க வேண்டும்.

தூரத்தில் பனிமூட்டம் விலகிக் கரைந்தபடி இருள் மடிந்து பொழுது புலர்ந்து கொண்டிருந்தது. குரங்குகளின் அலறல் சத்தம் சிறிது நேரம் தொடர்ந்து கேட்டுக் கொண்டிருந்தது. அதற்குள் வேறொரு சத்தமும் அந்தக் கூச்சலின் நடுவிலிருந்து வருவதை வேட்டைக்காரர்கள் உணர்ந்து கொண்டு விட்டனர். முதலில் மிகப் பெரிய குரங்குகள் கத்துவதைப் போலத்தான் அது கேட்டது. பிறகு அதைக் கவனமாகக் காது கொடுத்துக் கேட்ட இம்சனோக் தன் இடத்தை விட்டு எழுந்தபடி 'அது இங்கேதான் இருக்கிறது' என்று தன் சகாக்களிடம் மெல்லக் கிசுகிசுத்தார். அமைதியாக அவரவருக்குரிய இடங்களில் போய் ஏற்கனவே அமைக்கப்பட்டிருந்த மறைவுக்குப் பின்னால் சிலைபோல அசையாமல் நின்று கொண்டனர். தனக்கு மிகவும் வாகான உயரமான இடத்தில் துப்பாக்கியை ஆயத்தமாக வைத்துக் கொண்டபடி பழக்கமில்லாத தன் போட்டி யாளரை எதிர்கொள்ளத் தயாராக நின்றிருந்தார் இம்சனோக்.

குறிப்பிட்டிருந்த இடத்திலிருந்து விலகி தன்போக்கில் அலைந்து கொண்டே இருந்தது யானை. மிக மிக சாவதானமாக அமைதி யாகத் திரிந்து கொண்டிருந்தது அது. தான் செல்லும் வழியில் தட்டுப்படும் எல்லாவற்றையும் ருசி பார்க்க எண்ணுவது போல ஓரிடத்தில் ஒரு மரக்கிளையை ஒடிக்கும்; இன்னோரிடத்தில் மெல்லிய மரக்குச்சியை முறிக்கும். மண் குளியல் செய்ய விரும்பி வெட்ட வெளியில் பல நேரம் அப்படியே நின்று கொண்டு கூட இருக்கும்; ஆனால் இரவில் படிந்திருந்த ஈரம் இன்னும் காயாமல் இருந்ததால் லேசான எரிச்சலுடன் தன் பாதங்களால் தரையை ஓங்கி ஓங்கி மிதித்துக் கொண்டிருந்தது அது. வேட்டைக்காரர்கள் இருந்த இடத்திலிருந்து அது இன்னும் கூடச் சற்றுத் தள்ளித்தான் இருந்தது. அந்தக் காலை நேரத்தில் பல இடங்களிலும் மாறிமாறித் திரும்பி வளைந்து போய்க் கொண்டிருந்த யானையின் நகர்வுகளை இம்சனோக்கைத் தவிர வேறு எவராலும் அத்தனை தெளிவாகப் பார்க்க முடியவில்லை. அதைப் பார்ப்பதற்கு அவர்களுக்குப் பயமும் கூட இருந்தது. ஏதோ ஆழ்ந்த யோசனையுடன் எச்சரிக்கையோடு இருப்பதுபோல ஒரு குறிப்பிட்ட கட்டத்தில் யானை அசையாமல் அப்படியே நிற்பதைப் போலிருந்தது. தூரத்திலிருந்து அதைப் பார்த்து விட்ட இம்சனோக் கலவரமடைந்தார். தங்களுடைய நடவடிக்கைகளை எப்படியாவது அது மோப்பம் பிடித்து விட்டி ருக்குமோ? அப்படியென்றால் ஒன்று அது பயந்து ஓடி விடும்; இல்லையென்றால் அதைவிட மோசமானதாக மற்றொன்று நடக்கும். வேட்டைக்காரர்கள் மீது பாய்ந்து பழி வாங்க அது

முயற்சிக்கும். தூரத்திலிருந்தே மிகப் பிரம்மாண்டமாகக் காட்சி தந்து கொண்டிருந்த அந்த மிருகத்தைத் தொடர்ந்து கவனித்துக் கொண்டிருந்தார் அவர். முதலில் லேசாகக் கேட்ட அதன் பிளிறல் சத்தம் படிப்படியாக அதிகரித்துக் கொண்டே சென்றது. பிளிறிக் கொண்டே தன் கழிவுகளை வெளியேற்றிய யானை, அவற்றின் மீது மிதிக்காமல் நாசூக்காகப் பக்கவாட்டில் நகர்ந்தது. வழியிலுள்ள மரக்கிளைகளையும், புதர்களையும் மறுபடியும் நாசம் செய்யத் தொடங்கியது. யானை இடும் சாணத்தை முன்பொரு முறையும் காட்டில் பார்த்திருக்கிறார் இம்சனோக். பெரிது பெரிதாய் இருக்கும் அந்தச் சாணி உருண்டைகளிலிருந்து விடியற்காலை நேரத்தில் எப்படிப்பட்ட மோசமான வாடை வெளிவரும் என்பது அவருக்கு நினைவிருந்தது.

காலையின் சூரிய வெளிச்சம் கூடுதலாகிக் கொண்டே வந்த போது அந்த யானை மிகவும் அமைதியாக, சாந்தமாகத் தென் பட்டது. தன் கண்ணில் படும் இளம் செடி கொடிகளையும், உயரமான புல் பூண்டுகளையும் அது சந்தோஷமாக விழுங்கிக் கொண்டிருந்தது. எதற்காகவும் அவசரப்படுவதைப் போல அது தோன்றவில்லை. ஒருமுறை படுத்திருக்கக் கூட முயற்சி செய்த அது, பிறகு ஏனோ சட்டென்று எழுந்துகொண்டுவிட்டது. இப்போது மண்ணின் ஈரப்பதம் காய்ந்து நெகிழ்ந்துவிட்டதால் தன் காதுகளை ஆட்டியபடி மண் குளியல் செய்து மகிழ்ச்சியடையத் தொடங்கியிருந்த அது, துதிக்கை கொண்டு மண்ணைக் கிளறி எடுத்துத் தன் உடலின் பக்கவாட்டில் போட்டுக் கொண்டது.

தான் இருந்த இடத்திலிருந்து அது செய்யும் வினோதமான செயல்களையெல்லாம் கூடுதல் சிரத்தையோடு பார்த்துக் கொண்டிருந்தார் இம்சனோக். அவருக்கும், அந்த விலங்குக்கும் இடையிலிருந்த தூரம், துப்பாக்கியால் சுட்டு வீழ்த்தும் அளவுக்குப் போதுமானதாக இல்லை. மேலும் அவர்கள் அதைப் பிடிப்பதற்காகத் தோண்டியிருந்த குழி, அங்கிருந்து மிகவும் தள்ளியிருந்தது. அவர்கள் யானையைச் சுட்ட பிறகு, குழியிருக்கும் இடத்தை நோக்கி அது விரையும் என்றும் அப்போது அது பிடிபட்டு விடக்கூடும் என்றும் அவர்கள் நம்பிக் கொண்டிருந்தனர். அதன் பிறகு அதன் கண்கள் வழியே ஊடுருவி மண்டையைச் சிதைக்குமாறு இறுதியாக ஒருமுறை துப்பாக்கியிலிருந்து வெடியைச் செலுத்த வேண்டும். துப்பாக்கிச் சூட்டின் மூலம் ஒரு யானையைக் கொல்வதற்கு அதுவே வழி என்பது எல்லா வேட்டைக்காரர்களுக்குமே தெரிந்தது தான். அதனால் இன்னொரு காத்திருப்பு நாடகம் தொடங்கியது. அதற்குள் நடுப்பகல் வேளையாகியிருந்தது. இப்போது மற்ற வேட்டைக்காரர்களும் தங்களுக்கு வசதியான வெவ்வேறு இடங் களில் இருந்தபடி அந்த மிருகத்தைப் பார்க்க முடிந்தது. அதைப்

பார்க்காமலே இருந்தபோது அவர்களிடம் இருந்த ஆரம்பகால நடுக்கம், இப்போது அவர்கள் நேரடியாகப் பார்க்கும் காட்சியால் மாறிவிட்டிருந்தது. அவ்வளவு தூரத்தில் இருப்பதால் அதன் கண்ணுக்குத் தாங்கள் தட்டுப்பட மாட்டோம் என்ற நம்பிக்கை அவர்களுக்கு ஏற்பட்டிருந்தது. ஆச்சரியத்தோடும் அமைதியாகவும் அதை அவர்கள் கவனிக்கத் தொடங்கினர். ஆனால் அது அதிக நேரம் நீடிக்கவில்லை. வெயில் சூடு அதிகமாகிக் கொண்டு போன பின்பு, அந்த யானையின் போக்கிலும் மாற்றம் தெரிந்தது. அது தன் துதிக்கையை உயர்த்தி வேதனையோடு குரல் எழுப்பியது. பிறகு காட்டுக்குள் நிழலான ஓர் இடத்தைத் தேடியபடி விரைந்து அதற்காக அமைத்திருந்த குழிக்கருகே வேட்டைக்காரர்கள் குவித்து வைத்திருந்த புதர்க்குவியல்களுக்கு அருகே நகர்ந்தது. ஆனால் ஓரளவு தனக்கு நிழல் தரக் கூடுமென அது எண்ணிய இடத்தை நெருங்கும் முன் சற்று நேரம் அசையாமல் அப்படியே நின்றபடி எல்லாத் திசைகளிலும் தன் பார்வையைக் கூர்மையாகச் செலுத்தியது. இப்போது இம்சனோக் துப்பாக்கி குண்டை அதன் மீது செலுத்து வதற்குப் பொருத்தமான ஓரிடத்தில்தான் அது இருந்தது. ஆனால் இப்படிப்பட்ட ஒரு கணத்துக்காகவே தேர்ந்தெடுக்கப்பட்டிருந்த பாதுகாப்பான அடுத்த இடங்களை நோக்கிப் பிற வேட்டைக்காரர்கள் நகர்ந்து விட்டார்களா என்பதைப் பற்றி இம்சனோக்கிற்கு உறுதி யாகத் தெரியவில்லை. ஏதோ ஆபத்து இருப்பதை உணர்ந்து கொண்ட யானை பின் வாங்க முயற்சித்தது. ஆனால் அதன் பருமனான உடலைக் கொண்டு வேகமாக நகர இயலவில்லை. அது மெல்லத் தலையைத் திருப்பியாக வேண்டுமென்பது மட்டும் தான் இம்சனோக்கிற்குத் தேவைப்பட்ட நகர்வு. மிகவும் கவனமாகக் குறிபார்த்தபடி அடுத்தடுத்து இரண்டு முறை அவர் சுட்டார். அவர் சுட்ட இடம் அதன் கண்களாக இருக்கக் கூடுமென அவர் நம்பினார். முதல் முறை சுட்டபோது அந்த விலங்கின் முகம் முழுவதும் அப்படியே அவர் பக்கம் திரும்பி அவரை ஸ்தம்பிக்க வைத்தது. பிறகு அது திரும்பியபோது இரண்டாவதாக அவர் சுட்ட குண்டு அதன் காதுகளைத் துளைத்துக் கொண்டு மூளைப் பகுதிக்குப் போய் அங்கேயே தங்கியும் விட்டது. இம்சனோக் மறுபடியும் குண்டுகளை நிரப்பிக்கொண்டு மீண்டும் இரு முறை சுட்டார். இந்த இரண்டு குண்டுகளில் ஒன்றாவது அதைத் தாக்கி யிருக்க வேண்டும், காரணம் அது தள்ளாடிக் கொண்டிருப்பது போல் தோன்றியது.

வியப்போடும், பயத்தோடு கூடிய பிரமிப்போடும் அதைப் பார்த்துக் கொண்டிருந்தார் இம்சனோக். சாகும் நிலையில் மெல்லச் சரிந்து விழுந்து கொண்டிருந்த அந்த விலங்கு, தன்னைச் சமநிலைப் படுத்திக் கொண்டு நகர்ந்து செல்ல இன்னும் கூட முயற்சி செய்து

கொண்டுதான் இருந்தது. ஆனால் துப்பாக்கிக் குண்டுகள் கட்டாயம் இலக்கைத் துளைத்திருக்க வேண்டும். அந்தப் பெரிய விலங்கு தன்னைச் சமநிலைப்படுத்திக் கொண்டு நகர்ந்து செல்ல இன்னும் கூட முயற்சி செய்து கொண்டுதான் இருந்தது. ஆனால் துப்பாக்கிக் குண்டுகள் கட்டாயம் இலக்கைத் துளைத் திருக்க வேண்டும்; அந்தப் பெரிய விலங்கு நிலைகுலைந்து மல்லாந்து விழுந்தது. அதன் துதிக்கையிலிருந்து காதைச் செவிடாக்கும் கடைசிப் பிளிறலும் எழுந்தது. அது, அவர்கள் திட்டமிட்டு அமைத்திருந்த குழிக்குள் விழவில்லை என்றாலும் எப்படியோ அது கொல்லப்பட்டு விட்டது. தன் துப்பாக்கி சுடும் திறமையைப் பிறர் பாராட்டியபோது அதை இம்சனோக் ஏற்றுக் கொள்ள முன் வரவில்லை. மிகச் சரியான தருணத்தில் தான் சுட நேர்ந்தது இறையருளின் துணையால் மட்டுமே என்றார் அவர். அந்தக் குண்டுகள் ஒரு கணம் முன்னதாகவோ அல்லது ஒரு கணம் தாமத மாகவோ செலுத்தப்பட்டிருந்தாலும் கூட யானையின் பக்கவாட்டில் கடந்து சென்று அடர்ந்த காட்டுக்குள் போயிருக்கும். அப்போது அந்த மூர்க்கமான யானையின் கோபம் இன்னும் அதிகமாகி அவர்கள் எல்லோரின் உயிருக்கும் ஆபத்தை ஏற்படுத்தியிருக்கும்.

குறிப்பிட்ட இடத்துக்குச் செல்வது இனிமேல் பாதுகாப் பானதுதான் என்பது உறுதிப்பட்ட பிறகு, சற்று ஆபத்தில்லாத இடத்தில் எல்லோரும் வட்டமாகக் கூடி நின்று அந்தப் பிரம் மாண்டமான உடலிலிருந்து உயிர் பிரிவதைப் பார்த்துக் கொண்டி ருந்தார்கள். அதன் உடலிலிருந்து கடைசியான நீண்ட ஒரு பெருமூச்சு வெளிப்படும் வரை, அந்தப் பிரம்மாண்டமான உடல் முழுவதும் உயிரற்று ஒடுங்கிப் போகும்வரை அதைப் பார்த்துக் கொண்டிருந்தார்கள். இனம் விளங்காத அந்தச் செயல்பாட்டைப் பார்த்துக் கொண்டே இருந்த இம்சனோக், தன் எதிரியின் இமைக்காத விழிகளை, பார்க்க முடியாத அதன் கண்களுக்குள் ஒரு கணம் தன் பார்வையைச் செலுத்தினார். எல்லாவற்றையும் நாசமாக்கி அழித்துக் கொண்டிருந்த அச்சுறுத்தும் சக்தி அகன்று போனபடி, அந்த மிருகம் அநாதரவாய்க் கிடந்தது.

அதன் உருண்டையான மணி போன்ற கண்ணில் கண்ணீர் தேங்கியிருப்பது போல் அவருக்குத் தோன்றியது. இது அவருடைய கற்பனை மட்டும்தானா? அது இனிமேல் அவருக்கு எப்போதுமே ஒரு விளங்காத புதிராக இருக்கப் போகிறது. கண்ணீரோடு கூடவே இன்னொன்றும் கூட...! இறந்து கொண்டிருக்கும் நிலையிலிருந்த அந்த மிருகம் தன்னை அழித்தவரிடம் ஏதோ ஒரு செய்தி சொல்ல எண்ணியது போல...! அது அப்படியே காலத்தோடு காலமாக உறைந்து நின்றுவிட்டது. இது... இன்னும் மிக நீண்ட காலத்துக்கு இம்சனோக்கைத் துரத்தி அலைக்கழிக்கப் போகிறது. அனுபவம்

மிகுந்த அந்த வேட்டைக்காரர், தன் வேட்டைத் தொழிலில் சுட்ட மிருகங்களைப் பற்றி இதுவரை வேறு எந்த விதமாகவும் நினைத்துப் பார்த்ததில்லை. அதற்கான உரிமை தாராளமாகத் தனக்கு உண்டு என்று மட்டுமே அவர் நினைத்து வந்தார். ஆனால் யானையைக் கொல்வது என்பது சற்று வித்தியாசமானது. இதற்கு முன்னர் வேட்டையாடிய சமயங்களில் அவர் முழுநேரம் சுயக் கட்டுப் பாட்டுடன் இருந்திருக்கிறார். எதை எப்போது கொல்வது என்பதை அவரேதான் தேர்வு செய்துகொண்டிருந்தார். ஆனால் இப்போது அவர்களுக்கு முன்னால் உயிரில்லாமல் கிடக்கும் இந்தப் பெரிய யானையின் விஷயம் அப்படிப்பட்டதல்ல. எந்த 'இரை'யைப் பிடிக்க வேண்டும் என்பது, இப்போது அவர்களுக்கு ஒதுக்கப் பட்டிருக்கும் ஒரு வேலை. ஒவ்வொரு முறை வேட்டையாடி மிருகங்களைக் கொல்லும்போதும் எதையோ சாதித்து விட்டதாக அடையும் மகிழ்ச்சி இப்போது அவரிடம் இல்லை. அப்பாவி கிராம மக்களையும், அவர்களது வயல்களையும் காப்பாற்றி அவர்களது பாதுகாப்பை உறுதி செய்ய வேண்டுமானால் அதற்கு அந்த யானையைக் கொல்வது ஒன்று மட்டும்தான் வழி! அது உண்மைதான். அதைப் பற்றி அவர் மனதில் எந்தச் சந்தேகமும் இல்லை. ஆனால் நிலத்தின் மீது யார் ஆதிக்கம் செலுத்துவது என்று காலங்காலமாக மனிதர்களுக்கும் விலங்குகளுக்கும் இடையில் நடைபெற்று வரும் போட்டிக்கு நடுவே இந்தக் குறிப்பான சம்பவத்தில் அவர் ஏன் சம்பந்தப்பட்டிருக்க வேண்டும்?

இந்த நிகழ்ச்சிக்குப் பிறகு வேட்டைக்காரர் இம்சனோக், இன்னும் அதிகமான புகழ் பெற்று விட்டார். அவருக்குப் பரிசுத் தொகையோடு சேர்த்து மிக நேர்த்தியான ஒரு துப்பாக்கியும் விருதாகத் தரப்பட்டது. பணத்தைப் பெற்றுக் கொண்ட அவர், தன் சக வேட்டைக்காரர்களோடு அதைப் பகிர்ந்து கொண்டார். ஆனால் தன்னிடம் ஏற்கனவே ஒரு துப்பாக்கி இருப்பதால் எந்த வேட்டைக்காரனுக்கும் ஒரு துப்பாக்கியே போதுமானது என்றும் சொல்லியபடி துப்பாக்கியைப் பெற்றுக் கொள்ள மறுத்து விட்டார். அவர் அவ்வாறு அதை மறுத்து விட்டது அதிகாரிகளுக்குப் புதிராக இருந்தாலும் அதற்கு மேல் அவரை அவர்களும் வற்புறுத்தவில்லை. தான் செய்த வேலைக்கான ஊதியத்தைத் தவிர வேறு பரிசுப் பொருட்களைப் பெற்றுக் கொண்டு அவர்களுக்குக் கடமைப்பட்டவராக இருக்க இம்சனோக் விரும்பவில்லை என்பதை அவர்கள் புரிந்து கொள்ளத் தவறிவிட்டார்கள். அரசின் ஆணையாக இருந்தாலும் வேறு எதுவாக இருந்தாலும் இது போன்றதொரு வேலையை இனிமேல் கைக்கொள்ளப் போவதில்லை என்று மனதுக்குள் உறுதி செய்து கொண்டிருந்தார் அவர். இப்போது அரசாங்கத்திடமிருந்து அந்தத் துப்பாக்கியைப் பெற்றுக்

கொண்டு விட்டால் வேலையைத் தேர்ந்தெடுப்பதற்கான தனது சுதந்திரம் பறிபோய் விடுமென்றே அவர் நினைத்தார்.

குறிப்பிட்ட அந்த நிகழ்ச்சியைப் பற்றிய அவரது அந்தத் தனிப் பட்ட எண்ணங்கள் எப்படிப்பட்டவையாக இருந்தபோதும் இம்சனோக்கின் இப்போதைய கவலை, அந்தக் கிழட்டுப் பன்றி ஏற்படுத்தி வரும் நாசத்தைப் பற்றியதுதான். நன்கு விளைந்திருக்கும் வயல்கள் இவ்வாறு அழிக்கப்படுவதென்பது கிராமவாசிகளுக்குத் தொடர்ந்து நேர்ந்து வந்த ஒரு பெருந்துன்பமாகவே இருந்தது. ஆனால் இந்தப் பேரழிவு, குறிப்பிட்ட அந்த ஒரு மிருகத்தின் காட்டுமிராண்டித்தனத்தால் மட்டுமே நேருவதில்லை. அதன் அழிக்கும் சக்தியைத் தாண்டி வேறு வகையாகவும் அந்த நாசம் நிகழ்ந்து கொண்டிருந்தது. வெகு காலத்திற்கு முன்பு ஒரு அறுவடைக் காலத்தில், வயலிலிருந்து கிராமத்திற்கு வரும் பாதி வழியில் அமைந்திருக்கும் அவரது குடிசையில் இருந்த தானியத்தைக் குரங்குக் கூட்டங்கள் எப்படிச் சாப்பிட்டுத் தீர்த்தன என்பது, அவருக்கு நன்றாக நினைவிருந்தது. 'டிரக்'குகள் செல்வதற்குச் சாலைகள் போடப்படுவதற்கு முன்புவரை வயலில் விளைந்த நெல்லைப் பாதிவழியில் அமைந்திருக்கும் தங்கள் குடிசைகளுக்குத் தான் கிராமவாசிகள் கொண்டு வந்து கொண்டிருந்தார்கள். பிறகு பெண்களும், குழந்தைகளுமாய் அவற்றைக் கிராமத்திலிருக்கும் நெற்குதிருக்கு எடுத்துச் செல்வது வழக்கம்.

பள்ளத்தாக்குப் பகுதியில் அமைந்திருக்கும் வயல்களிலிருந்து செங்குத்தாக ஏறிவரவேண்டி இருப்பதால் பாதிவழியில் அமைந் திருக்கும் இப்படிப்பட்ட வீடுகள் அவர்கள் செல்ல வேண்டிய தூரத்தைக் குறைத்ததோடு கடினமான மலையேற்றத்திலிருந்தும் அவர்களைச் சற்று விடுவித்தன. இந்த வழியைக் கையாளும்போது அறுவடை செய்யப்பட்டவற்றை எடுத்து வரும் வேலை அவர்களுக்குக் கொஞ்சம் சுலபமாகி இருந்தது. ஆனால் இந்தக் குடிசைகள் குரங்குகளுக்குப் பிடித்தமான இரை தேடும் இடங்களாக அமைந்து போய்விட்டன. பெண்களும் குழந்தைகளும் மட்டுமே அந்தக் குடிசைகளில் தென்பட்டதால் குரங்குகளுக்கு அவர்களிடம் கொஞ் சமும் பயமில்லை. தானியங்களை வீணாக்கியதோடும் தின்றதோடும் மட்டுமல்லாமல் அந்தக் குரங்குள் தங்கள் பல்லைக் காட்டி அவர் களை அடிக்கடி பயமுறுத்தவும் செய்தன. உரக்கக் கூச்சலிட்டன. சில வேளைகளில் துணைக்கு யாரும் இல்லாத பெண்களையும் குழந்தைகளையும் தாக்கவும் செய்தன. அந்தக் கூட்டத்தில் குறிப்பாக ஒரு ஆண் குரங்கு மிகவும் கொடூரமானதாக இருந்தது. வயலிலிருந்து பாதிவழியில் அமைந்திருந்த இம்சனோக்கின் குடிசையை அந்தக் குரங்கு ஆக்கிரமித்துக் கொண்டிருந்தது. அதன் கூட்டத்தார் இரையுண்ணும் போது குடிசைக்கு வெளியே

தானியங்களை எடுத்துச் செல்ல முயற்சிக்கும் பெண்களுக்கு அது மிகவும் ஆபத்தானதாக இருந்தது. இம்சனோக்கிற்கு அந்த விஷயம் தெரிய வந்த பிறகு அந்த ஆண் குரங்கைச் சுட்டு வீழ்த்த அவர் ஒரு திட்டம் போட்டார், அப்போதுதான் மற்ற குரங்குகளைப் பயமுறுத்திக் கட்டுக்குள் வைப்பது சாத்தியம்.

தன் மனைவியையும் அவளோடு உடன் செல்பவர்களையும் இரண்டு நாட்கள் அங்கே செல்ல வேண்டாமென்று தடுத்து விட்டு அந்தக் குரங்குகள் சுதந்திரமாக, பயமே இல்லாமல் தானியங்களைச் சாப்பிட அனுமதித்தார் இம்சனோக். மூன்றாவது நாள் விடிகாலைப் பொழுதிலேயே தனது நம்பிக்கைக்குரிய துப்பாக்கியை எடுத்துக் கொண்டு அங்கே சென்று குடிசையின் ஒரு மூலையில் ஒளிந்து கொண்டார். பொழுது நன்றாக விடிந்த பிறகு எதிர் பார்த்தது போலவே துடுக்குத்தனமான அந்த ஆண் குரங்கின் தலைமையில் இரை மேய்வதற்காகப் பல குரங்குகள் கூட்டமாக வந்தன. நெற்குவியலின் மீது ஏறிக் கலைத்து சத்தம் போட்டு விளையாடிய பிறகு வழக்கமாகத் தினந்தோறும் சாப்பிடுவதைப் போல சாப்பிட ஆரம்பித்தன. அந்தக் குரங்குக் கூட்டத்திலிருந்த சில் குட்டிக் குரங்குகள் அவற்றைச் சாப்பிடுவதோடு நிறுத்திக் கொள்ளாமல் தானியங்களை ஒன்றின் மீது மற்றொன்று எறிந்து கொண்டன. மனிதக் குழந்தைகளைப் போலவே அவை விளை யாடியது விசித்திரமாக இருந்தது. இந்தக் காட்சியால் சிறிது நேரம் கவனம் கலைந்திருந்தார் இம்சனோக். ஆனால் அந்த மிகப் பெரிய ஆண் குரங்கைப் பார்த்ததுமே, தான் இருப்பதை அது உணர்ந்து கொண்டு விட்டது என்பது அவருக்குப் புரிந்து விட்டது. மற்ற குரங்குகளை நோக்கி தீனமாகக் குரல் எழுப்பியபடி அந்த மந்தையைக் குடிசையை விட்டு வெளியேற்ற அது முயற்சித்துக் கொண்டிருந்தது. அதே சமயத்தில் தன் மறைவிடத்தை விட்டு வெளியே வந்து விட்ட இம்சனோக்கைத் தாக்குவது போலவும் அது பாசாங்கு காட்டிக் கொண்டிருந்தது. மற்ற குரங்குகளைப் பற்றிக் கவலை கொள்ளாத இம்சனோக், கூட்டத் தலைமையாக இருக்கும் குரங்கின் மீது மட்டுமே கவனமாகக் குறி வைத்தபடி துப்பாக்கியின் விசையை அழுத்தினார். ஆனால் துப்பாக்கிக் குண்டிலிருந்து தப்பித்துக் கொள்ள அது வெகு வேகமாக முயற்சி செய்து விட்டதால், குண்டு அதன் உடலின் கொழுத்த பக்கவாட்டுப் பகுதியிலேயே பாய்ந்தது. அப்போதும் கூட அது, தளர்ந்து போய் விட்டுக் கொடுத்து விடுவதாக இல்லை. குடிசையில் இருந்த ஒற்றைக் கதவு வழியாகத் தன் கூட்டம் முழுவதும் வெளியேறிச் செல்லும் வரை, அது அங்கேயே அப்படியே அசையாமல் நின்று கொண்டிருந்தது. பிறகு, தான் தப்பித்துச் செல்ல முயற்சி செய்தது. ஆனால் பக்க வாட்டுப் பகுதியில் இருந்த குண்டுக் காயம் கடுமையாக இருந்தால்,

தன் குடும்பத்தாரைக் காப்பதற்கு எந்த இடத்தில் நின்றிருந்ததோ அங்கேயே இப்போதும் அசைய முடியாமல் நின்று விட்டது. இம்சனோக் மீண்டும் அதைக் குறிபார்த்தபோது சரணாகதி அடைவது போலவோ இறைஞ்சி மன்றாடுவது போலவோ தன் கைகளை உயர்த்தியது. அதன் நெஞ்சைக் குறி வைத்தபடி அபாயகரமான துப்பாக்கிக் குண்டை வேட்டைக்காரர் செலுத்திய போது தன் கண்களை மெல்ல மூடிக் கொண்டது. வலி தாங்காமல் உரக்கக் கத்தியபடி தரையில் சரிந்து விழுந்தது. அசைவற்று அப்படியே கிடந்தது. உண்மையிலேயே அந்த மிருகம் இறந்து போய் விட்டது என்பதை உறுதிப்படுத்திக் கொண்ட பிறகு கிராமத்துக்குச் சென்ற இம்சனோக், தன் மருமகன்களை அழைத்து அதன் உடலை வீட்டுக்கு எடுத்து வருமாறு அனுப்பி வைத்தார்.

குடும்பத்தில் எல்லோரும் கொண்டாட்டமாக இருந்தனர். குரங்குகள் அடித்து வந்த கொட்டத்துக்கு முடிவு கட்டப்பட்டு விட்டது என்பது மட்டும் அதற்குக் காரணமல்ல. பல நாட்களுக்குக் காணும் வகையில் நிறைய இறைச்சி அவர்களுக்குக் கிடைத்திருப்பதும் கூடத்தான்.

குரங்கின் உடல், வீட்டுக்கு வெளியே முன்பகுதியிலுள்ள முற்றத்தில் எல்லோரும் பார்க்கும்படி வைக்கப்பட்டது. உட்கார்ந்த நிலையில் அது வைக்கப்பட்டிருந்தது. முன்னாலிருந்த ஒரு மூங்கில் கழி அதன் தலையைத் தாங்கிக் கொண்டிருந்தது. இந்த நிலையில் அதைப் பார்த்தபோது உண்மையில் ஒரு மனிதனைப் பார்ப்பது போலவே அது தோற்றம் அளித்தது. இயல்பிலேயே குறும்புத்தனம் கொண்டவனான இம்சனோக்கின் மருமகன்களில் ஒருவன் எங்கிருந்தோ ஒரு தொப்பியை எடுத்து வந்து அதன் தலையில் மாட்டிவிட்டான்; வேறு யாரோ ஒருவன் ஒரு சிகரெட்டை அதன் வாயில் பொருத்தி வைத்தான். இந்தக் கூத்தின் உச்சபட்சமாக மூக்குக் கண்ணாடி ஒன்று கொண்டு வரப்பட்டு தட்டையான அதன் மூக்கின் மீது பாந்தமாக அணிவிக்கப்பட்டது. குரங்குக்குச் செய்த அலங்காரமெல்லாம் முடிந்தபிறகு இம்சனோக்கை வெளியே கூப்பிட்டுக் காட்டினார்கள். உருமாறிப் போயிருந்த அந்தக் குரங்கைக் கண்டபோது அவருள் ஏதோ ஒன்று பீறிட்டது. உட்கார்ந்திருந்த குரங்கிடம் வேகமாகச் சென்றவர், அதைத் திட்டியபடியே அதன் இரண்டு கன்னங்களிலும் மாறிமாறி அறையத் தொடங்கினார். அவர் கொடுத்த முதல் அடியில் குரங்கின் வாயிலிருந்த சிகரெட் விழுந்தது. அதன் மூக்கில் எக்குத்தப்பாக மாட்டப்பட்டிருந்த கண்ணாடி, அடுத்த அடியில் சிதறியது. இன்னும் சில முறை அடித்த பிறகு, மீண்டும் ஒரு முறை அது கீழே உருண்டு விழுந்தது. இம்முறை அதன் பின்னங்கால்கள் முன்னங்கால்கள் எல்லாமே வானத்தை நோக்கிக் குத்திட்டு நின்றன. அதன் உடல் விறைத்துப்

போயிருந்தது. கைகளை விரித்தபடி அது கிடந்த காட்சி, தன்னைக் கொல்ல வந்தவரின் முன்னிலையில் சாகும் நேரத்தில் அது மன்றாட முற்பட்டதைப் பகடி செய்வது போலிருந்தது.

அருவருப்பாய்க் காட்சியளித்த அந்த மிருகத்தை நெருங்கிச் சென்ற இம்சனோக், "நீ என்னோட நெல்லையெல்லாம் திருடி என்னை நாசம் பண்ணணும்தானே ஆசைப்பட்டே...? இப்ப உன் நிலைமை என்ன ஆச்சு பார்த்தியா! எங்க வீட்டுப் பெண்களை யெல்லாம் பயங்காட்டி ஓட ஓட விரட்டிக்கிட்டிருந்தியே இப்ப உன்னோட அந்தக் குறும்பெல்லாம் எங்கே போச்சு? நான் உன்னைக் கண்டதுண்டமா வெட்டி என்னோட ஜனங்களுக்கு உன்னை விருந்தாக்கும்போது உன்னை மாதிரி வேறொரு குரங்கு அதை யெல்லாம் எடுத்துக்கப் போகுது" என்று கத்தினார்.

இதுவரை சந்தோஷமாகக் கூச்சல் போட்டுக் கொண்டிருந்த வர்களின் மனநிலை இம்சனோக்கின் கடுமையான வார்த்தைகளைக் கேட்டதும் வியப்புக் கலந்த அமைதியாக மாறிப் போய்விட்டது. அவர் மனைவி டங்செட்லாவும் ஏதோ ஒன்று தவறாகப் போய் விட்டது என்று அதன் வழி புரிந்துகொண்டு எச்சரிக்கையானாள். தன் கணவரின் முகத்தைப் பார்த்ததும் சட்டென்று அவர் கையைப் பிடித்து இழுத்துக் கொண்டு வீட்டுக்குள் தள்ளிச் சென்று விட்டாள்.

அந்தக் குரங்கைத் தோலுரித்து, வெட்டிக் கூறு கூறாகத் துண்டு போடும் நேரத்துக்குள் கணவன் மனைவிக்கிடையே ஏதோ ஒரு பேச்சுவார்த்தை நடந்து முடிந்திருக்க வேண்டும்; இப்படிப்பட்ட சந்தர்ப்பங்களின்போது முன்பு பயன்படுத்தப்பட்டிருக்கும் டங்செட் லாவின் பெரிய சட்டி ஒன்றைக் கேட்டுக் கொண்டு சமையலறைக்குள் வந்த மருமகனிடம் அதைக் கொடுக்க அவள் மறுத்துவிட்டது அதனால்தான்.

"அந்தப் பெரிய கடாயைப் பன்றி இறைச்சி சமைக்கும்போது எடுத்துக்கோ. இப்ப இந்த இறைச்சியைச் சமைக்க என்னோட அடுப்படியிலிருந்து ஒரு சாமான் எடுத்துக்கறதைக் கூட நான் அனுமதிக்க மாட்டேன்" என்று தன் மறுப்பை வெளிப்படையாகத் சொல்லிவிட்டாள் அவள். இவ்வாறு அவள் சொல்லியதில் மருமகன் ஆச்சரியமடைந்தாலும் இறைச்சியை உடனே சமைத்தாக வேண்டுமென்பதில் குறியாக இருந்தான் அவன். அதனால் அதற்கான சட்டியை ஏற்பாடு செய்வதில் அவன் முனைந்து விட்டான்.

இம்சனோக்கிடமிருந்து வெளிப்பட்ட வழக்கத்துக்கு மாறான வார்த்தைக் குமுறலோ, சமைப்பதற்கான பெரிய சட்டியைத் தர அவரது மனைவி மறுத்து விட்டதோ இவை எதுவுமே அவரது

நண்பர்களும், உறவினர்களும் இருந்த கொண்டாட்ட மனநிலையைச் சிறிது கூடக் குறைக்கவில்லை. அவர்களெல்லாம் பின்னிரவு நேரம் வரை குடித்துக் கொண்டும், இறைச்சியைச் சாப்பிட்டுக் கொண்டும் இருந்தனர். தன் சமையலறையில் அந்த இறைச்சித்துண்டு எதுவும் வரக்கூடாது என்று உறுதியாகச் சொல்லிவிட்ட டங்செட்லா மூத்த மருமகனை அழைத்து பாக்கியுள்ள இறைச்சியை உறவுக்காரர்களுக்கும், அண்டை அயலாருக்கும் பகிர்ந்து தந்து விடுமாறு சொன்னாள்; தன் கணவரின் வழிகாட்டுதலின்படியே தான் அப்படிச் சொல்வதாகவும் தெரிவித்தாள்.

பிறகு இம்சனோக் ஒரு வினோதமான காரியம் செய்தார். அந்தக் குரங்கு கொல்லப்பட்ட குடிசையிலிருந்து தானியம் எதையும் பொறுக்கி வர வேண்டாம் என்று மனைவியிடம் அறிவுறுத்தினார். குறைந்தபட்சம் இருபது, முப்பது கூடை தேறக்கூடிய அத்தனை தானியங்களையும் இழந்துவிட சம்மதமில்லாமல் அவள் அதற்கு எதிர்ப்புத் தெரிவித்தாள். ஆனால் அவளது கணவரோ தனது நிலைப்பாட்டில் மிகவும் உறுதியாக இருந்தார். ஒரு குரங்குக் கூட்டம் குலைத்துப் போட்டதும் அந்தக் கூட்டத்தலைவனின் இரத்தக்கறை படிந்ததுமான நெல் மணிகளால் தனது முதன்மையான நெற்குதிரைக் கறைப்படுத்திக் கொள்ள அவர் நிச்சயம் உடன்பட மாட்டார். அதனால் வயலிலிருந்து பாதிவழியில் அமைத்திருந்த அந்தக் குடிசை, அதில் எஞ்சியிருந்த தானியங்களோடு அப்படியே விடப்பட்டு விட்டது. பறவைகளும், வேறு பல மிருகங்களும் அங்கிருந்து தானியங்களைப் பல நாட்கள் கொறித்துக் கொண்டிருந்தன. அந்தக் குடிசை அமைந்திருந்த இடம் மிக மிக வாகான ஒரு இடம் என்றாலும் கூட எந்தக் கிராமவாசியும் அங்கே இன்னொரு குடிசை அமைக்கத் துணியவில்லை. இரண்டு ஆண்டுகளுக்குள் சிதைந்து போய் விட்ட அந்தக் குடிசை, ஒரு கோடை மழையில் அடித்தும் செல்லப்பட்டு விட்டது. ஆனாலும் அந்த இடத்தை 'இம்சனோக் திருப்பம்' என்றுதான் கிராமவாசிகள் இன்னும் இனம் காட்டிக் கொண்டிருக்கிறார்கள். காட்டுப் பாதையின் ஒரு திருப்பத்தில் அமைந்திருந்த இடம் அது.

ஆண்டுகள் செல்லச் செல்ல, கிராமத்தின் அன்றாடக் கடினமான வாழ்க்கைத் தேவைகளில் அதிகம் கருத்துச் செலுத்த வேண்டியிருந்ததால், வேட்டையாடுவதைக் குறித்து அந்த வேட்டைக்காரரின் மனதில் அவ்வப்போது எழும் உறுத்தல்கள் சற்றுக் குறைந்திருந்தன. தன்னிடம் சரணடைந்து மன்றாடிய குரங்கின் ஆவி, சிறிது காலம் அவரது மனதைத் தொந்தரவு செய்த போதும், அதிகரித்துக் கொண்டே செல்லும் மிகப் பெரிய குடும்பத்தின் உணவுத் தேவையைப் பூர்த்தி செய்ய அவசியமான ஒரு மாற்று

வழியே வேட்டை என்ற முந்தைய எண்ணத்தை அவர் மீட்டுக் கொண்டிருந்தார்.

இப்போது மறுபடியும் அந்த நாசகாரப் பன்றியின் வடிவில் ஒரு விபரீதமான சூழல் எதிர்ப்பட்டிருக்கிறது. தன் குடும்பத்தின் இருப்புக்கே பொறுப்பாக இருப்பவரும், அவர்களது தேவைகளைப் பூர்த்தி செய்து அவர்களைப் பாதுகாப்பவருமான இம்சனோக்குக்கு அது சவால் விட்டுக் கொண்டு நிற்கிறது. அண்மைக் காலமாகத் தனக்கு வயதாகிக் கொண்டு வருவதை உணர ஆரம்பித்திருந்தார் அவர். இப்போதெல்லாம் முன்போலக் காடுகளுக்குள் பயமில் லாமலும், லாவகமாகவும் அவரால் சென்று வர முடியவில்லை. அதனால் இளைஞர்களில் ஒருவனை பெரும்பாலும் தன் மருமகனையோ அல்லது நண்பனின் மகனையோ தன் வேட்டைப் பயணங்களின்போது உடனழைத்துச் செல்ல ஆரம்பித்திருந்தார் அவர். மேலும் காட்டுக்குள் தாக்குதல் நடத்துவதற்கான ஆயத்த வேலைகளில் கூடுதல் நேரத்தைச் செலவழித்தார். அந்தக் காட்டுப் பன்றியின் நாசகரமான வேலை அடிக்கடியும், அதிக அளவிலும் நடக்கத் தொடங்கியபோது, தனக்குச் சொந்தமாக இருக்கும் விளைந்த வயல்கள் உட்பட அழிவுக்கு ஆட்பட்டிருக்கும் எல்லாப் பகுதிகளையும் ஆய்வு செய்யும் பயணம் ஒன்றை முதலில் மேற் கொள்ள அவர் முடிவு செய்தார். இந்தப் பயணத்துக்குத் துணை யாகத் தனக்கு மிகவும் பிடித்தமான மருமகனைத் துணை சேர்த்துக் கொண்டார் அவர். அவர்கள் இருவரும் ஒரு குளிர்காலத்தின் காலைப் பொழுதில் பள்ளத்தாக்கில் தங்கள் பயணத்தைத் தொடங்கினர்.

வழக்கமான பாதையில் செல்ல வேண்டாமென்றும் மிகவும் அடர்ந்த காட்டுப் பகுதிக்குள் சுற்று வழியில் செல்லலாமென்றும் இம்சனோக் முடிவு செய்தார். கிராமவாசிகளுக்கு ஒரு சாபமாகவே ஆகிவிட்ட தந்திரமான இந்த மிருகத்தின் துரத்தல்களிலிருந்து விடுபட ஏற்ற ஒரு வழியை முயற்சித்துக் கொண்டிருப்பதாகத் தன் மருமகனிடம் அவர் சொல்லிக் கொண்டே போனார். அவர்கள் இருவரும் ஒருவர் பின் ஒருவராகச் சென்றார்கள், மூத்த வேட்டைக் காரரான இம்சனோக், பாதை எது என்று சொன்னபடி முதலில் சென்றார். அனுபவம் மிகுந்த அவரது கண்கள் சுற்றியுள்ள புதர்களில் ஏதோ சலசலப்பு எழுவதைக் கண்டுகொண்டு விட்டன. ஆனால் அதற்கு அவர் அவ்வளவு முக்கியத்துவம் தரவில்லை. இருவரும் நடையைத் தொடர்ந்தார்கள். அன்றைய குளிர்காலப் பகல் வேளை வெப்பம் மிகுந்ததாக இருந்ததால் நண்பகலானதும் இம்சனோக் நிழலான இடம் ஒன்றைத் தேர்வு செய்து கொண்டு சற்று ஓய்வெடுத்துக் கொள்ள விரும்பினார். இருவரும் நிழலில் அமர்ந்து கொண்டனர். மதிய உணவை நிதானமாகச் சாப்பிட்டு

முடித்த பிறகு புதிதாகச் செய்யப்பட்ட ஒரு மூங்கில் குவளையில் தண்ணீர் எடுத்து வருவதற்காக அருகிலிருந்த ஓடைக்குச் சென்றான் மருமகன். அந்தச் சிறிது நேரத்துக்குள் இம்சனோக் ஒரு சின்னத் தூக்கம் போட்டார். அவர் தூங்கி எழுந்தபோது தன் மாமன் எழுந்திருப்பதற்காகத் தண்ணீரை வைத்துக் கொண்டு பொறுமை யாகக் காத்திருந்தான் மருமகன். முகம் கழுவித் தண்ணீர் குடித்து விட்டுப் புத்துணர்ச்சி பெற்றவர்களாய் அவர்கள் தங்கள் பயணத்தைத் தொடர்ந்தனர்.

கடுமையாக அச்சுறுத்தக்கூடியது என்று பெயர் வாங்கியிருந்த அடர்காட்டின் குறிப்பிட்ட ஒரு பகுதியை அவர்கள் நெருங்கியபோது அந்த மருமகனின் பார்வையிலேயே பயம் தெரிந்தது. அவனது பயத்தைப் பார்த்து சிரித்த மாமன், ஒரு பாடலைப் பாட ஆரம்பித் தார். அவர் ஒரு வரியைப் பாடி முடிப்பதற்குள் ஏதோ ஒரு சத்தம் கேட்டது. உடனே அந்த இளைஞன், தாங்கள் வந்த வழியிலேயே திரும்பியபடி பின்னங்கால் பிடரிபட ஓட ஆரம்பித்தான். வயதான அந்த வேட்டைக்காரரோ தான் நின்ற இடத்திலேயே நிலைகுத்திப் போனாற்போல நின்றார். அவருக்கு முன்னால் தென்பட்ட காட்சி விவரிக்க முடியாத வகையில் இருந்தது. அது பன்றியைப் போல் இருப்பதாக அவருக்குத் தோன்றியபோதும் உலகில் உள்ள எந்தப் பன்றியும் இவ்வளவு பெரியதாக, இத்தனை கறுப்பாக இருக்க முடியாது என்று நினைக்கும் அளவுக்கு அது அத்தனை பிரம்மாண்டமாய் இருந்தது. சுற்றியிருந்த எல்லாவற்றையும் விஞ்சிக் கொண்டு உயரமும், பருமனுமாக அது காட்சியளித்தது. தான் தப்பிக்க வேண்டுமானால் ஒன்று முதல் துப்பாக்கி குண்டால் அதை அவர் வீழ்த்த வேண்டும் அல்லது அப்படியே ஸ்தம்பித்து நின்றுவிட வேண்டும்.

திறமையான வேட்டைக்காரருக்கே உரித்தான கூர்மையான உள்ளுணர்வோடு அதன் தலையைக் குறிபார்த்துத் துப்பாக்கியின் விசையை அழுத்தினார் அவர். அந்தச் செயலில் பன்றியைக் கொல்லும் நோக்கத்தை விடவும் தற்காத்துக் கொள்ளும் முனைப்பே மேலோங்கி நின்றது. இம்சனோக்கின் நல்ல நேரம், துப்பாக்கி குண்டு இலக்கைத் தாக்கியிருப்பதாகவே தோன்றியது. அந்த விலங்கு ஒரு முறை பெரிதாகக் காலடி எடுத்து வைத்து விட்டு அடர்ந்த காட்டுக்குள் அப்படியே நிலைகுலைந்து சரிந்து விழுந்தது. அதற்குப் பிறகு எந்த ஓசையும் எழவில்லை. முழுமை யான நிசப்தம் மட்டுமே நிலவியது. காயப்பட்டுக் கிடக்கும் ஒரு மிருகத்தை நேருக்கு நேர் எதிர் கொள்வதிலிருக்கும் அபாயத்தை உணர்ந்தபடி, காலையில் தாங்கள் வந்த அதே பாதையில் பத்திரமாகத் திரும்பிச் சென்றார் இம்சனோக். தன் மருமகனுக்கு என்ன ஆகியிருக்கும் என்று அவருக்கு ஆச்சரியமாக இருந்தது.

எந்த ஒரு கணமும் அந்தப் பெரிய மிருகம் தன் மீது பாயக் கூடுமென்பதை எதிர்பார்த்தபடி திரும்பிப் போகும் வழியெல்லாம் அவ்வப்போது எச்சரிக்கையோடு பின்னால் பார்த்துக் கொண்டே சென்றார் அவர். ஆனால் ஒவ்வொரு முறை அவ்வாறு பார்த்த போதும் அவருக்கு நிம்மதியாகவே இருந்தது. அவரை எதுவும் பின்தொடரவில்லை.

தொடுவானத்தில் சூரியன் மூழ்கிக் கொண்டிருந்த வேளையில் இம்சனோக் சற்று குளிர்ச்சியாக உணர்ந்தார். வெயிலின் சூடு தணிந்திருந்ததோடு அவர் கொண்டிருந்த பயங்கரமான பதட்டத்தி லிருந்து அவர் விடுபட்டிருந்ததே அதற்கான காரணம். அடுத்த வளைவில் அவர் திரும்பியபோது அங்கே தன் மருமகன் இருப்பதைப் பார்த்தார். கால்களை ஒடுக்கி வைத்துக் கொண்டு நடுங்கிக் கொண்டிருந்தான் அவன். எதுவும் பேசாமல் மாமனைப் பார்த்து லேசாக அசட்டுச்சிரிப்பு சிரிக்க முற்பட்டான். கிழவர் அவனைத் தூக்கி எழுப்பி விட்டுத் தனக்கு முன்னால் நடந்து செல்ல வைத்தார். கிராமத்திலிருந்து கிளம்பியபோது அவர்கள் வந்து கொண்டிருந்த வரிசைமுறை இப்போது முன்பின்னாக மாறியிருந்தது. காலையில் வந்தபோது கேலியும் சிரிப்புமாகப் பேசிக் கொண்டு வந்ததற்கு நேர்மாறாக இப்போது இந்த இருவரும் மிக அமைதியாக கிராமத்துக்குச் செல்லும் பாதையில் நடந்து கொண்டிருந்தனர். இம்சனோக்கின் வீட்டை அடைந்ததும், அவர்களது வருகையை எதிர்பார்த்து நிறைய பேர் காத்துக் கொண்டிருப்பதை அவர்கள் கண்டனர். அந்த மிருகத்தின் அறிகுறி எங்கேனும் தட்டுப்பட்டதா என்பதை அறிந்து கொள்வதற்காக அவர்கள் அங்கே வந்திருந்தனர். முதலில் அவர்கள் எழுப்பிய கேள்விகளுக்கு இருவரில் எவருமே பதிலளிக்கவில்லை. ஆனால் தொடர்ந்து இம்சனோக் அதைச் சொல்லி முடித்துவிட்டார்.

"அந்தப் பன்றியைச் சுட்டுவிட்டேன் என்றுதான் நான் நினைக்கிறேன்."

அவர் சொன்னதைக் கேட்டதும் மகிழ்ச்சியாலும், நிம்மதி உணர்வாலும் கூட்டம் ஆரவாரித்தது. அவர்கள் பல விதமான கேள்விகளை எழுப்பியபோது,

"என் வாழ்நாளில் இதைப் போல ஒன்றை நான் பார்த்ததே இல்லை. அதற்கு மேல் அது சம்பந்தப்பட்ட எதையும் நான் பேச விரும்பவும் இல்லை" என்று மட்டுமே பதிலளித்தார் அந்த வேட்டைக்காரர்.

"ஆனால் நீங்கள் அதை எங்கே சுட்டீர்கள் என்பதை எங்களுக்குக் காட்டியாக வேண்டும். இல்லையென்றால் அதன் உடலை எங்கே போய்த் தேடிக் கண்டுபிடிக்க முடியும் எங்களால்?"

இம்சனோக், அமைதியாகவே இருந்தார்; தொடர்ந்து அவர்கள் அழுத்தம் கொடுத்துக் கேட்டபோது "நாளைக்கு ஒரு நாள் என்ன நடக்கிறது என்பதைக் காத்திருந்து பார்ப்போம்" என்று மட்டும் சொன்னார்.

மறுநாள் காலையில் கிராமத்துக் காவல்காரர்கள் அந்தக் காட்டுப்பன்றியின் சுவடு எங்கும் தென்படவில்லையென்ற செய்தியைக் கொண்டு வந்தார்கள். இரவு முழுவதும் சின்னப் பன்றிகளின் கூட்டம் கூட நெல் வயல்களில் இல்லையென்றும் சொன்னார்கள். அதைக் கொண்டு அந்த நாசகார மிருகம் கொல்லப்பட்டிருக்க வேண்டுமென்று உறுதி செய்து கொண்ட கிராமவாசிகள் அதைக் கொன்ற இடத்தின் வழியைக் காட்டும்படி மீண்டும் அவரிடம் கேட்டுக் கொண்டார்கள். அப்போதுதான் இறந்துகிடக்கும் அதன் உடலைத் தேட ஒரு குழுவினரை அவர் களால் அனுப்ப முடியும். அந்தக் காட்டுப்பன்றி நிச்சயமாய் இறந்து விட்டது என்று சமாதானமடைந்த அவர், முதல்நாள் தானும் தன் மருமகனும் சென்ற பாதையை அவர்களிடம் சொல்ல அதைக் கேட்ட கிராமவாசிகள் திகைத்துப்போய்விட்டனர்.

அவர்களில் மூத்தவரான ஒருவர்,

"அந்தப் பாதை வழியாப் போகணும்னு உன்னைத் தூண்டினது எது? அந்தப் பாதை நேரே கொண்டு போய் பிசாசு இருக்கிற காட்டிலே இல்லே விடும்?" என்று கேட்டார்.

"ஆமாம்! அப்படித்தான். ஆனா எனக்குள்ளே ஏதோ ஒண்ணு அந்தப் பாதை வழியாப் போகணும்னு என்னைத் தூண்டிக்கிட்டே இருந்தது. அப்புறம் பார்த்தா அந்தப் பன்னியும் சரியா அந்தக் காட்டோட முகப்பிலே நின்னிருந்தது" என்று பதில் தந்தார் இம்சனோக். அவரும் தங்களோடு வருவதாக இருக்கிறாரா என்று கேட்டதற்கு "என் வேலை அவ்வளவுதான், முடிந்து போச்சு, இப்ப எனக்கு நெறைய ஓய்வு வேணும்னு தோணுது" என்று பதிலளித்து விட்டார் அவர்.

அதனால் திடகாத்திரமான இருபது வாலிபர்கள் அடங்கிய குழு ஒன்று, பன்றியின் உடலைத் தேடிக் கண்டுபிடித்து வீட்டுக்குத் தூக்கிக் கொண்டு வருவதற்காக அமைக்கப்பட்டது. அந்த விலங்கு மிகவும் பருமனாக இருப்பதால் அதை நான்கு பகுதிகளாகக் கூறு போட்டு விட்டு ஒவ்வொரு கூறையும் நான்கு பேராகச் சேர்ந்து தூக்கிக் கொண்டுவர வேண்டுமென்று அவர்கள் கிளம்புவதற்கு முன்பே தீர்மானித்துக் கொண்டனர். பாக்கியிருக்கும் நான்கு பேர் முறைவைத்துக் கொண்டு மற்றவர்களுக்கு மாற்றாக இருந்தபடி உதவுவார்கள். அதனால் எப்பொழுதும் ஒரு தலைச் சுமைக்கு நான்கு பேர் கட்டாயம் இருந்து விடுவார்கள். "தாவோ" எனப்படும்

கத்திகளையும், ஈட்டிகளையும், துப்பாக்கியையும் எடுத்துக் கொண்டு அந்தக் குழுவினர் கிராமத்திலிருந்து கிளம்பினர். தங்கள் வெற்றிகரமான தேடலுக்குப் பிறகு நடக்கப் போகும் மிகப் பெரிய விருந்து பற்றிய எதிர்பார்ப்பில் நகைச்சுவையாகப் பேசிச் சிரித்துக் களித்துக் கொண்டு அவர்கள் சென்றார்கள்.

பாதை பிரிவதற்கு முன்பிருந்த பொது இடத்துக்கு அவர்கள் மிகச் சீக்கிரமாகவே வந்து சேர்ந்து விட்டிருந்தனர். இப்படிப்பட்ட வெகுமதி ஒன்றை வீட்டுக்குக் கொண்டு வந்து சேர்க்கப் போகிறோம் என்ற எதிர்பார்ப்பு அவர்களிடம் உற்சாகக் கிளர்ச்சியை ஊட்டியிருந்தது. ஐந்து ஐந்து பேராய் வெவ்வேறு திசைகளில் அவர்கள் செல்லத் தொடங்கினர். காட்டின் முகப்புப் பகுதியை நோக்கிச் சென்றவர்கள் மரக்குச்சிகளின் மீது இரத்தம் காய்ந்து போயிருப்பதைத் தாங்கள் கண்டுபிடித்ததாக நினைத்துக் கொண்டனர். சற்றுத் தள்ளினாற் போல ஓரிடத்தில் உயரமான புற்கள், வினோதமான வகையில் மடங்கிப் போயிருந்தன. அந்தப் பன்றி, குறிப்பிட்ட அந்த இடத்தில்தான் விழுந்திருக்க வேண்டுமென்று அவர்கள் ஊகம் செய்து கொண்டனர்; ஆனால் அதைத் தாண்டி அடிபட்ட அந்த மிருகம் எங்கே போய் மறைந்தது என்பதைக் காட்டும் எந்த அடையாளமும் அவர்களுக்குக் கிடைக்கவில்லை. அது எங்கே போனது என்பதற்கான எந்தச் சுவடுகளும் அதற்கு மேல் கிடைக்காததால், குறிப்பிட்ட இடத்துக்குத் திரும்பி வந்த அவர்கள் மற்ற குழுவினரோடு இணைந்துகொண்டனர். அங்கே அவர்களும் இதேபோன்ற கதைகளோடு காத்திருந்தனர். ஊருக்கு வெளியிலிருந்த அந்தப் பகுதி, ஆங்காங்கு காய்ந்து கிடந்த இரத்தப் பொட்டுகளினால் அவர்களுக்கு சபலத்தை ஏற்படுத்துவதாக இருந்தாலும், காட்டுக்குள் மீண்டும் ஒரு முறை பார்வையிட வைக்குமளவுக்கு வலுவான தடயங்கள் கிடைக்கவில்லை. மனம் சோர்ந்தபடி அவர்கள் கிராமத்திற்குத் திரும்பி வந்தனர்.

பன்றியின் உடலைத் தேடும் படலம் மேலும் இரண்டு நாட்களும் தொடர்ந்தது. இம்முறை வேறு சில பகுதிகளில் அவர்கள் தேடிப்பார்த்தனர்; ஆனால் விளைவு அதேதான். அந்த ராட்சச மிருகத்தின் சுவடு எதுவுமே இல்லை. அது இருக்கிறதா, இறந்து விட்டதா என்பதற்கான எந்த அறிகுறியும் தென்படவே இல்லை. அதே சமயத்தில் வேறொரு விசித்திரமான கதை அரங்கேற ஆரம்பித்திருந்தது. பிரபலமான வேட்டைக்காரரும், இதுவரை தீவிரமாக எந்த ஒரு நோய்த் தாக்குதலுக்கும் ஆட்பட்டிருக்காதவருமான இம்சனோக், கடுமையான தலைவலி என்று கூறியபடி படுக்கையில் விழுந்தார். அப்படியே சலித்துப் போய் சோம்பிக்கிடந்த அவர் தனது அறைக்குள் எவர் வரவும் அனுமதியளிக்கவில்லை. அவரது சொந்தக்குழந்தைகளும் கூட அறைக்கு வெளியில்தான் நிற்க

வேண்டி இருந்தது. அவரிடம் செல்ல உரிமை பெற்ற ஒரே ஒரு ஆள் அவரது மனைவி மட்டும்தான். உறவினர்களும், அவரது நலம் நாடுபவர்களுமாய்ச் சேர்ந்து அவரது நெல்லை அறுவடை செய்து வீட்டுக்குக் கொண்டு வந்து சேர்த்தனர்.

இரவு நடப்பது என்னவென்பது டங்செட்லாவுக்கு மட்டும் தான் தெரியும். பயமறியாத வேட்டைக்காரரான இம்சனோக் தூக்கத்தில் எழுந்து அலறுவார், கதறுவார். “அதைப் பாரேன்! பெரிய நெல் குதிர் மாதிரி இருக்கிறது பார்! கரிக்கட்டி மாதிரி கன்னங்கரேலென்று” என்று புலம்புவார். பிறகு டங்செட்லாவின் தோளில் சாய்ந்தபடி முனகத் தொடங்கிவிடுவார்.

“எனக்குப் பயமா இருக்கும்மா! அது நிச்சயம் என்னைத் துரத்திக்கிட்டுப் பின்னாலே வரப்போகுது.”

அவள் அவரைப் பல வகையில் ஆற்றியும், தேற்றியும் சந்தோஷப்படுத்தியும் வலுக்கட்டாயமாக உறங்கவைப்பாள். இம்சனோக் எதையும் சாப்பிட மாட்டேன் என்று மறுக்க ஆரம்பித்தபோது விசித்திரமான அந்த விஷயம் இன்னும் சிக்கலானது. இதே போலப் பல இரவுகள் கழிந்தபிறகு வேறு என்ன செய்வதென்று தெரியாதவளாய் அவள் இப்படி ஒரு யோசனையை முன்வைத்தாள். மிகச் சரியாக எந்த இடத்தில் அவர் அதைச் சுட்டாரோ அங்கே இருவருமாய்ச் சென்று, அந்த மிருகத்திடம் மன்னிப்புக் கேட்க வேண்டும். அப்படிச் செய்தால் இம்சனோக்கை மிரட்டிக் கொண்டிருக்கும் கொடுங்கனவுகள் முடிவுக்கு வந்துவிடும். முதலில் இம்சனோக் அதில் அவ்வளவாக நம்பிக்கை கொள்ளவில்லை. அவளது அறிவுரையை வெறும் ‘பெண் பேச்சு’ என்று ஒதுக்கித் தள்ளினார். ஆனால் அவளோ நாள் முழுவதும் அவரைத் தொடர்ந்து நச்சரித்துக் கொண்டே இருந்தாள்; அவருக்கு வரும் விந்தையான கனவுகளைப் பற்றி அவரது தந்தையிடம் கூறிவிடப் போவதாகவும் அவரைப் பயமுறுத்தினாள். அவர் மேலும் ஒரு வாரம் காத்திருந்தார். கொடுமையான அந்தக் கனவுகள் தொடர்ந்து கொண்டேதான் இருந்தன. குறிப்பிட்ட கடுமையான ஒரு அனுபவத்துக்குப் பிறகு தன் மனைவியின் பக்கம் திரும்பி,

“நாம் அப்படிச் செய்துவிடலாம்” என்றார் இம்சனோக்.

மறுநாள் காலை கணவனும் மனைவியும் கிராமத்தை விட்டுக் கிளம்ப அதைப் பார்த்த நண்பர்களுக்கும் சொந்தக்காரர்களுக்கும் ஒரே ஆச்சரியம். அந்த மனிதர் மிகமிக அமைதியாக, உணர்ச்சி வசப்படாமல் இருந்தார். எந்த நோய்க்கான அறிகுறியும் அவரது முகத்திலோ, நடவடிக்கைகளிலோ தென்படவில்லை. வாழ்க்கையில் முதல் முறையாகத் துப்பாக்கி இல்லாமல் அந்த வேட்டைக்காரர்

போவது மிகவும் ஆச்சரியப்படுத்தும் விஷயமாக இருந்தது. அந்தத் தம்பதிகள் செல்வது ஏதோ உலாப் போவதைப் போலத்தான் இருந்தது. குறிப்பிட்ட இடத்திற்கு அருகே நெருங்கியதும் இம்சனோக், மிகவும் பதட்டமாகத் தெரிந்தார். டங்செட்லா அதைக் கவனிக்காதது போல் பாவனை செய்தபடி நிழலான ஒரு இடத்தைத் தேர்ந்தெடுத்து உட்கார்ந்து மதிய உணவைப் பிரித்தாள். எளிமையான அந்த உணவை இம்சனோக் மிகவும் ரசித்து சாப்பிட்டார். வீட்டில் சாப்பிட்டபோது மனைவியின் சமையல் இதுபோல் ருசியாக ஒருபோதும் இருந்ததே இல்லையென்றும் சொன்னார். உண்டு முடித்தபின் தண்ணீர் குடிப்பதற்காக ஓடைக்குச் செல்லப் போவதாக மனைவியிடம் கூறினார். இப்படிப்பட்ட மனநிலையில் அவரைத் தனியே விட விருப்பமில்லாத அவள், சிறிது நேரத்துக்குப் பிறகு அவரைப் பின்தொடர்ந்து சென்றாள். ஓடைக் கரையை அடைந்தபோது, எதையோ நெஞ்சோடு சேர்த்து வைத்தபடி அவள் கணவர் ஓடைக்குள் நின்று கொண்டிருந்ததைக் கண்டாள். அவரைக் கூப்பிட்டு அவர் என்ன செய்து கொண்டிருக்கிறார் என்று கேட்டாள். முதலில் அவள் அழைத்தது அவர் காதில் விழாதது போல் இருந்தது. பிறகு மீண்டும் ஒரு முறை அவரைப் பெயர் சொல்லி அழைத்த அவள் அவர் கையிலிருப்பது என்ன வென்று கேட்டாள். இந்தத் தடவை மெதுவாக அவள் பக்கம் திரும்பிய அவர் தன் கையிலிருந்த பன்றியின் பல்லைக் காட்டினார். நாட்பட்டுப் போயிருந்த அந்த எலும்பு, ஓடை நீரால் சுத்தமாகி தந்தம் போல ஒளி வீசிக் கொண்டிருந்தது. எதுவும் பேசாமல் அருகிலிருந்த நெருக்கமான புதர் மண்டிய பகுதியை அவளுக்குச் சுட்டிக்காட்டினார். கற்றைக் கற்றையாய்க் கறுப்பு ரோமங்கள் அங்கே கிடந்தன. அவற்றுக்கு இடையிடையே பரவிக் கிடந்தவை ஒரு பெரிய மிருகத்தின் எலும்புகள் போலிருந்தன.

அவர்கள் திரும்பிச் செல்லும் போது, அந்த உயிராபத்தான துப்பாக்கிக் குண்டை மிகச் சரியாக எந்த இடத்திலிருந்து செலுத்தினாரோ அந்த இடத்திலேயே நின்றபடி வினோதமான ஒரு காரியத்தைச் செய்தார். தன் தலையிலிருந்து ஒரு கற்றை முடியைப் பிடுங்கி எடுத்து அந்தப் பயங்கரமான காட்டை நோக்கி வாயால் ஊதி எறிந்து விட்டு திரும்பிக் கூடப் பார்க்காமல் கிராமத்தை நோக்கி நடக்க ஆரம்பித்தார் அவர். டங்செட்லாவும் அவரைத் தொடர்ந்தாள். அந்த மிருகத்தைக் கொன்ற செயலைச் சுற்றிச் சூழ்ந்திருக்கும் மர்மங்கள் குறித்து அவள் பிரமிப்பும் வியப்பும் அடைந்திருந்தாள். பன்றியை வேட்டையாடிய பிறகு முதல் முறையாகத் தன் மனைவியின் அணைப்பில் அன்று இரவுதான் நிம்மதியாக உறங்கினார் இம்சனோக்.

அவரைத் துரத்திக் கொண்டிருந்த கொடுங்கனவுகள் இப்போது மறைந்து விட்டாலும் கொல்லப்பட்ட பன்றியின் இறுதி முடிவிலிருந்த வழக்கத்துக்கு விரோதமான ஏதோ ஒரு மர்மம் அவரை விட்டு இன்னும் விலகவில்லை. பல்லையும், எலும்பையும் கண்டுபிடித்து விட்டதைப் பற்றி எதுவும் சொல்ல வேண்டாமென்று கணவனும், மனைவியும் தீர்மானம் செய்து கொண்டனர். வித்தியாசமான எது நடந்ததாகவும் காட்டிக் கொள்ளாமல் தங்கள் வழக்கமான காரியங்களை எப்போதும் போல் செய்யத் தொடங்கினார். ஆனால், அந்தப் பன்றியின் பல்லைக் கையில் பிடித்தபடி ஓடைக்குள் நின்று கொண்டிருந்த அந்த நாளின் நினைவு இம்சனோக்கின் மனதில் தொடர்ந்து எழுந்து கொண்டேதான் இருந்தது. காட்டிலிருந்து வெளியேறுவதற்கு முன்னால் அப்படிப்பட்ட ஒரு விசித்திரமான சடங்கைச் செய்யுமாறு தன் அக உணர்வு தன்னை எப்படித் தூண்டியது என்பதையும் அடிக்கடி நினைத்துப் பார்த்தார். ஆனால் அப்படி அவர் நினைத்துப் பார்த்தவைகளிலேயே மிகவும் தீவிரமான ஒரு நினைவு, ஏதோ ஒரு புதிய சக்தி அவரை ஆட்கொண்டது போல இதுவரை அனுபவித்திராத ஒரு புதிய உணர்வு அவருக்கு அப்போது எப்படி ஏற்பட்டது என்பதுதான். வழக்கத்துக்கு மாறாக எதுவும் நடந்துவிடவில்லை என்பதைப் போலத்தான் வெளிப் பார்வைக்கு அவர் காட்டிக் கொண்டார். நடந்து கொண்டார். ஆனால் அத்தனை பெரிய மிருகத்தின் இறந்த உடலைக் காட்டுப் பாதைகளில் மிகவும் தேர்ந்த அந்த மனிதர்களால் எப்படிக் கண்டுபிடிக்க முடியாமல் போயிற்று என்று அவர் தனக்குத் தானே கேட்டுக் கொண்டுதான் இருந்தார். அதிலும் அவர் சுட்ட இடத்திலிருந்து அதிக தூரம் கூட அது விலகிச் சென்றிருக்கவில்லை. எஞ்சிய உடல் பகுதிகளை அந்த வேட்டைக் காரரே கண்டுபிடிக்குமாறு அது எப்படி அவருக்காக விட்டு வைக்கப்பட்டிருந்தது?

பல நாட்கள் இந்த விஷயமே அவரைப் போட்டுக் குழப்பிக் கொண்டிருந்தது. யானையையும், குரங்கையும் கொன்றபோது ஆரம்பத்தில் அவருக்குள் எழுந்த மனச்சாட்சியின் உறுத்தல்களும் இப்போது மீண்டும் புதிதாகத் திரும்பி வந்து அவரைத் துரத்த ஆரம்பித்திருந்தன. சலிப்பும், எரிச்சலும் கொண்டவராக மாறிப் போனார் அவர். சில நாட்கள் தான் மட்டுமே தனியாக உட்கார்ந்தபடி வேட்டைக்காரர் இம்சனோக்காகத் தான் வாழ்ந்த வாழ்க்கையை மனதுக்குள் மீண்டும் வாழ்ந்து பார்ப்பார். புகழ் பெற்ற வேட்டைக் காரராகத் தனக்கிருந்த மதிப்பு, தான் கொண்டிருந்த திறமைகள் முதலியவை பற்றித் தொடக்கத்தில் அவர் கொண்டிருந்த பெருமித உணர்வெல்லாம் இப்போது மாறித் தன் செயல்களுக்காக வெட்கமும், வேதனையுமே பட்டுக் கொண்டிருந்தார் அவர்.

டங்செட்லா இதைக் கவனிக்காமல் இல்லை. ஆனால் தீர ஆலோசனை செய்து பார்த்துவிட்டு அவரது துப்பாக்கி, அந்தப் பன்றி வேட்டைக்குப் பிறகு அதே மூட்டையில் அதே மாதிரி பத்திரமாகச் சுற்றி வைக்கப்பட்டிருக்கிறது என்பதில் ஆறுதலடைந்தாள்.

ஒருநாள் தான் மட்டும் தனியாக வீட்டிலிருந்தபோது சாக்குப் பையிலிருந்து தன் துப்பாக்கியை வெளியிலெடுத்த இம்சனோக் பாகம் பாகமாக அதைக் கழற்றினார். மறுநாள் காலையில் எந்த ராகத்திலும் சேராத ஒரு பாடலை முணுமுணுத்தபடி வீட்டின் பின்பகுதியில் தன் கணவர் ஒரு குழி தோண்டிக் கொண்டிருந்ததை அவள் கண்டாள். பிளவுபட்ட அந்தப் பூமியின் காயத்திற்குள் பன்றியின் பல்லையும், பல பகுதிகளாகக் கழற்றப்பட்ட துப்பாக்கி யையும் இம்சனோக் என்னும் வேட்டைக்காரரையும் புதைத்தார் அவர்.

விமான தளத்தை விற்ற சிறுவன்

மிகப் பெரிய போர் நடந்து முடிந்த பின், அதிக நடமாட்டம் இல்லாமல் காலியாய்க் கிடந்த அந்த விமான ஓடுதளத்தில் தற்காலிகக் கூடாரங்களடித்து முகாமிட்டிருந்த அமெரிக்கச் சிப்பாய்களோடு அந்த இளம் சிறுவன் எப்போது வந்து ஒட்டிக் கொண்டான் என்று எவராலும் சொல்ல முடியாது. இந்தோ-பர்மிய ராணுவப் பிரிவில் போரிட்டவர்கள் இந்த வீரர்கள். போருக்குப் பின் எஞ்சிப்போன பொருட்களைக் கப்பலில் ஏற்றி அனுப்பும் வேலையையும், உள்ளூர் ஒப்பந்தக்காரர்களுடனும் வியாபாரிகளுடனும் கணக்குகளை நேர் செய்யும் பணியையும் தற்போது அவர்கள் மேற்கொண்டிருந்தனர். அஸ்ஸாம் மாநிலத் திலுள்ள ஜோர்ஹாட் என்ற இடத்திலிருந்தது அந்த முகாம். மாநிலத்தை ஒட்டியிருந்த மலைப் பகுதிகளிலிருந்துதான் அந்தச் சிறுவன் அங்கே வந்து சேர்ந்திருக்க வேண்டும்; அவன் முகத்தைப் பார்க்கும்போது உள்ளூர் ஆளைப் போலத் தெரியவில்லை.

வீட்டிலிருந்து ஓடிவந்து விட்ட பழங்குடி இனத்தைச் சேர்ந்த அந்த இளம் சிறுவன், அஸ்ஸாமின் சமவெளிப் பிரதேசங்களிலுள்ள வீடுகளில் பல ஆண்டுகள் எடுபிடிவேலை செய்து வந்தான்.

மூன்றாவது முறையாக வேலை செய்யும் வீட்டை மாற்றிக் கொண்ட பின், குறிப்பிட்ட ஒரு வீட்டின் வேலைக்காரனாகத் தன்னை நிலைப்படுத்திக் கொள்ளத் தொடங்கியிருந்தான் அவன். எட்டு மாதங்களுக்குப் பிறகு அவனைப் பற்றிய விவரங்களை அறிந்து கொண்ட அவன் தந்தை, தொடர்ந்து வந்த குளிர்கால சமயத்தில் அவனைத் தேட ஆரம்பித்தார். அவர் கண்டுபிடித்த பிறகோ அவன் அவரோடு திரும்பிச் செல்ல மறுத்தான். அவனது தாய் மனமுடைந்து போய் மிகவும் நோய்வாய்ப்பட்டிருப்பதை எடுத்துச் சொல்லி அவர் அவனை அழைத்துச் செல்ல முயன்றார். அம்மாவைப் பற்றிக் குறிப்பிட்டதும் கூட அவன் மனதை மாற்ற

வில்லை. சண்டைக்காரன் போலக் கோபமாக அப்பாவைப் பார்த்தபடி,

“இதுக்கும் கூட அம்மாவை அடிக்கிறதுதானே நீங்க” என்றான் அவன். அவன் எதிர்த்துப் பேசுவதைப் பார்த்துப் பயந்து போன தந்தை ஒரு வார்த்தைகூட பதில் பேசாமல் அவன் வேலை பார்க்கும் வீட்டை விட்டு வெளியேறினார். தன் வீட்டையும், கிராமத்தையும் விட்டு வந்து முன்பின் தெரியாத வீடுகளில் அந்தச் சின்னப் பையன், ஏன் வேலை பார்க்கிறான் என்பது அந்த வீட்டு எஜமானருக்கு அப்போதுதான் புரிந்தது.

போக்கன்மாங் என்பது அந்தப் பையனின் பெயர்; வீட்டை விட்டு வெளியே வந்தபோது அவனுக்குப் பன்னிரண்டு வயது இருக்கும். கடந்த மூன்று வருடங்களில் சற்று உயரமாக வளர்ந் திருந்த அவன், ஒரு நாளைக்கு இரண்டு வேளை நன்றாகச் சாப்பிடுவதற்காகப் பல வீடுகளில் மாறிமாறி எந்த வேலை வேண்டுமானாலும் செய்து கொண்டிருந்தான். அவனது இப்போதைய எஜமானரான ஜிதென்தாஸ் ரயில்வேயில் லைன் மேனாக இருந்தார். போக்கன்மாங்கின் தந்தை அங்கே வந்து போன பிறகு, அவன் வீட்டை விட்டு ஓடி வந்த காரணத்தைத் தெரிந்து கொண்டு விட்டதால் முன்னை விட அன்போடு அவனை நடத்தி வந்தார் அவர். ரயில் தண்டவாளம், சாலைக்கு நடுவே குறுக்கிடும் லெவல் கிராசிங்குக்கு எப்பொழுதாவது ஒரு முறை அவர் அவனை அழைத்துச் செல்வார். ரயில் வரும் நேரத்தில், எல்லாம் சரியாக இருக்கிறது என்று பச்சைக்கொடியை ஆட்டி சமிக்ஞை செய்யவும் அவனை அனுமதிப்பார். அந்தப் பையனுக்கு, அந்த அனுபவம் மிகவும் கிளர்ச்சியூட்டுவதாக இருப்பதால் அடிக்கடி அங்கே அழைத்துப் போகச் சொல்லி அவரிடம் கெஞ்சுவான். கொஞ்சம் கொஞ்சமாக, அவர்கள் இருவரின் உறவிலும் சற்று நெருக்கம் ஏற்படத் தொடங்கியிருந்தது. போக்கன்மாங் ஜிதேனை அப்பா என்றே கூப்பிட ஆரம்பித்தான். முதல்முறை அவன் அவ்வாறு கூப்பிட்டபோது ஜிதேனோ, வீட்டிலுள்ள மற்றவர்களோ அதைக் கண்டுகொள்ளவில்லை. ஜிதேனின் மனைவி காதில் அது விழுந்து அவள் அதை எடுத்துச் சொன்ன பிறகுதான் இதுவரை தன்னையோ, தன் மனைவியையோ எந்தக் குறிப்பான வார்த்தையாலும் அந்தச் சிறுவன் இதுவரை அழைத்திருக்கவில்லை என்பதை ஜிதேன் உணர்ந்து கொண்டார். தங்களைத் தவிர மற்ற யாரும் தங்கள் தந்தையை அப்படிக் கூப்பிடுவது பிடிக்காததால் ஜிதேனின் இரண்டு குழந்தைகளும் முதலில் அதைப்பற்றி சற்றுக் கோபமாகத் தான் இருந்தனர். பெற்றோர் அமைதியாக இருந்ததைத் தொடர்ந்து அவர்களும் அவ்வாறு முணுமுணுப்பதை விட்டுவிட்டனார்.

இப்போதெல்லாம் போக்கன்மாங் முன்னைப் போல ஓரிடத்தில் நிலை கொள்ளமால் அலைந்து கொண்டிருப்பதில்லை.

நிறைய நாட்கள் பயன்படுத்தும் வகையில் அடுப்புக்கான விறகுகளை வெட்டிக் கொண்டு வருவான். தண்ணீர் பிடிக்கும் பாத்திரங்களில் எப்போதும் குறையாமல் தண்ணீர் இருக்கும்படி பார்த்துக் கொள்வான். தோட்டத்தில் களை பிடுங்குவான், பூச்சி மருந்து தெளிப்பான். நாள் முழுவதும் கடினமாக வேலை பார்ப்பான். தங்களுக்கு அதிகமாக இருக்கிறதென்று அண்டை அயலார் தூக்கிப் போட்ட பூச்செடிகளைக் கொண்டு வந்து அவர்கள் வீட்டுக்கு முன் நட்டு வைத்து வளர்ப்பான். காம்பவுண்ட் முழுவதுமே களைகள் மலிந்து வெறிச்சோடிக் கிடந்தாலும் ஜிதேன் குடியிருந்த மிகச் சிறிய வீடு மட்டும் முன்பு போல் இல்லாமல் மிக இனிமை யான ஓர் இடமாகத் தோற்றமளிக்கத் தொடங்கி இருந்தது. செம்பருத்தி, சாமந்தி, சூரியகாந்தி முதலிய சாதாரணச் செடிகளே முன்பக்கத்துத் தோட்டத்தில் இருந்தாலும், உரிய பருவ காலத்தில் அவை பூத்துச் சொரியும் போது விழாக்காலம் போல அந்த இடம் களைகட்டி இருந்தது.

போக்கன்மாங்க், அந்த வீட்டுக்குப் போட்டிருந்த மூங்கில் படலாலான வேலியையும் சரிசெய்தான். மண் சுவர்களைச் சீரமைத்தான். சுவரில் வெள்ளை அடிக்க சுண்ணாம்பு வாங்கி வருமாறு ஜிதேனிடம் ஓயாமல் நச்சரித்தான். முதலில் அவர் அதற்கு ஒத்துக் கொள்ளாவிட்டாலும் போக்கன்மாங்கின் யோசனைக்குக் குழந்தைகளும் ஆதரவளித்ததால் தானும் விட்டுக் கொடுத்துவிட்டு ஒருநாள், ஒரு டின் நிறைய சுண்ணாம்பை வாங்கிக் கொண்டு ரிக்ஷாவில் வந்து சேர்ந்தார். ஒரு ஞாயிற்றுக் கிழமையன்று ஜிதேன், போக்கன்மாங்க் மற்றும் அவரது இரண்டு குழந்தைகள் நான்கு பேரும் சேர்ந்து சுண்ணாம்பைத் தண்ணீரில் கரைத்து, அதில் துணிக்குப் போடும் நீலச்சாயப் பொடியைக் கொஞ்சம் கலந்து கொண்டு அந்த மந்திரக் கலவையால் வீட்டின் உள்ளேயும் வெளியேயும் எல்லா இடங்களிலும் வெள்ளையடிக்க ஆரம்பித்தனர். அவர்களின் உற்சாகத்தில் தானும் பங்கு கொண்ட ஜிதேனின் மனைவி செனஹி, அன்றைய தினத்தைக் கொண்டாடு வதற்காக, மதிய உணவாகச் சோறும் சிக்கன் கறியும் தயாரிக்க முடிவு செய்தாள். எல்லோருமே பயங்கரமான ஆர்வத்துடன் செயல்பட்டுக் கொண்டிருந்ததால், மதிய சாப்பாட்டு நேரத்துக்குள் வெள்ளையடிக்கும் வேலை முடிந்து விட்டது. ஒரு குட்டித் தூக்கம் போட்ட பிறகு ஜிதேன் தன் சீருடைக்கு மாறிக்கொள்வதைப் பார்த்த போக்கன்மாங்க் அவரது வழக்கமான தலையசைப்புக்குக்கூடக் காத்துக் கொண்டிருக்காமல் தானும் ஒரு சுத்தமான சட்டையைப் போட்டுக் கொண்டான்.

“நீ எங்கே கிளம்பிட்டே” என்றார் ஜிதேன். போக்கன்மாங்க் புன்னகை செய்தபடி தலைவாரிக்கொண்டான்.

"நீங்க போற அதே இடம்தான்" என்று சொல்லிவிட்டு அவரது ஒப்புதலுக்குக் கூடக் காத்திருக்காமல் தீர்மானமான முடிவுடன் நடக்க ஆரம்பித்தான். சமீப காலமாக அளவுக்கு மீறிய தன்னம்பிக்கையுடன் முந்திரிக்கொட்டைத்தனமும் அந்தச் சிறுவனிடம் வெளிப்பட்டுக் கொண்டிருப்பதை ஜிதேன் கவனித்துக் கொண்டு தான் இருந்தார். அதைப் பற்றி அவனுடன் தனிமையில் பேசியாக வேண்டுமென்று மனதுக்குள் முடிவு கட்டிக் கொண்டார். அன்று 'கூட்ஸ்' வண்டி வந்து போவதற்காக அவர்கள் காத்திருந்தபோது லெவல் கிராஸிங்கின் மூடிய கதவுக்கு அப்பால் நிறைய வாகனங்கள் மிக நீண்ட வரிசையில் நின்று கொண்டிருந்தன. குறைந்தபட்சம் ஐம்பது லாரிகளாவது இருக்கும். அவையனைத்தும் மனிதர்களாலும், பொருள்களாலும் நிரம்பி வழிந்து கொண்டிருந்தன. அவர்கள் எல்லோருமே வெள்ளைக்கார சிப்பாய்கள். சிலர் பாடிக் கொண்டிருந்தார்கள். வேறு சிலர் புரியாத ஏதோ ஒரு மொழியில் உரக்கப் பேசிக் கொண்டிருந்தார்கள். தன் ஆர்வத்தைக் கட்டுப்படுத்த முடியாமல் தடுப்புக் கம்பியிலிருந்து மெல்ல நழுவிப்போய் முதல் வாகனத்தின் அருகே சென்றான் போக்கன்மாங்க். சிக்னல் கம்பத்தின் மீதே கவனமாக இருந்ததால் அவன் அங்கே சென்றதை ஜிதேன் பார்க்கவில்லை. கண்காணிப்புக் கோபுரத்தில் நின்றபடி அந்த நீளமான ரயில் பார்வையை விட்டு மறையும்வரை பச்சைக் கொடியை ஆட்டிக் கொண்டிருந்த ஜிதேன், லெவல் கிராசிங்கில் அடைக்கப்பட்டிருந்த கதவுகளில் ஒன்றைத் திறப்பதற்காக போக்கன்மாங்குக்குக் குரல் கொடுத்தார். ஆனால் ஒருபக்கத்துக் கதவை அவர் திறந்து விடும்வரை அவன் எங்குமே தென்படவில்லை. அவனைத் திட்டிக்கொண்டே மூச்சு வாங்க நடந்தபடி மறுபக்கத்துக் கதவையும் திறந்து விட்டார் அவர். வெள்ளைக்கார சிப்பாய்கள் நிறைந்திருந்த வரிசையான நீண்ட வாகனங்கள் அவரைத் தாண்டி சீறிக்கொண்டு சென்றன. அவற்றில் ஒன்றில் அசட்டுச் சிரிப்பு சிரித்தபடி இருந்த போக்கன்மாங்கின் முகம் தட்டுப்பட்டது. அவரிடம் அவன் ஏதோ சொல்ல முயல்வது போலவும் இருந்தது. ஆனால் அந்த டிரக் சென்ற வேகத்தில் அவருக்கு எதுவும் காதில் விழவில்லை. வேறு இடத்தை நோக்கி நகர்ந்து விட்ட தன் வேலைக்காரனின் சந்தோஷமான முகம் மட்டுமே அவரது ஞாபகத்தில் இருந்தது. ஒரு காலத்தில் தன்னை அப்பா என்று கூப்பிட்ட பையனை அவர் கடைசியாகப் பார்த்ததும், பேசியதும் அப்போது தான். திடீரென்று ஒருநாள் காலையில் 'அப்பா அப்பா இதில் என்ன எழுதியிருக்கிறது பாருங்களேன்' என்று கத்திக்கொண்டே ஒரு செய்தித்தாளை ஆட்டியபடி பபுல் வீட்டுக்குள் வரும்வரை அப்படித்தான். ஜிதேன் பத்திரிகையிலிருந்த பெயரைப் படித்தார். ஆனால் அன்று லெவல் கிராஸிங்கில் அவசரமாகத் தன்னைக் கடந்து போனபடி, ஒரு மகனை இழந்த துக்கத்தைத் தன்னை

உணர வைத்த புன்னகையோடு கூடிய அந்த முகத்தோடு அதை இணைத்துப் பார்க்க அவரால் முடியவில்லை.

அந்த வெளிநாட்டுப் போர் வீரர்கள் அமெரிக்காவைச் சேர்ந்தவர்கள். விமானங்கள் இயங்காமல் காலியாய்க் கிடந்த அந்த விமான தளத்தில் தற்காலிக முகாம் ஒன்றை அமைத்துக் கொண்டு இந்தோ–பர்மியப் படைப் பிரிவில் எஞ்சியிருந்த மனிதர்களையும், பொருட்களையும் வெளியேற்றுவதை மேற்பார்வை செய்வதற்காக அவர்கள் அங்கே சென்று கொண்டிருந்தார்கள். சைகைகள் மூலமாகவும் ஒரு சில ஆங்கிலச் சொற்களை அரைகுறையாக உச்சரித்தபடியும் அவர்களோடு பேசி சமாளித்து, அவர்களுடனேயே பயணித்துக் கொண்டும் இருந்தான் போக்கன்மாங்க். குறிப்பிட்ட இடத்துக்கு அவர்கள் போய்ச் சேர்ந்ததும் தான் என்ன செய்யப் போகிறோம் என்பதைப் பற்றி அவன் யோசித்துப் பார்க்கவில்லை. இந்த வெள்ளைக்காரர்கள் எப்படிப்பட்டவார்கள், அவர்களும் சராசரி மனிதர்களைப் போன்றவர்கள்தானா அல்லது இதுவரை அவனுக்கு அறிமுகமில்லாத வேறு வகையான ஜந்துக்களா என்பதைக் கண்டுபிடித்தாக வேண்டுமென்பது மட்டுமே அவன் மனதில் இருந்தது. தொடக்கத்தில் அவனிடம் இருந்த உற்சாகம் குறைய ஆரம்பித்தபோது இருட்டத் தொடங்கியிருந்தது. ஜிதேன் குடியிருக்கும் வீட்டுக்குத் திரும்பிச் செல்ல அவனுக்கு வழி தெரியவில்லை.

சிறிது நேரம் அங்கே சுற்றித் திரிந்து கொண்டிருந்த அவன், இரவைக் கழிப்பதற்காக சில சிப்பாய்களுக்குப் பின்னால் ஒளிந்து கொண்டான். இரவு நேரத்துக் காவலன் ஒருவன் ஏதோ சத்தம் கேட்டுவிட்டு பயந்து போயிருந்த சிறுவனின் மீது விளக்கு வெளிச்சத்தைப் படரவிட்டான். வளைந்து நெளிந்து ஒரு பந்து போல் முடங்கியிருந்த சிறுவன் முனகிக் கொண்டிருந்தான். மறைவிடத்திலிருந்து அவனை வெளியே இழுத்து முகாமுக்குக் கூட்டிச்சென்றான் காவலன். பையன் பசியோடு இருப்பதை உணர்ந்து பதப்படுத்தப்பட்ட மாட்டிறைச்சி சாண்ட்விச் ஒன்றை அவனுக்காகத் தயாரித்துக் கொடுத்தான். போர்வை ஒன்றை அவன் மேல் வீசி விட்டு வெளியே சென்றான். தன் கையில் தரப்பட்ட வித்தியாசமான அந்த உணவைச் சாப்பிட முதலில் பையனுக்கு மனம் துணியவில்லை. ஆனால் பயங்கரப் பசியோடு இருந்ததால் ஒரு சிறிய விள்ளலை மட்டும் ருசித்துப் பார்த்து அது தனக்குப் பிடித்திருக்கிறது என்பதைக் கண்டுபிடித்தான். ஒரே மூச்சில் அதைச் சாப்பிட்டு முடித்து விட்டு வாடையடிக்கும் அந்தப் போர்வையை மேலே சுற்றிக்கொண்டு ஆழ்ந்து உறங்கிப் போனான்.

மறுநாள் காலை தான் சந்தித்த முதல் சிப்பாயிடம் ‘சாகிப்’களுக்கு வேலை செய்யத் தான் விரும்புவதாகத் தெரிவித்தான். முகாமின் கமாண்டரிடம் அழைத்துச் செல்லப்பட்ட அவனிடம்,

"உன் பெயரென்ன?" என்று கேட்டார் அவர்.

"என் பெயர் போக்கன்மாங்க். நான் ஒரு நாகா" என்று அவன் பதிலளித்தான்.

"உனக்கு என்ன வேண்டும்?"

இதற்கு அவனால் எந்தப் பதிலும் தர முடியவில்லை.

"உனக்கு என்ன வேண்டும்" என்று மீண்டும் கேட்ட கமாண்டர் பதில் வராததில் எரிச்சல் அடையத் தொடங்கியிருந்தார். அவனைக் காலால் உதைத்து முகாமுக்கு வெளியே தள்ளிவிட வேண்டுமென்ற தூண்டுதலே முதலில் அவருக்கு எழுந்தது. ஆனால் வித்தியாசமான அந்தப் பையன் ஏதோ ஒன்றைச் சொல்ல முயற்சிப்பதைப் பார்த்து விட்டு,

"உனக்கு என்ன வேண்டும்" என்று மீண்டும் கேட்டார்.

அந்த வெள்ளைக்காரரைப் பார்த்துக் கொண்டே 'லெஃப்ட் ரைட், லெஃப்ட் ரைட்' என்று உரக்கக் கத்தியபடி 'மார்ச்' செய்யத் தொடங்கியிருந்தான் அவன். கமாண்டருக்கு சிரிப்பு பீறிட்டுச் கொண்டு வந்தது. தனக்கு அடுத்தாற்போல் உள்ள அதிகாரியை அழைத்து முகாமுக்குத் தேவையான எடுபிடி வேலைகளுக்கு அவனைப் பயன்படுத்திக் கொள்ளுமாறு கூறினார் அவர்.

தனக்குக் கொடுக்கப்படும் எந்த வேலையென்றாலும் அதைத் செய்து கொண்டிருந்தான் போக்கன்மாங்க். காலிப்பெட்டிகளில் பொருட்களை நிரப்புவது, பாதையைப் பெருக்குவது, உருளைக் கிழங்கைத் தோல் உரிப்பது, பாத்திரம் கழுவுவது, மேஜை துடைப்பது என்று எது வேண்டுமானாலும் செய்தான் அவன். எந்த ஒரு விஷயத்தையும் அவனுக்கு இரண்டு முறை சொல்ல வேண்டிய தில்லை, தன் உதவி அவர்களுக்குக் கட்டாயம் தேவைப்படுகிறது என்பதை நிரூபிக்க முயற்சி செய்பவனைப் போல அவன் எல்லா வேலைகளும் செய்துகொண்டிருந்தான். முதலில் வெவ்வேறு வீடுகளில் வேலை பார்த்தபோதும் அவன் பயன்படுத்தியது இதே தந்திரத்தைத்தான். அவன் ஒரு இடத்தை விட்டு வெளியேறுகிறான் என்றால், அது அவனது சொந்த விருப்பத்தால் மட்டுமேயன்றி அவனை எவரும் வெளியேற்றியதில்லை. இப்போது வீடு வாசல் இல்லாத அவனுக்கு இந்த வெள்ளைக்காரர்கள் ஒரு புது உலகத்தையே திறந்து காட்டிவிட்டதால் அவர்களோடு தங்கி நிறையக் கற்றுக்கொள்ள ஆசைப்பட்டான் அவன். அன்று மாலை யானபோது முகாமிலிருந்து அவனை வெளியே போகச் சொல்ல யாருக்கும் மனமில்லை. இன்னும் சொல்வதென்றால் சமையற்காரர் அவனைச் சமையலறையின் பின்பக்கமாக அழைத்துச் சென்று ஒரு தட்டு நிறைய மாட்டிறைச்சிக் குழம்பும், ரொட்டியும் தந்தார். பிறகு போக்கன்மாங்க், சட்டி பானைகளைத் தேய்த்துக் கழுவிக்

கொண்டிருக்க சமையற்காரர் நாற்காலியில் கைகாலை நீட்டிச் சாய்ந்து புகை பிடிக்க ஆரம்பித்திருந்தார்.

ஒரு சில நாட்களுக்குள் முகாமிலிருந்து அந்தச் சிறுவனை வெளியேற்ற வேண்டும் என்று தான் விரும்பியதே கமாண்டருக்கு மறந்து போய்விட்டது. அவன் அங்கே மிகமிகத் தவிர்க்க முடியாத வனாகிப் போயிருந்தான். ஏவிய வேலை எதுவென்றாலும் போக்கைக் கூப்பிட வேண்டியதுதானே என்று எல்லோரும் சொல்லத் தொடங்கிருந்தார்கள். அவனது பெயரை முழுமையாக உச்சரிப்பது அவர்களுக்குக் கஷ்டமாக இருந்ததால் போர்கி என்று அதைச் சுருக்கி விட்டார்கள். ஷூக்களுக்குப் பாலீஷ் போட வேண்டுமா, போர்கியைக் கூப்பிடு. சீருடைக் கால்சராய்களையும் சட்டைகளையும் துவைக்க வேண்டுமா, போர்கியிடம் சொன்னால் போதும். 'போர்கி இங்கே வா', 'அங்கே போ போர்கி', 'ஓடு போர்கி', 'எங்கே இருக்கே போர்கி' ஆகிய வார்த்தைகளே முகாம் முழுவதும் ஒலித்தபடி இருந்தன. ஒரே மாதத்திற்குள் அடிப்படையான சில ஆங்கில வார்த்தைகளை அவன் கற்றுக் கொண்டிருந்தான். அவனுக்குப் பிடித்தமான வேறு சில வார்த்தைகளை அவற்றின் உண்மையான பொருள் தெரியாமலே முகாமிலிருப்பவர்களை மகிழ்விக்கும் வகையில் அடிக்கடி பயன்படுத்திக் கொண்டும் இருந்தான். அவர்களுக்கு இப்போது அவன் ஓர் அதிர்ஷ்டச் சின்னம் போல ஆகிப்போயிருந்தான். தனக்குச் சூட்டப்பட்டிருந்த புதிய பெயருக்குச் சீக்கிரத்திலேயே அவன் பழகிப் போயிருந்தாலும் ஏதோ ஒன்று அவனைத் தொந்தரவு செய்தது. 'முகாம் முழுவதும் உள்ள எல்லா வேலைகளையும் தான் ஏன் இப்படிச் செய்து கொண்டிருக்க வேண்டும் என்று நினைக்கத் தொடங்கியிருந்தான் அவன். அவன் ஏன் அதற்குச் சம்பளம் கேட்கக் கூடாது? ஆனால் தான் அப்படிக் கேட்பதற்கு முன்பு, ஏதாவது ஓரிடத்தில் எப்போதும் தேவைப்படுபவனாக இருக்க வேண்டும், அது ஒழுங்கான ஒரே மாதிரி வேலையாகவும் இருக்க வேண்டும்.

அதனால் அவன் கமாண்டரின் கூடாரத்தையே சுற்றிவரத் தொடங்கினான். அதன் சுற்றுப்புறத்தையெல்லாம் மிக அற்புதமாகச் சுத்தம் செய்தான். முகாமின் பல இடங்களிலிருந்து செங்கற்களைக் கொண்டு வந்து கமாண்டரின் கூடாரத்திலிருந்து நூறு மீட்டர் தொலைவிலிருக்கும் இராணுவ முகாம் அலுவலகத்துக்கு அவர் செல்வதற்கேற்றபடி சீரான ஒரு சிறிய நடைபாதையையும் அமைத் தான். அந்த வேலையை முடித்த பிறகு அக்கம் பக்கத்திலுள்ள தோட்டங்களையெல்லாம் அலசி ஆராய்ந்து அங்கு உள்ளது போன்ற செடிகளைக் கூடாரத்தைச் சுற்றி நட்டு வைத்தான். தானாகவே அவன் செய்து வரும் இந்தச் செயல்களால் கமாண்டர் பெரிதும் மகிழ்ந்து போனார். தனக்குச் சேவகனாக ('ஆர்டர்லி') இருப்பவனுக்குத் துணையாக அந்தச் சிறுவனை ஆக்கவும் அவர்

முடிவு செய்தார். போக்கன்மாங்கின் திட்டம் ஒருவாறு பலித்து விட்டது. எவராவது அவனிடமிருந்து வேலை வாங்க நினைத்தால் முதலில் கமாண்டரின் சேவகனிடம் அனுமதி பெற்றாக வேண்டும்.

போக்கன்மாங்க், எதையும் மிக விரைவாகக் கற்றுக் கொள்ளக் கூடிய ஆற்றல் பெற்றிருந்தான். கூட வேலை பார்க்கும் பிற மனிதர் களைத் தொடந்து கவனித்துப் பார்த்தபடி கூடாரத்தைச் சுத்தப் படுத்துவது, கமாண்டர் விரும்பும் வகையில் அவரது ஷூக்களுக்குப் பாலிஷ் போடுவது ஆகியவற்றை அவன் கற்றுக்கொண்டான். அந்தப் பெரிய அதிகாரி, எந்த நேரம் ஆணை பிறப்பித்தாலும் அதற்கு ஆயத்தமாக எப்போதும் அவரது கதவருகிலேயே நின்று கொண்டான். முகாமிலிருக்கும் ஒவ்வொருவரையும் அண்டிப் பிழைத்து அவர்கள் ஏவியதையெல்லாம் செய்து கொண்டிருக்காமல் இப்போது அவன் கமாண்டரின் செல்லப்பிள்ளையாக ஆகியிருந் தான். தனக்குக் கிடைத்த அந்தஸ்தில் அவன் தான் எப்படிக் குதூகலித்தான்? தனக்கு முறையான சம்பளம் தரவேண்டும் என்று கேட்கக் கூட நினைத்தான் அவன்.

பெரிய பெரிய டிரக்குகளில் சென்று கொண்டிருந்த முகம் தெரியாத மனிதர்களோடு போக்கன்மாங்க் தன் எதிர்கால அதிர்ஷ்டத்தை என்று முடிச்சுப் போட்டானோ அன்றிலிருந்து சரியாக ஒரு வருடம் ஓடிப் போயிருந்தது. அப்போது முதல் அவர்களது மொழியையும் நடை உடை பாவனைகளையும் அவன் நிறையக் கற்றுக் கொண்டிருந்தான். 'ஹி' 'குட்மார்னிங்' 'குட்நைட்' முதலிய வார்த்தைகளை அவனுக்கு சொல்லத் தெரியும் ஆனால் 'குட் ஆஃப்டர்நூன்' சொல்வதில் மட்டும் அவனுக்கு எப்போதுமே சிக்கல் இருந்தது. அவனை வசீகரித்த மற்றுமொரு விஷயம், கமாண்டர் தன் கூடாரத்தில் இருந்தபடி பேசுவதற்குப் பயன் படுத்தும் சிறிய இயந்திரம். தினமும் அவர் தன் அலுவலகத்துக்குச் சென்ற பிறகு அந்த விநோதமான கருவிக்குள் எது ஒளிந்திருக்கிறது அல்லது யார் ஒளிந்திருக்கிறார்கள் என்று கண்டுபிடிக்கப் பார்ப் பான் அவன்.

பெரும்பாலும் ஞாயிற்றுக்கிழமைகளில் கமாண்டர் அதிக நேரம் வெளியே போய்விடுவார். அப்போது போக்கன்மாங்கும் முகாமிலிருந்து வெளியே சென்று அதற்கு அப்பால் என்ன இருக் கிறது என்று பார்க்க முயல்வான். அப்படி ஒருநாள் அவன் வெளியே சென்றிருந்தபோது ஒரு மிகச் சிறிய கிராமம் அவன் கண்ணில் பட்டது. விநோதமான இருபது வீடுகள் மட்டுமே அங்கே இருந்தன. அவற்றில் சில விவசாயிகள் தங்கள் குடும்பங் களோடு வசித்து வந்தார்கள். முதலில் அந்தக் கிராமவாசிகள் அவனைப் பார்த்து சந்தேகப்பட்டாலும், விமானதளத்தில் 'சாகிபு'களுக்காக வேலை செய்பவன் அவன் என்பதை அறிந்த பின் அவர்களது ஆர்வம் கூடுதலாயிற்று, பல வகையான கேள்வி

களால் அவர்கள் அவனைத் துளைத்தெடுத்தனர். வித்தியாசமான தோற்றம் கொண்ட அந்த வெள்ளைக்காரர்கள் என்ன சாப்பிடு கிறார்கள், அவனை அவர்கள் எப்படி நடத்துகிறார்கள், உண்மை யிலேயே அவர்களெல்லாம் மனித ஜீவன்கள்தானா, இப்படிப் பல கேள்விகள்! போக்கன்மாங்க் அந்தக் கேள்விகளைக் கேட்டுவிட்டுச் சிரித்தான். 'சாகிபு'களும் கூட நம்மைப் போன்ற மனிதர்கள்தான் என்றும் தன்னிடத்தில் அவர்கள் மிகவும் நன்றாக இருக்கிறார்கள் என்றும் சொன்னான். பெரிய சாகிபுவுக்கு உதவியாளராகத் தான் வேலை பார்ப்பதாகவும், எந்த நேரம் நினைத்தாலும் அவரது கூடாரத்துக்குள் தன்னால் போக முடியுமென்றும் அவர்களிடம் விவரித்தான். அந்தச் சிறுவனுக்குக் கிடைத்த அதிர்ஷ்டத்தை பெரிய சாகிபுகளோடு உடனிருக்கவும், சாப்பிடவும் கிடைத்த அதிர்ஷ்டத்தைக் கண்டு கிராம மக்கள் வியப்படைந்தார்கள். அவனை 'காவ்பாரோ' எனப்படும் கிராமத்தலைவரின் வீட்டுக்கு உடனே அழைத்துச் சென்றார்கள். வயதில் மூத்தவர்கள் அவனிடம் மீண்டும் பல கேள்விகளைக் கேட்டுக் கொண்டே இருந்தார்கள். வெள்ளைக்காரர்களின் முகாமுக்கு மிக அருகில் தங்கள் கிராமம் இருந்ததால் கிராமவாசிகள் கவலையோடுதான் வாழ்ந்து வந்தார்கள். உலகப் பெரும் போர் முடிந்து விட்டது என்பதெல்லாம் அவர் களுக்குத் தெரியாது. விமானம் பறக்கும் சத்தம் கேட்டாலே பக்கத்திலிருக்கும் காடுகளுக்குப் போய்ப் பதுங்கிக் கொள்ளும் அளவுக்கு அவர்கள் மிகவும் நடுக்கத்தோடு இருந்தனர். முகாமி லிருந்து மனிதர்களையும் பொருட்களையும் வெளியே கொண்டு செல்வதற்காகவே விமானங்கள் பயன்படுத்தப்படுவதால் இனிமேல் அவ்வாறு பயப்பட வேண்டிய தேவையில்லை என்று அவர்களுக்கு ஆறுதலளித்தான் போக்கன்மாங்க். வெகு விரைவிலேயே அந்த முகாமும் கூடக் காலியாகிவிடப் போகிறது என்பதை அவர்களிடம் தெரிவித்தான். அவன் கூறியதையெல்லாம் கவனமாகக் கேட்டுக் கொண்டிருந்த அவர்கள், அடுத்த ஞாயிற்றுக்கிழமை இன்னும் கூடுதல் தகவல்களோடு வருமாறு அவனைக் கேட்டுக் கொண்டனர். கிராமத் தலைவரின் மனைவி அவனுக்கு அருமையாகச் சமைத்துப் போட்டாள். அரிசி, பருப்பு, ஆட்டுக்கறி என்று இப்படிச் சாப்பிட்டு யுகக் கணக்கானது போலிருந்தது அவனுக்கு. ஒரு நிமிடம் ஜிதேன் வீட்டைப் பற்றிய நினைவும் அவனுக்கு எழுந்தது. ஆனால் உடனேயே அந்த எண்ணத்தைத் தூரத் தள்ளி விட்டுத் தன் எதிர்காலத்தைப் பற்றி அந்த வெள்ளைக்காரச் சிப்பாய்கள் நாட்டை விட்டுப் போய் விட்டால் தனக்கு என்ன ஆகும் என்பதை யோசிக்க ஆரம்பித்து விட்டான் அவன். தான் காலம் தள்ளுவதற்கு மீண்டும் ஏதாவது திட்டம் போட்டாக வேண்டும் என்பதை அவன் உணர்ந் திருந்தான்.

தொடர்ந்து வந்த வாரம் முழுவதும் தன் எதிர்காலம் பற்றிய கவலையில் தடுமாற்றத்துடனேயே இருந்தான் போக்கன்மாங்க். தான் எங்கே இருக்கிறோம் என்ற பிரக்ஞையே இல்லாதவனைப் போல அந்த முகாமுக்குள் வளைய வந்து கொண்டிருந்தான். இதைக் கவனித்த கமாண்டர் ஒருநாள் மாலை நேரத்தில் அவனைத் தன் கூடாரத்துக்குள் அழைத்துக் கேள்வி கேட்கத் தொடங்கினார். தன்னால் முடிந்தவரை அவனுக்குப் புரியும் வகையில் அவர் கேள்வி கேட்டாலும் அந்த இளம் சிறுவனுக்கு அதைப் புரிந்து கொண்டு பதிலளிப்பது கஷ்டமாகவே இருந்தது. ஆங்கிலத்தில் ஓரளவு உரையாட அவனால் முடியுமென்றாலும் இப்படிப்பட்ட தீவிரமான ஒரு பேச்சுவார்த்தையில் பயன்படும் பல சொற்கள் அவனுக்குப் புரியத்தான் இல்லை.

"என்ன ஆச்சு போர்கி உனக்கு? உடம்பு முடியலியா...? 'சிக்..'?"

"இல்லை சாகிப்!" என்றவன் தன் உடம்பைத் தொட்டுக் காட்டி "இங்கே நோ சிக்" என்றான். பிறகு தன் தலையைப் பிடித்துக் கொண்டு,

"ஆனா இங்கே 'சிக்' " என்றான்.

"அது ஏன் போர்கி"

"யூ கோ., ஆல் கோ... போர்கி நோ கோ..." என்று உடைந்த ஆங்கிலத்தில் சொல்லிக் கொண்டே போனான்.

"போர்கிக்கு வீடுன்னு எதுவுமில்லை, ஊரில்லை. அம்மா அப்பா இல்லை. ஜிதேன் பாபாவுக்கு அப்புறம் 'யூ மை டேடி' ஆனா ஜிதேன் அப்பா கோபப்படுவார். போர்கி ஓடி வந்திட்டான். போர்கி ஒரு கிறுக்கு... 'மேட்' "

காயப்பட்ட மிருகத்தைப் போல முனகத் தொடங்கினான் அவன்.

விஷயம் இப்படித் திசை திரும்பி விட்டதில் அந்த வெள்ளைக் கார அதிகாரி குழப்பமடைந்தார். தன் எதிர்காலத்தைப் பற்றிச் சிந்தித்துப் பார்க்கக் கூடிய திறமை போர்கிக்கு இருக்கக்கூடுமென்று அவர் ஒருபோதும் எண்ணிப் பார்த்ததில்லை. அவனை அவருக்குப் பிடித்திருந்தது உண்மைதான். முகாமில் ஏவிய வேலைகளுக்கெல்லாம் அவன் வளைய வந்து கொண்டிருந்தது எல்லோருக்கும் வசதியாகவும் இருந்தது. ஆனால் அதைத் தாண்டி, இந்த முகாமில் ஓர் அங்கமாகவே ஆகிவிட்ட இந்தப் பையனைப் பற்றிக் கண நேரம் கூட அவர் யோசித்துப் பார்த்திருக்கவில்லை. எவ்வளவு முயற்சி செய்தாலும் கலங்கிப்போயிருந்த அந்தச் சிறுவனுக்கு ஆறுதல் சொல்லப் போதிய வார்த்தைகள் அவருக்குக் கிடைக்கவில்லை. அவனை வெறுமனே தட்டிக்கொடுத்த அவர்,

"நாளைக்குப் பேசுவோம் போர்கி, குட்நைட்" என்றார். 'குட் நைட்' என்பது அவனை வெளியேறச் சொல்வதற்கான சமிக்ஞை என்பதை போர்கி அறிந்திருந்தான். அவருக்குத் தலை தாழ்த்தி வணக்கம் செலுத்தி விட்டு அந்தக் கூடாரத்தை விட்டு வெளியேறிப் பணியாளர்களோடு சேர்த்துத் தனக்கும் ஒதுக்கப்பட்டிருந்த இடத்துக்குச் சென்றான்.

ஒவ்வொரு நாள் மாலையும் கமாண்டரிடமிருந்து தனக்கு அழைப்பு வரக்கூடும் என்று வீணே காத்திருந்தான். வராததால் ஒரு சனிக்கிழமை மாலை நேரத்தில் அவனே கமாண்டரின் இருப்பிடத்துக்குச் சென்று கதவைத் தட்டினான்.

"கம் இன்"

என்று முரட்டுக் குரலில் சொன்ன கமாண்டர் போர்கியைப் பார்த்தும் வியப்படைந்தார். அங்கேயுள்ள ஸ்டூல் ஒன்றில் உட்காரு மாறு அவனைப் பணித்து விட்டுத் தொடர்ந்து ஏதோ எழுதிக் கொண்டே இருந்தார். போர்கி மணிக்கணக்கில் அப்படியே காத்துக் கொண்டிருந்தான். இறுதியில் அவன் பக்கம் திரும்பியபடி பேசத் தொடங்கினார் அவர்.

"இதோ பார் போர்கி, இன்னும் மூன்று நாட்களில் நாங்க ளெல்லாம் அமெரிக்காவுக்குத் திரும்பிப் போவதாக இருக்கிறோம். ஆனால் உன்னை எங்களோடு கூட்டிக் கொண்டுபோக முடியாது. அதாவது பையா! 'போர்கி நோ கோ வித் சாகிப் புரியுதா?" என்றார். அவன் தலையசைத்தான். அவர் சொன்னதையெல்லாம் அத்தனை நேரமும் ஏதோ மிரட்சியில் இருப்பவன் போலக் கேட்டுக் கொண்டிருந்தான் அவன்.

கமாண்டர் பேச்சைத் தொடர்ந்தார்.

"இதோ பார்! நாங்கள் இங்கே நல்ல நிலையில் விட்டு விட்டுப் போகப் போகும் துணிமணிகள், ஷூக்கள், பாத்திரங்கள், மரச் சாமான்கள், உணவுப் பொருட்கள், கூடாரங்கள், டயர்கள் என்று எல்லாமே உனக்குரியவை என்று இதில் எழுதிவைத்திருக்கிறேன். நல்லபடி ஓடிக் கொண்டிருக்கும் ஒரு ஜீப் கூட உன்னுடையதுதான் புரிகிறதா? ஆனா "போர்கி நோ கோ வித் அமெரிக்கன்ஸ், எங்களோட நீ அமெரிக்காவுக்கு வர முடியாது, சரியா"

போர்கி இம்முறை சம்மதித்துத் தலையசைத்தபோது அவன் கண்களில் புதிய பிரகாசம் தெரிந்தது. பிறகு அவனை அருகில் அழைத்த கமாண்டர், பண நோட்டுக்களை ஒரு கட்டாக அவனிடம் தந்தார். அவையெல்லாம் இந்திய ரூபாய்கள், அங்கே போன பிறகு அவற்றால் அவர்களுக்குப் பயனில்லை. இப்போது அவனுக்கு உண்மையிலேயே சிலிர்ப்பாக இருந்தது. மற்ற சிப்பாய்கள் சல்யூட்

வைப்பதைப் பார்த்திருந்ததால் தானும் அதைப் போலவே வைக்க அவன் முயற்சித்தான். போர்கியை ஒரு வழியாக சந்தோஷப்படுத்த முடிந்ததிலும், ஓரளவுக்குத் தன் மனசாட்சியையும் சமாதானப்படுத்த முடிந்ததிலும் வெள்ளைக்காரர் திருப்தியடைந்தவராய்த் தோன்றினார். முகாமோடு ஒட்டிக்கொண்டு தொங்கி வேலைபார்ப்பவன் என்ற போக்கன்மாங்கின் பணித் தகுதியை அவன் கையில் வைத்திருந்த ஒரு சிறிய துண்டுத்தாள் நீக்கிவிட்டிருந்தது. மாறாக கிட்டத்தட்ட இயங்காத நிலையிருக்கும் ஒரு விமான தளத்தில் கைவிடப்பட்ட ஒரு முகாமுக்குச் சொந்தக்காரனாகவும் அவனை அது ஆக்கி விட்டிருந்தது.

போரில் ஈடுபட்டிருந்த வெளிநாட்டுப் படைவீரர்களெல்லாம் தங்கள் வெற்றிப் பெருமிதத்தையும் புகழையும் மட்டும் சுமந்தபடி போரில் பயன்படுத்தப்பட்டுப் பழையதாகி விட்டிருந்த ஒரு விமானத்தில் ஏறிச் சென்றுவிட, அவர்களால் கைவிடப்பட்ட வெறிச்சோடிப்போன அந்த முகாமில் ஒரு துண்டுச்சீட்டை மட்டும் கையில் பிடித்துக் கொண்டு திகைத்துப் போய் நின்றிருந்தான் அந்தச் சிறுவன். அந்தக் காலி இடத்திற்கும் அதில் கொட்டப் பட்டிருக்கும் கழிவுகளுக்கும் அவனே சொந்தக்காரன், எஜமானன் என்று அந்த வெற்றியாளர்கள் அதில் முத்திரையிட்டுச் சாசனம் செய்து தந்திருந்தார்கள். இரண்டு நாட்கள் அந்த முகாமை முழு மையாகச் சுற்றி வருவதற்கு மட்டுமே செலவிட்டான் போக்கன்மாங்க். கிராமத்தவர்களைப் பார்க்க அப்போது அவன் செல்லவில்லை. தன்னிடம் இருந்த துண்டுத்தாளில் இருக்கும் கிறுக்கல் என்ன சொல்கிறது என்று வெறித்துக் கொண்டே இருந்தான். அவர்கள் அவனுக்கு விட்டுச் சென்றிருக்கும் அன்பளிப்புகளையும், கெட்டுப் போன சாப்பாட்டுப் பொருட்களையும் அவன் பொருட்படுத்த வில்லை. திடீரென்று அந்த முகாமில் கூட்டம் கூட்டமாக எறும்புகள் மொய்க்கத் தொடங்கின. எலிகள் வெள்ளமாகப் பெருகிவந்தன. எங்கிருந்து வந்தன என்றே கண்டுபிடிக்க முடியாமல் காக்கைகள் சூழ்ந்து கரைந்தன. சிப்பாய்களிடமிருந்த துப்பாக்கி வெடிச் சத்தத்துக்குப் பயந்து இதுவரை விலகியிருந்த ஓநாய்கள், மாலை வேளையில் மிக அமைதியாக இருந்த முகாமுக்குள் சுதந்திரமாகத் தைரியமாக நடமாடத் தொடங்கியிருந்தன.

மூன்றாவது நாள் ஒரு புதிய தீர்மானத்தோடு கண் விழித்தான் போக்கன்மாங்க். 'காவ்பாரோ'வைப் போய்ப் பார்த்து கிராமவாசி களோடு ஓர் ஒப்பந்தம் செய்து கொள்ள முயற்சிக்க வேண்டும்; அமெரிக்கர்கள் விட்டுவிட்டுப் போயிருக்கும் சாமான்களையெல்லாம் அவர்களுக்கு விற்றுவிட வேண்டும். ஆனால் அதற்கு அவர்களைச் சம்மதிக்க செய்ய வேண்டுமென்றால் வலுவான ஏதாவது ஒரு

காரணத்தை முன்னிறுத்தினால்தான் முடியும். முகாமின் புதிய சொந்தக்காரனான அவனிடமிருந்து அவற்றை அவர்கள் வாங்குவதற்கு ஒரு தகுந்த காரணம் வேண்டும். அதனால் அவன் முகாமை அலசி ஆராய்ந்து பார்த்து அதிலிருக்கும் விலை மதிப்புள்ள பொருட்களை மனதுக்குள் கணக்கெடுக்கத் தொடங்கினான். அங்கிருந்த படுக்கைகள், நாற்காலி மேஜைகள், அடுப்படிப் பாத்திரங்கள் முதலியவை எவ்வளவு இருக்கின்றன என்று எண்ணிப் பார்த்தான். அடுத்தாற்போலக் காலணிகள், பயன்படுத்தக் கூடிய நிலையிலுள்ள போர்வைகள், சட்டைகள், ஸ்வெட்டர்கள் ஆகியவற்றைக் கணக்கெடுத்தான். உதிரி உதிரியாகக் கிடந்த புகைப்படச் சட்டங்கள், கண்ணாடிகள், பத்திரிகைகள், பைகள், வெவ்வேறு அளவிலும், வடிவத்திலும் இருந்த சூட்கேஸ்கள் என்று எதையுமே அவன் விட்டுவைக்கவில்லை. இவை எல்லாமே கிராமவாசிகளுக்குக் கணநேர ஆர்வத்தை மட்டுமே தூண்டக்கூடியவை என்பதை அவன் அறிந்திருந்தான். பிறகு அவன் அந்த ஜீப்பைப் பற்றி யோசித்துப் பார்த்தான், இப்போது கிராமத்தில் 'ரிப்பேர்' வேலை செய்யும் ஒருவன், முன்பு டிரக் ஓட்டுபவனாக இருந்திருப்பது அவனுக்குத் தெரியும். அந்த வாகனத்தை வாங்க அவன் ஒரு வேளை ஆர்வம் காட்டக்கூடும்.

தான் கண்டுபிடித்த பொருட்களையெல்லாம் மனதுக்குள் கூட்டிப் பார்த்துக் கொண்டிருந்தபோதே அவனுக்குள் ஒரு சந்தேகமும் முளைவிட்டது. யாரோ முகம் தெரியாத சில அந்நியர்கள் விட்டு விட்டுச் சென்றிருக்கும் பழைய சாமான் பொதியில் கிராமவாசிகளுக்கு ஆர்வம் இருக்குமா என்கிற ஐயம்தான் அது. அவன் முன் வைக்கும் அந்த யோசனையை அவர்கள் முற்றாகவே நிராகரித்து விடக் கூட வாய்ப்பிருக்கிறது. இப்படி ஒரு விஷயத்தை நினைத்துப் பார்த்த பிறகு அவன் மனம் பெரிதும் அலைக்கழியத் தொடங்கியது. ஆனால் அவன் தன் முயற்சியைக் கைவிட மட்டும் விரும்பவில்லை. அமெரிக்கர்களிடமிருந்து தனக்குக் கிடைத்திருக்கும் இந்த அளவு சாமான்களிலிருந்து தனக்கான மூலதனத்தை ஈட்ட அவன் ஏதாவது ஒரு வழி கண்டுபிடித்தே ஆக வேண்டும்.

ஒரு சராசரி விவசாயிக்கு எந்த விஷயம் மிகவும் மதிப்புள்ளதாகத் தோன்றும் என்று அவன் தனக்குத் தானே கேட்டுக் கொண்டான். 'நிலம்' என்ற பதில் உடனடியாக அவனுக்குள் தோன்றியது. விவசாயம் செய்வதற்கு இன்னும் அதிகமான நிலம் வேண்டும் என்று தன் தந்தை எப்படிக் கனவு கண்டு கொண்டிருந்தார் என்பதும் அதைப் பற்றியே பேசிக் கொண்டிருந்தார் என்பதும் இப்போது அவனுக்கு நினைவு வந்தது. நிறைவேறாத அந்த எரிச்சல்தான் அவரது குணத்தையே கெடுத்துவிட்டது. ஒரு நிலப்பரப்பு இத்தனை சுலப

மாகக் கிடைக்கும்போது எந்த ஒரு விவசாயியும் அதை அப்படி ஏனனமாக உதறிவிட மாட்டான் என்று போக்கன்மாங்க் நம்பினான். அதனால் அதைத் துருப்புச் சீட்டாக வைத்து விளையாடத் தீர்மானித்தான் அவன். அந்த நிலம் முழுவதையுமே அவன் அவர் களுக்கு விற்றுவிடுவான்; அதோடு கூடுதல் போனஸாக அதிலிருக்கும் ஜீப் உள்ளிட்ட எல்லாப் பொருட்களையும் கூடக் கொடுத்துவிடுவான். அது கிராமவாசிகளை மிக அதிகமாக ஈர்த்துவிடும். அவன் இப்போது மகிழ்ச்சியடைந்திருந்தான். அவர்களை இணங்க வைக்க மிகச் சரியான ஒரு விஷயம் கிடைத்துவிட்டதாக நம்பினான். அதற்குப் பிறகு நேரத்தை வீணாக்காமல் குளித்து முடித்து, 'டின்'களிலிருந்த சில உணவுப் பொருட்களைக் கலந்து சாப்பிட்டு முடித்துவிட்டு கிராமத்தை நோக்கிச் சென்றான். அப்போது கிட்டத்தட்ட மாலைப்பொழுதாகி விட்டிருந்தாலும் அவன் அதைப் பற்றிக் கவலைப்படவில்லை.

அவன் கிராமத்தை அடைந்தபோது அந்தக் கிராமவாசிகள் அப்போதுதான் தங்கள் வயல் வேலைகளிலிருந்து திரும்பி வந்திருந் தார்கள். சம்பிரதாயமான முகமன் சொல்லி முடித்த பின் 'காவ்பாரோ'வின் வீட்டுக்குச் சென்றான். அவன் தன்னிடம் கமாண்டரால் தரப்பட்ட விலைமதிப்பற்ற பொக்கிஷம் போன்ற ஆவணத்தைப் பிரித்துக் காட்டித் தன் மனதிலிருப்பதைக் கிராமத்து ஆட்களிடம் விளக்கமாகச் சொன்னான். முதலில் அவர்கள் அதை அவ்வளவாகக் கண்டுகொள்ளவில்லை. அந்தத் துண்டுச் சீட்டில் தனக்குச் சொந்தமானவையாக 'அவை எழுதப்பட்டிருக்கின்றன' என்று போக்கன்மாங்க் கூறுவதில் எந்த அளவுக்கு உண்மையிருக்கும் என்றுகூட அவர்களில் சிலர் சந்தேகப்பட ஆரம்பித்திருந்தனர். ஆனால் அந்தக் கூட்டத்தில் ஏழாவது வகுப்பு படித்துக் கொண்டிருந்த 'காவ்பாரோ'வி்ன் மகனும் இருந்ததால், அந்தச் சீட்டை வாசித்துப் பார்த்து அதிலுள்ளதைத் தங்களுக்கு மொழிபெயர்த்துச் சொல்லு மாறு அவர்கள் கேட்டுக்கொண்டனர். அவன் ஆங்கிலத்தில் அந்த அளவுக்குத் தேர்ச்சி பெற்றவனில்லை என்றாலும் அதை வெளிப் படுத்திக் கொள்ள விரும்பவில்லை. அதனால் 'ஏர்ஃபீல்ட்' (விமான தளம்) என்ற வார்த்தையை மட்டும் அதில் தேடிப்பார்த்தான். தன் மொழிபெயர்ப்புக்கு அதுவே நம்பகத்தன்மை சேர்க்குமென்பது அவனது எண்ணம். ஆவணத்தின் மூன்று இடங்களில் அந்தப் பெயர் இருப்பதைக் கண்ட அவன் மகிழ்ச்சியடைந்தான். போக்கன்மாங்க் கூறுவது உண்மைதான் என்று அவன் விவசாயி களிடம் சொல்லிவிட, போக்கன்மாங்கும் நிம்மதிப்பெருமூச்சு விட்டான்.

இப்போது தீவிரமாக முண்டியடிக்கத் தொடங்கிய கிராம வாசிகள், நீண்ட ஆலோசனைக்குப் பிறகு அந்த விமான தளத்தைக் கூட்டாக வாங்கிக் கொள்ளலாமென்றும், பிற்பாடு அதைப் பிரித்துக் கொள்ளலாமென்றும் முடிவு செய்தனர். நிலத்திலுள்ள மற்ற பொருட்கள் மீது அவர்களுக்கு நாட்டமில்லையென்றாலும் அவற்றையும் அவர்கள் சொந்தமாக்கிக் கொள்ளலாம் என்று மட்டும் சொல்லி அப்படியே விட்டுவிட்டான் போக்கன்மாங்க். நிலத்தின் விலை குறித்த அவர்களது விவாதம் இரவு வரை நீண்டு கொண்டே போயிற்று. போகன்மாங்க் எதிர்பார்க்கும் தொகை, மிக அதிகம் என்றார் ‘காவ்பாரோ’. அந்த விமான தளம் அவர்களது கிராமத்துக்குப் பக்கத்திலும் நெடுஞ்சாலைக்கு அருகிலும் இருப்பதால் அதை வாங்குவது அவர்களுக்கு லாபம்தான் என்று பதிலளித்தான் அவன். முன்கூட்டியே திட்டமிடாவிட்டாலும் அவர்களுக்கான இரவு உணவை ‘காவ்பாரோ’வின் மனைவி தயாரித்துவிட, உணவை உண்டபடியும், எண்ணற்ற கோப்பைகள் கறுப்புத் தேநீர் அருந்தியும் அவர்கள் தொடர்ந்து விவாதித்துக் கொண்டே போனார்கள். முதல் கோழி கூவிய அந்த அதிகாலைப் பொழுதில் ‘காவ்பாரோ’ முடிவாக ஒரு தொகையைச் சொல்ல, போக்கன் மாங்கும் சற்றுத் தயக்கம் காட்டுவது போல பாவனை செய்தபடி அதற்கு ஒத்துக் கொண்டான். உண்மையில் தனக்குச் சொந்தமே இல்லாத ஒரு நிலத்துக்கு இனிமேல் ஒரு போதும் பார்க்கவே போவதில்லை என்று அவன் நம்பும் ஒரு இடத்துக்கு ஐநூறு ரூபாய் கிடைக்கப்போவதை நினைத்தால் உள்ளூர அவனுக்குமே பெருமிதமாகத்தான் இருந்தது. பிறகு ஒரு சில மணிநேரம் அந்தக் கூட்டத்தினர் அப்படியே உறங்கிப் போயினர். பொழுது நன்றாக விடிந்து மற்றவர்கள் தங்கள் வீடுகளுக்குத் திரும்பிச் சென்ற பிறகு கிராம நிதியிலிருந்து பணத்தை எடுத்து வந்து எண்ணிக் கொடுத்தார் ‘காவ்பாரோ’. அவலும் வெல்லமும் கலந்த அருமை யான சிற்றுண்டியையும், பாலும், சீனியும் சேர்த்த ஆவிபறக்கும் தேநீரையும் போக்கன்மாங்க்குக்குப் பரிமாறினார்கள். பணத்தைப் பையில் போட்டுக் கொண்டு வீட்டிலிருந்து வெளியேறிய அவன், மீண்டும் முன்போலவே அறிமுகமில்லாத ஏதோ ஓர் இடத்தை நோக்கிக் கிளம்பினான்.

கிராமவாசிகள், நிலத்தைத் தங்களுக்குள் பங்கு பிரித்துக் கொள்ளவும், அதைத் தோண்டவும் முற்பட்டபோதுதான் சிக்கல் தொடங்கியது. முதல் ஒரு வாரம் அவர்கள் என்ன செய்கிறார் களென்பதை யாரும் கவனித்திருக்கவில்லை. திடீரென்று ஒருநாள், அதிகாரி போலத் தோற்றமளித்த ஒருவர் ‘காவ்பாரோ’வின் வீட்டுக்கு வந்து கேள்வி கேட்கத் தொடங்கினார். முகாமின்

கமாண்டர் எழுதிக் கொடுத்த துண்டுச்சீட்டை அவரிடம் காட்டிய அவர்கள் போக்கன்மாங்க் என்ற பெயர் கொண்ட சிறுவனிடமிருந்து அந்த விமான தளத்தை விலைக்கு வாங்கியதாகக் கூறினர்.

"அவன் எங்கே" என்று அவர் கேட்டபோது எவரிடமும் அதற்கான பதில் இல்லை. அந்தச் சிறுவன் எங்கிருந்து வந்தான் என்றோ, எங்கே போய்க் கொண்டிருக்கிறான் என்றோ கேட்க வேண்டுமென்று யாருக்குமே தோன்றவில்லை. அந்த ஆவணத்தைப் படித்த அதிகாரி சிரிக்கத் தொடங்கிவிட்டார். அந்தக் கிராமவாசிகள் எல்லோருமே உண்மையில் முட்டாள்கள்தான். காரணம் விமான தளம், அதை விற்றவனுக்கு ஒருபோதும் சொந்தமானதாக இல்லை யென்பதை அவர் தெளிவுபடுத்தினார். வெட்கத்தோடும், துக்கத்தோடும் தலையைத் தொங்கவிட்டபடி, தங்களிடம் அந்த விமான தளத்தை விற்றுவிட்டுப் போன சிறுவனைச் சபிப்பதைத் தவிர அந்தக் கிராமத்தவர்களால் செய்யக்கூடியது வேறேதுமில்லை.

ஒரு கடிதம்

கிராமத்தில் தர்மசங்கடமான ஓர் அமைதி நிலவிக் கொண்டிருந்தது. தலைமறைவாக இருந்தபடி கிராமவாசிகளிடம் மிரட்டிப் பணம் பறித்துக்கொண்டிருக்கும் போராளிகள் அங்கே வந்து சென்றிருந்தார்கள். அந்தக் கிராமத்தின் அருகே நான்கு சக்கர வாகனங்கள் செல்வதற்கான சாலை அமைக்கும் முதல் கட்ட சீரமைப்பு வேலையில் ஈடுபட்டு கிராமத்தவர்கள் பாடுபட்டுச் சம்பாதித்த பணம் அது. எல்லைப் பகுதிகளில் சாலை அமைப்பதற்கான நிறுவனத்தால் (பி.ஆர்.ஓ) அவர்களுக்கு அந்த வேலை ஒதுக்கப்பட்டிருந்தது. நிறைய ஆதரவு திரட்டியும், கடுமையான பேச்சுவார்த்தைகள் நடத்தியும் பல வகையான முயற்சிகள் செய்த பிறகு அவர்களுக்கு அது கிடைத்திருந்தது. அந்த வேலையைக் கிராமத்திலிருப்பவர்களுக்குக் கொடுக்க முதலில் சாலை போடும் நிறுவனம் ஒப்புதலளிக்கவில்லை. சீரமைப்புக்காகத் தோண்டும் வேலைகளைச் செய்யப் போதுமான ஆட்கள் தங்கள் வசமே இருப்பதாகத்தான் அது தெரிவித்தது. ஆனால் கிராமவாசிகள் அதை ஒத்துக்கொள்ளவில்லை. தங்கள் நிலத்தின் வழியாகச் சாலை போடப்படுவதால், வழித் தடத்தை சரியாக வரையறை செய்ய வேண்டுமென்றால் நிலச் சொந்தக்காரர்களுக்கும் அதில் பங்கு இருந்தாக வேண்டுமென்று அவர்கள் வாதிட்டனர்; அவ்வாறு செய்யாவிட்டால் பக்கத்து கிராமத்தையும் ஒருவேளை சாலை ஆக்கிரமித்துவிடும், அது தேவையில்லாத வேறு சிக்கல்களுக்கே வழி செய்து தந்துவிடும் என்றனர். எனவே ஒரு வழியாக அவர்களுக்கே காண்ட்ராக்ட் தரப்பட்டது; அவர்களும் இரண்டு நாட்களுக்கு முன்பாகவே வேலையை முடித்துவிட்டிருந்தார்கள். அந்த வேலையைச் செய்தவர்கள், தங்களுக்குக் கிடைக்கும் பணத்தைக்

கொண்டு என்னவெல்லாம் செய்யலாம் என்று வெவ்வேறு விதமாகத் திட்டம் போட்டு வைத்திருந்தார்கள். ஒரு சிலர் தங்கள் வீடுகளுக்கு உலோகக் கூரை போட விரும்பினர்; வேறு சிலர் தங்கள் நிலங்களை உழுவதற்கு ஜோடிக் காளைகளை வாங்க ஆயத்தம் செய்யத் தொடங்கியிருந்தனர். தன் வீட்டுத் தரையை மராமத்து செய்வதற்காக அடுத்த வீட்டிலிருந்து மரப்பலகைகளை முன்கூட்டியே ஒருவன் கடன் வாங்கியிருந்தான். பி.ஆர்.ஓ தனக்குக் கூலி தந்த பிறகு அந்தக் கடனை அடைப்பதாகச் சொல்லியிருந் தான்.

தலைமறைவாக இருப்பவர்களின் துப்பறியும் திறமைக்கு முன்பு கிராமவாசிகள் போட்ட கணக்கெல்லாம் ஜெயிக்க முடியாமல் போயிற்று.

சம்பள நாளன்று மாலையிலேயே முகம் தெரியாத சில தலைமறைவு மனிதர்கள் கிராமத்திற்குள் நுழைந்தார்கள். தங்களைக் கிராமத்தலைவரின் வீட்டுக்கு அழைத்துச் செல்லும்படி மக்களை மிரட்டினார்கள். அங்கே வைத்துத் தங்கள் கோரிக்கையையும் சொன்னார்கள். சாலைப் பணியில் யாரெல்லாம் ஈடுபட்டிருந் தார்களோ அவர்களது பெயர்களையெல்லாம் வாசித்து சரிபார்த்த போது, ஒரு மனிதன் மட்டும் விடுபட்டுப் போயிருப்பதைப் பார்த் தார்கள். உளுத்துப்போயிருந்த தன் வீட்டுத் தரையைச் சரிசெய்வ தற்காக மரம் வாங்கி அதை அளவாக அறுத்துக் கொண்டிருந்த அதே மனிதன்தான் அவன். தங்களுக்கு முன்னால் அவனை இழுத்துவரச் செய்து, தங்கள் அழைப்பை மதிக்காமல் இருந்ததற்காகத் தகாத சொற்களால் அவனை அவர்கள் கண்டபடி திட்டினார்கள். தாங்கள் பாடுபட்டுச் சம்பாதித்த பணத்துக்குப் போட்டு வைத்திருந்த திட்டமெல்லாம் வீணாகத்தான் போகப்போகிறது என்பதைக் கிராம மக்கள் உடனே புரிந்துகொண்டனர். 'காட்டிலிருந்து வந்திருக்கும் முரட்டுத் தோற்றம் கொண்ட அந்த மனிதர்கள், இரவு நேரத்தில் கிராமத்திற்கு வந்திருப்பது ஒரே ஒரு நோக்கத்துடன் மட்டும்தான். தலைமறைவு அரசாங்கத்தின் பெயரால் தங்களிடமிருந்து திருடுவதுதான் அது. அவர்களை எதிர்த்துப் போராடுவதில் பயன் ஏதுமில்லை. அவர்கள் துப்பாக்கிகளை ஏந்தியிருந்தார்கள். அவர் களோடு மோதுவது மோசமான விளைவுகளையே உண்டாக்கும்'.

'தேசியவாதிகள்' என்று தங்களைச் சொல்லிக் கொள்பவர் களிடமிருந்து வரும் அப்படிப்பட்ட அப்பட்டமான பணப்பறிப்புகள் எளிமையான அந்தக் கிராமவாசிகளுக்குப் புதிதானவை அல்ல. ஆனாலும் இம்முறை அவர்கள் வந்த நேரமும், அவர்களுக்குக் கிடைத்திருந்த துல்லியமான தகவலும்தான் எல்லோரையும்

ஆச்சரியப்படுத்தியது. வேலை பார்த்த ஒவ்வொருவருக்கும் பி.ஆர்.ஓ விடமிருந்து பெற்ற கூலி எவ்வளவு என்பதைக்கூட அவர்கள் தெரிந்து வைத்திருந்தார்கள். இப்போது கிராமத்தலைவரின் முன்னிலையில் ஒவ்வொருவரும் வரியாகக் கொடுத்தாக வேண்டிய தொகையை வரிசையாக வாசிக்க ஆரம்பித்தனர். நெஞ்சம் முழுவதும் மண்டிக்கிடக்கும் வெறுப்போடும் கொலைவெறி கொண்ட கண் களோடும், ஒவ்வொருவரும் தாங்கள் செலுத்த வேண்டிய தொகையை எண்ணிப் பார்த்துத் தலைவர் முன்பு வைத்தனர். ஆனால் ஒரு மனிதன் மட்டும் பணத்தைத் திரும்பத் திரும்ப எண்ணிப் பார்த்துக் கொண்டே இருந்தான். அவ்வாறு பலமுறை செய்தபிறகு தலை மறைவுத் தலைவனிடம் அவன் தன் வேண்டுகோளைச் சொல்ல ஆரம்பித்தான். மரவியாபாரிக்கு அவன் செலுத்த வேண்டிய கடன்பாக்கி இருக்கிறது; மீதமுள்ளதை இவர்களுக்குத் தந்துவிட்டால் இறுதித் தேர்வு எழுதப்போகும் மகனுக்கு அவனால் எதுவும் அனுப்ப முடியாது. தேர்வுக்கான கட்டணத்தை ஒரு வாரத்துக்குள் கட்டியாக வேண்டும். இப்போதைக்குப் பணம் தருவதிலிருந்து தன்னை விட்டு விடுமாறும் சீக்கிரமே அவர்களுக்குத் தந்து விடுவே னென்றும் அவன் அவர்களிடம் சத்தியம் செய்தான்; இல்லை யென்றால் அவனது மகனால் தேர்வு எழுத முடியாமல் போய்விடும். மனைவிக்கு உடல்நலம் இல்லாமல் போய்விட்டதால் அவன் மற்ற வர்களைவிடக் குறைந்த நாட்களே வேலை பார்த்திருக்கிறான்; அதனால் பிறரை விடக் குறைவான தொகைதான் அவனுக்குக் கிடைத்திருக்கிறது. இந்த விஷயங்களையெல்லாம் கூடத் தலை வனிடம் சொல்ல அவன் முயற்சித்தான். ஆனால் அவன் தன் கோரிக்கையை முழுவதுமாய் முடிப்பதற்குள்ளேயே அங்கு வந்திருந்த புரட்சிக்காரர்களில் ஒருவன் தான் உட்கார்ந்திருந்த ஸ்டூலிலிருந்து துள்ளி எழுந்தபடி தன் துப்பாக்கி முனையால் பாவப்பட்ட அந்த மனிதனைத் தாக்கினான்.

"என்ன இது? பரீட்சை... பரீட்சைக்குக் கட்ட வேண்டிய பணம் அது இதுன்னு என்னல்லாமோ சொல்லிக்கிட்டு? அரசாங்கத்துக்கு எதிரான போராட்டத்திலே நாங்க எப்படிப்பட்ட தியாகமெல்லாம் செஞ்சிக்கிட்டிருக்கோம்னு உனக்குத் தெரியாதா? காட்டிலே இருந்தபடி நாங்க எவ்வளவு கஷ்டப்படறோம்? நீ என்னடான்னா நாங்க வரிவசூல் செய்யக்கூடாதுன்னும், அந்தப் பணத்தை வச்சு உன் மகன் பரீட்சை எழுதி இந்திய அரசாங்கத்திலே பெரிய ஆளாகி எங்களையெல்லாம் ஆட்சி செய்யணும்னும் சொல்றே."

'இந்தியா' என்ற பெயரை உச்சரிக்கும்போதே வெளிப்படையான வெறித்தனமான கோபத்தால் அவன் முகபாவம் ஒரு எதிரியை

நேரில் பார்த்த மூர்க்கமான மிருகத்தைப் போல் மாறியது. பகைமையான சூழல்களில் வாழ்ந்து பழகிப்போனதால் விளைந்த சமயோசிதமான வேகத்தோடு விழுந்த மனிதனைச் சற்று வேறுபக்கம் தள்ளிவிட்டார் கிராமத் தலைவர். இல்லாவிட்டால் அடுத்த கணத்திலேயே அங்கே கொலை விழுந்திருக்கக் கூடும். காயப்பட்ட கிராமத்தானிடமிருந்து பணத்தை எடுத்து இன்னும் கோபத்தால் கொதித்துக் கொண்டிருந்த அந்தப் புரட்சிக்கார இளைஞனிடம் தந்தார் கிராமத் தலைவர். உடனடியாக அங்கிருந்து செல்லுமாறும் கேட்டுக் கொண்டார். தலைவர் பேசிய சற்றுக் கடுமையான தொனி, போராளித் தலைவனைப் பாதித்ததாகத் தெரிந்தாலும் அவன் அவரது வேண்டுகோளுக்குப் பணிந்தான்; காரணம் இராணுவக் கண்காணிப்பு நடவடிக்கைகள் பற்றியும் அவர்களது நடமாட்டம் குறித்தும் பல முறை முன்கூட்டியே தகவல் தந்து அவர் அவனைக் காப்பாற்றியிருக்கிறார்.

வேண்டாத விருந்தாளிகளெல்லாம் அங்கிருந்து போன பிறகு காயம்பட்ட மனிதனுக்கு முதலுதவி செய்வதில் ஈடுபட்டார் கிராமத் தலைவர். அவனது முகம் ஏற்கனவே வீங்கிப்போயிருந்தது. வாயிலிருந்தும் மூக்கிலிருந்தும் இரத்தம் வடிந்து கொண்டிருந்தது. தங்களால் முடிந்த வரை அவனைச் சுத்தம் செய்தபின், கிராமத்துக் கம்பவுண்டரிடம் அவனைத் தூக்கிக் கொண்டு சென்றார்கள். இரத்தத்தை நிறுத்துவதற்காக அவனுக்குச் சில மாத்திரைகள் கொடுத்து ஒரு சில நாட்கள் ஓய்வெடுக்குமாறு கூறினார் கம்பவுண்டர். துரதிர்ஷ்டசாலியான அந்த மனிதனின் நிலையை உணர்ந்து கொண்ட கிராமத் தலைவர் அவனுக்குக் கொஞ்சம் பணத்தைக் கடனாகத் தந்தார். பக்கத்து டவுனில் படித்துக் கொண்டிருந்த மகனின் தேர்வுச் செலவுக்கு உதவும் வகையில் அது அவனுக்கு அனுப்பி வைக்கப்பட்டது. அப்போதைக்கு உடனடியாக ஏற்பட இருந்த அபாயம் தவிர்க்கப்பட்டுவிட்டாலும், தங்கள் கிராமப் பகுதிக்குள் தலைமறைவு சக்திகளின் நடமாட்டம் இருப்பதில் எல்லோருமே கவலையோடுதான் இருந்தனர். தலைமறைவு இயக்கத்தில் அதற்குத் தொடர்பில்லாத மோசமான பலரும் ஊடுருவியிருப்பதாகப் பிறகு ஒரு செய்தி கசிந்தது. எளிமையான கிராம மக்களையும், நகரத்தில் இருப்பவர்களையும் அவர்கள் ஒரே மாதிரிதான் சித்திரவதை செய்கிறார்கள் என்றும் 'தலைமறைவு அரசாங்கம்' என்ற பெயரில் வரிவசூல் செய்து கொண்டு அந்தப் பணத்தைக் குடிப்பதற்கும், வேறு பல போதைகளுக்கும் பயன் படுத்திக் கொள்கிறார்கள் என்றும் தகவல்கள் வந்தன. அப்படிப்பட்ட ஆட்கள் 'மேலிட'த்தால் எப்படித் தண்டிக்கப்படுகிறார்கள் என்ற

கதைகளும் கூடத்தான். அவர்களது கைகளும் கால்களும் கட்டப்பட்ட நிலையில் நேருக்கு நேராகவே அவர்கள் சுடப்பட்டு வந்தார்கள். ஆனால் அந்தத் துரோகிகளின் கதி என்ன ஆயிற்று என்பதெல்லாம் கிராமத்திலிருப்பவர்களுக்கு ஒரு பொருட்டாகவே இல்லை. விதவிதமான இத்தகைய தலைமறைவு சக்திகளை மட்டு மல்லாமல் அரசாங்க ஏஜண்டுகளையும் இந்திய இராணுவத்தையும் கூடத் தாங்கள் சமாளிக்க வேண்டியிருக்கும் என்பதை அவர்கள் அறிந்திருந்தார்கள்.

பொதுவாகவே அந்தக் கிராம மக்கள் சாதுவான குணம் உள்ளவர்கள்தான். மேலிருக்கும் அரசாங்கம், தலைமறைவு அரசாங்கம் ஆகிய இரண்டோடும் எந்தச் சிக்கலும் ஏற்படாமல் தவிர்ப்பதற்கே அவர்கள் பெரிதும் முயன்றார்கள். கறிகாய், அரிசி முதலிய சாமான்களை வாங்க எப்போதாவது கிராமத்துக்கு வரும் இராணுவ நபர்களோடும் அவர்கள் இணக்கமான உறவையே பேணி வந்தார்கள். ஆனால் குறிப்பிட்ட இந்த நிகழ்ச்சி, அவர்கள் உள்ளத்தில் நீறு பூத்த நெருப்பாக இருந்த கோபத்தை மீண்டும் தூண்டிவிட்டது போலிருந்தது. இரண்டு மூன்று பேர்களாகக் கூடிக்கூடிப் பல நாட்கள் தங்கள் மனக்குறைகளைப் பேசிக் கொண் டார்கள். வீட்டில் இருந்தாலும், வயல்வெளியிலோ, தோட்டத்திலோ எங்கே இருந்தாலும் பல ஆண்டுகளாகத் தங்களுக்கு இழைக்கப்பட்டு வரும் அநீதிகளைக் குறித்த மனக்கசப்பாலும், கோபத்தாலுமே அவர்களது மனங்கள் நிரம்பியிருந்தன. நாகாலாந்தின் திரைமறைவு அரசியலில் காய் நகர்த்தி விளையாடும் பல வகையான நபர்கள் நாகர் சமூகத்தையே பெரும் அராஜாகத்தில் மூழ்கடித்திருந்தனர். ஏதோ கண்ணுக்குத் தெரியாத ஒரு சக்தியால் இயக்கப்பட்டதைப் போல ஒருநாள் மாலை அவர்கள் அனைவரும் கிராமத்தலைவரின் வீட்டில் குவிந்தனர். காரசாரமான விவாதங்கள் தொடங்கின. வயதில் மூத்தவர்கள் மிகவும் எச்சரிக்கை உணர்வோடு இருந்ததால் கட்டுப்பாட்டோடு இருக்குமாறு எல்லோரிடமும் வேண்டினர். ஆனால் இளைஞர்களோ தங்களுக்கு எதிரான சக்திகளுக்குத் தக்க பதிலடி தர வேண்டும் என்றனர். தங்களை அவமரியாதையாக நடத்துபவர்களுக்கும், தங்களிடமிருந்து சுரண்டுபவர்களுக்கும் எதிராகச் செயல்பட வேண்டுமென்று வலியுறுத்தினர். விவாதம் காலைவரை நீண்டு கொண்டே சென்றது. கோபத்தோடு இருந்த இளைஞர்களின் வேகத்திற்கும், அவர்கள் கொண்டிருந்த கசப் புணர்ச்சிக்கும் முன்னால் பெரியவர்களின் குரல்கள் எடுபட வில்லை.

தலைமறைவு நபர்களுக்கு வரி கொடுப்பதில்லை என்றும், சம்பளம் பெறாமல் அரசாங்கத்துக்கு வேலை செய்வதில்லை என்றும், இராணுவச் சிப்பாய்களுக்குத் தங்கள் விளைபொருட்களை விற்பனை செய்ய மறுப்புக் காட்டுவதென்றும் இறுதியில் கிராம சபை முடிவு செய்தது. அந்தத் தீர்மானம், இளைஞர்களின் கோபத்தை ஓரளவு தணிக்க உதவியதென்று சொல்ல வேண்டும். விடியற்காலையில் முதல் சேவல் கூவிய பிறகு, கூட்டம் கலைந்து அவரவர் வீடுகளுக்குத் திரும்பிச் சென்றனர். மறைந்திருக்கும் எந்தப் பகைமை உணர்வையும் எந்த வகையிலும் தூண்டிவிட வேண்டாம் என்று பெரியவர்கள் இளைஞர்களை இறுதிவரை எச்சரித்துக் கொண்டே இருந்தனர்.

வெளித்தோற்றத்தில் பார்க்கும்போது கிராமத்தில் அமைதி திரும்பி விட்டதைப் போலத் தோன்றினாலும், துரதிர்ஷ்டம் பிடித்த அந்த மனிதனின் மீது நடத்தப்பட்ட தாக்குதல், பெண்களாலும் கூடக் கடுமையாகவே விமர்சிக்கப்பட்டு வந்தது. தனியாக இருக்கும் நேரங்களில் தங்கள் குடும்பத்து ஆண்களை அவர்கள் 'பெண்கள்' என்றே பழித்தனர்; மறைமுகமான வார்த்தைகளால் கேவலப் படுத்தினர்; அருவருப்பும் ஆபாசமுமான பாடல்களாலும் அவர்களது ஆண்மையற்ற நடவடிக்கைகளைச் சுட்டிக்காட்டிக் கொண்டிருந்தனர். வீட்டிலிருந்த ஆண்களாலும் இந்தப் போக்கைத் தடுக்க முடியவில்லை; தாங்கள் கோழையாகி விட்டோமென்பதை வெகுகாலம் முன்பே மனதளவில் அவர்களும் உணர்ந்துதான் இருந்தனர். ஆனால் இப்படி பட்ட உணர்ச்சிபூர்வமான எழுச்சிகளெல்லாம் அன்றாட வாழ்க்கை யதார்த்தத்துக்கு முன்னால் நிறம் மழுங்கிப் போக, கிராமம் தன் பழைய சாந்தமான சராசரி நிலைக்கு மீண்டும் திரும்பிவிட்டது.

அந்த அமைதி அதிக நாள் நீடிக்கவில்லை; அவர்கள் சற்றும் எதிர்பார்க்காத நேரத்தில் தவிர்க்க முடியாத ஒரு சம்பவம் நிகழ்ந்து விட்டது.

கிராமத் தலைவரின் வீட்டுக்கு வழி கேட்டபடி அங்கே வந்த ஆயுதம் தாங்கிய ஒரு மனிதனின் வருகையோடு அது தொடங்கியது. எந்த மூதாட்டியிடம் அவன் வழி கேட்டானோ அவள், தான் இருந்த இடத்திலேயே நிலைகுத்திப் போய் நின்றுவிட்டாள். அப்போதுதான் அவள் தன் மகன் வீட்டிலிருந்து வெளியே வந்திருந்தாள். உடம்பு முடியாமல் இருக்கும் தன் பேரக் குழந்தைக்குப் பிரத்தியேகமான ஏதோ ஒரு சாப்பாட்டைத் தருவதற்காக அங்கே வந்திருந்தாள் அவள். தோற்றத்தில் வயதானவளாகவும், கிராமத்தில் தற்போது நடந்து கொண்டிருக்கும் சம்பவங்களைப் பற்றி அறியாத வளைப் போலவும் காணப்பட்டாலும் கிளர்ச்சி இயக்கம் உச்ச

கட்டத்தில் இருந்தபோது கூட்டம் கூட்டமாக ஒதுக்கப்பட்டிருந்தவர்களின் குழுவில் அவளும் இருந்திருக்கிறாள்; இராணுவத்தினரால் அடி உதையும் வாங்கியிருக்கிறாள். தலைமறைவு சக்திகளின் ஆதரவாளர்களாகக் கருதப்பட்டு சித்திரவதைகளுக்கு ஆளாகும் மனிதர்களையும் நேரே பார்த்திருக்கிறாள். இந்திய இராணுவத்துக்கு உளவாளியாகவும், வழிகாட்டியாகவும் செயல்பட்டானென்று குற்றம் சாட்டி அவள் கணவனைக் கடத்திச் சென்ற தலைமறைவு சக்திகள் தொடர்ந்து அவனைக் கொன்று போட்ட கொடும் நிகழ்வையும் அவள் கடந்து வந்திருக்கிறாள்.

ஆனால் குறிப்பிட்ட இந்தக் கணம் தெய்வாதீனமாக வாய்த்தது போலிருந்தது; காரணம் அவன் அணிந்திருந்த வித்தியாசமான சீருடையையும் அடர்த்தியில்லாத தாடியையும் மீறிக் கொண்டு, அவன் தன் கணவனைக் கடத்தியவர்களில் ஒருவன்தான் என்பதை அவள் அடையாளம் கண்டு கொண்டு விட்டாள். கிட்டப்பார்வை உள்ளவளைப் போலக் கண்களைச் சுருக்கிக் கொண்டு, முடிந்தவரை குரலைத் தாழ்த்திக்கொண்டு. தலைவர் வீட்டுக்குப் போகும் வழியைக் காட்டாமல் கிராமத்து இளைஞர் கூட்டத்திலிருக்கும் ஒருவன் வீட்டுக்குச் செல்லும் வழியை அவனுக்குக் காட்டிவிட்டாள் அவள்.

அவன் கிளம்பிப்போன பிறகு, மீண்டும் மகன் வீட்டுக்குள் திரும்பிச் சென்று, தான் செய்ததை அவனிடம் தெரிவித்தாள் அவள். அவன் உடனே தன் சால்வையையும் ‘தாவோ’வையும் (‘தாவோ’ நாகரின மக்கள் பயன்படுத்தும் மரப்பிடியுள்ள கத்தி) எடுத்துக் கொண்டு தங்கள் குழுவினரை ஒன்று சேர்ப்பதற்காக நண்பனின் வீட்டை நோக்கி வேகமாக ஓடினான். பிறகு தலைமறைவுப் படையினரால் விதிக்கப்பட்டிருந்த ‘அவசர கால வரி’யை வசூல் செய்து தராவிட்டால் எந்த வீட்டுக்காரரையும், அவரது குடும்பத்தாரையும், அதை எதிர்க்கும் அனைவரையும் கொன்று விடுவதாக அந்த முகம் தெரியாத மனிதன் துப்பாக்கியால் மிரட்டிக் கொண்டிருந்தானோ அந்த வீட்டை நோக்கி ஏழு இளைஞர்கள் அடங்கிய குழு அணிவகுத்துச் சென்றது. பேசிக் கொண்டிருந்ததை முடிப்பதற்குள் கிராமத்தார் அடங்கிய கூட்டம் தன்னைச் சூழ்ந்து கொண்டிருப்பதை அந்தப் போராளி உணர்ந்துகொண்டான். கையில் துப்பாக்கி ஏந்தியிருந்தாலும் அவனுக்குப் பெரும் பயம் பிடித்துக் கொண்டது. தைரியமாக இருப்பது போல் காட்டிக் கொள்ள முயன்றபடி “யார் நீங்க? இங்கே எதுக்கு இப்படிக் கூட்டமாக வந்திருக்கீங்க?”

தன் உயரத்தின் காரணமாக 'நீளக் காலன்' என்று அழைக்கப் பட்ட ஒருவன், அந்தக் கூட்டத்திலிருந்து அவனுக்குப் பதிலளித்தான்.

"அது, நாங்க உன்கிட்டே கேக்க வேண்டிய கேள்வி"

இவ்வாறு சொல்லிக் கொண்டே அந்த அறிமுகமில்லாத மனிதனை நெருங்கினான் அவன். தன்னைச் சுற்றிச் சூழ்ந்திருக்கும் பாதுகாப்பற்ற சூழலால் பெரிதும் பயந்து போன அந்த மனிதன், தன் துப்பாக்கியின் விசையை அழுத்தினான். அதிர்ஷ்டவசமாக அதிலிருந்த குண்டு, அங்கிருந்த ஒரு கிராமத்தானைத் தாண்டிச் சென்றுவிட்டது; எவருக்கும் காயம் ஏற்படவில்லை. துப்பாக்கி வெடிச் சத்தம் மேலும் பல கிராமவாசிகளையும் வீட்டிலிருந்து வெளியே வரவைத்தது.

ஆரம்பத்தில் அவர்கள் மிகவும் எச்சரிக்கையாகத்தான் இருந் தார்கள். ஆனால் ஒரே ஒரு தலைமறைவுப் போராளி மட்டும்தான் அங்கே இருக்கிறான் என்ற செய்தி பரவியதும் பூசல் நடந்து கொண்டிருந்த இடத்துக்கு எல்லோருமே வரத் தொடங்கிவிட்டனர். வாட்டசாட்டமான பல மனிதர்கள் தன்னைச் சூழ்ந்து கொண்டி ருப்பதைப் பார்த்ததும் அவன் தப்பி ஓட முயற்சித்தான்; ஆனால் அங்கிருந்த மனிதச் சுவர் அவனைத் தடுத்து நிறுத்திவிட்டது. அவனை அடிக்க ஆரம்பித்தது யாரென்பது எவருக்கும் உறுதியாகத் தெரியவில்லை. ஆனால் அவன் தன் சுயநினைவை இழந்து இரத்தக் குவியலாகத் தரையில் சரியும் வரை, பல நிமிடங்கள் அவனை அடிப்பது தொடர்ந்துகொண்டே இருந்தது. சூழலின் கடுமையை உணர்ந்து கொண்ட மற்ற கிராமத்தவர்கள், இரத்தப் பெருக்குடன் அசையாமல் கிடந்த அந்த மனிதனையும், கோபக்கார கிராமத்து இளைஞர்களையும் விட்டு விலகிச் சென்றனர்.

சம்பவம் நடந்த வீட்டின் சொந்தக்காரருக்கு நடந்து முடிந்த நிகழ்ச்சிகளின் விளைவுகள் பற்றிய குழப்பம் கலந்த பயம் இப்போது பற்றிக் கொண்டது. 'தன் வீட்டிலிருந்து எத்தனை தூரம் தள்ளி அந்த உடலைக் கொண்டு போக முடியுமோ அந்த அளவு அதைக் கொண்டு செல்லுமாறும் உடனே அதை அகற்றி விடுமாறும் அவர் அவர்களைக் கெஞ்சிக் கேட்டுக்கொண்டார்.'

இப்போது இளைஞர் கூட்டத்தின் தலைவனாகிவிட்டிருந்த 'நீளக்காலன்', கீழே விழுந்து கிடந்த மனிதனைத் தூக்கி வருமாறு மற்றவர்களிடம் சொன்னான். தன்னைப் பின்தொடர்ந்து வரச் சொல்லியபடி கிராமத்திலிருந்து ஒரு காட்டுப்பாதையை நோக்கி அவர்களை நடத்திக் கொண்டு போனான். சிறிய பள்ளத்தாக்கு போன்ற இடத்துக்கு இட்டுச் சென்றது அந்தப் பாதை. மரத்திலிருந்து

தவறி விழுந்து கற்பாறைகளில் மோதி இறந்துபோன யாரோ ஒரு மனிதனின் ஆவி அங்கே சுற்றிக் கொண்டிருப்பதாக நம்பப்பட்டு வந்தது. பொழுது இருட்டிக்கொண்டு வந்த அப்படி ஒரு நேரத்தில் இப்படிப்பட்ட தீமை நிறைந்த இடத்தில் இருப்பது அபாயகரமானது என்று மற்றவர்கள் எதிர்ப்புக் காட்டியபோதும் ‘நீளக்காலன்’ தொடர்ந்து போய்க்கொண்டே இருந்தான். பாதையில் மண்டிக் கிடந்த புதர்களைத் தன் கையிலிருந்த ‘தாவோ’வால் அகற்றிவிட்டபடி அவன் சென்று கொண்டிருந்தன். மிகுந்த வெறுப்போடும், எரிச்சலோடும் பெரும்பாடுபட்ட பிறகு தங்கள் சுமையைத் தூக்கி வந்த அவர்கள், குன்றின் உச்சியை அடைந்தார்கள்.

இன்னும் கூட லேசாக மூச்சுவிட்டுக்கொண்டிருந்த அந்த மனிதனை அப்படியே போட்டுவிட்டு சற்று ஓய்வெடுப்பதற்காக அவர்கள் வெட்டவெளியில் உட்கார்ந்தார்கள். முதலில் தங்களுக்கு நடுவே காய்ந்த விறகுகளையும், சுள்ளிகளையும் போட்டுக் குளிர் காய்வதற்காக தீ மூட்டிக் கொண்டார்கள். அசையாமல் கிடக்கும் அந்த உடலுக்கு அடுத்து என்ன நேர இருக்கிறது என்பது எல்லோருக்குமே தெரிந்துதான் இருந்தது; ஆனால் ஒவ்வொருவர் மனதிலும் மேலோங்கி இருந்த கேள்வி இதுதான்.

‘அது எப்படி நடக்கப்போகிறது, அதற்குப் பிறகு அவர்கள் என்ன செய்ய வேண்டும்’ என்பதுதான். ‘நீளக் கால’னின் மனதிலுமே கூட அந்தக் கேள்விதான் ஓடிக்கொண்டிருந்தது.

தரையில் கண்பதித்தபடி அந்த உடலைச் சுற்றிச்சுற்றி வந்து கொண்டிருந்தான் அவன். இனிமேலும் காலம் தாழ்த்திக் கொண்டிருப்பது அவர்களுக்கு அதிகமான சிக்கல்களையே உண்டாக்கக் கூடும் என்று உணர்ந்து கொண்ட அவன், எல்லோரிடத்திலும் ஒரு கேள்வியை வைத்தான்.

‘அந்த மனிதனை அப்படியே சாக விட்டுவிடுவதா அல்லது மலை உச்சியிலிருந்து அவனை உருட்டிவிடுவதா’ என்பதுதான் அது. பதில் எல்லோரிடமிருந்தும் ஒரே மாதிரி வந்தது. ‘மலை முகட்டிலிருந்து அவனை வீசி எறிந்துவிட வேண்டும்’.

பிறகு அவனது துப்பாக்கியை என்ன செய்வது? அதற்கும் அவர்கள் பதில் வைத்திருந்தார்கள். தங்கள் முடிவை அவர்கள் செயல்படுத்த முனைந்தபோது ‘நீளக்காலன்’ இவ்வாறு குரல் கொடுத்தான்.

“கொஞ்சம் பொறுங்கள். குறைந்தபட்சம் அவன் யார் என்றாவது தெரிந்து கொள்வோம்”

அந்த உடலை மீண்டும் அவர்கள் இறக்கிவைத்தார்கள். அந்த அந்நியனின் சட்டைப்பைகளுக்குள்ளும், கால்சராய்ப் பைக்குள்ளும் கைவிட்டுக் குடைந்த 'நீளக்காலன்', நனைந்து கிடந்த குறைந்த அளவு மதிப்புக் கொண்ட சில ரூபாய் நோட்டுகளை அவற்றிலிருந்து உருவியெடுத்தான். எழுத்துக்கள் சிதைந்துபோய் உருத்தெரியாமல் இருந்த ஒரு அடையாள அட்டையும், பக்கத்து டவுனிலுள்ள தபால் பெட்டி எண்ணுக்கு எழுதப்பட்டிருந்த ஒரு கடிதமும் கூட அதில் இருந்தன. அவனது பாக்கெட்டுகளையெல்லாம் காலி செய்த பிறகு–ஒரு காலத்தில் மனிதனாக இருந்து இப்போது இரத்தச் சகதியாக இருக்கும் அந்த உடலை மீண்டும் தூக்கி எடுத்த அவர்கள் மூன்று வரை எண்ணிவிட்டுப் பிறகு அதற்கான இறுதி ஓய்விடத்தில் அதைத் தூக்கி வீசி எறிந்தார்கள். அவனைத் தொடர்ந்து அவன் வைத்திருந்த துப்பாக்கியும் தூக்கி எறியப்பட்டது. அந்த வேலை முடிந்து எல்லோரும் மறுபடியும் கீழே உட்கார்ந்து கொண்ட பிறகு 'நீளக்காலன்', பாக்கெட்டிலிருந்து எடுத்த ஒவ்வொரு துண்டுத் தாளையும் கவனமாகப் பரிசீலித்தான். ரூபாய் நோட்டுக் களை எண்ணியபோது சரியாக நாற்பத்தொன்பது ரூபாய் இருந்தது. அடையாள அட்டையைப் படிக்கவே முடியவில்லை. கடிதம் போல இருந்த இன்னொரு துண்டுச் சீட்டும் அப்படித்தான் இருந்தது. பிறகு தபால்பெட்டி எண்ணோடு இருந்த மற்றொரு கடிதத்தை அவன் படிக்கத் தொடங்கினான். தொடர்ந்து அதைப்படித்துக் கொண்டே சென்றபோது அவன் முகம் மாறியது. ஏதோ கனமான ஒரு பொருளால் தாக்கப்பட்டது போல நிலத்தில் சரிந்தான் அவன். அவனோடு கூட வந்தவர்கள் உடலளவில் களைத்துப்போய், உணர்ச்சிகள் வடிந்து வற்றிப் போன நிலையில் இருந்ததால் 'நீளக்கால'னின் நடவடிக்கையில் ஏற்பட்ட திடீர் மாற்றத்தைக் காணத் தவறிவிட்டார்கள். வானில் படர்ந்து கொண்டுவந்த இருட்டும் அதற்கு உதவிசெய்தது. அந்தக் குழுவினர் அனைவருமே ஏதோ ஸ்தம்பித்துப் போனதைப் போலக் காணப்பட்டனர்.

முதலில் தன்னைச் சுதாரித்துக் கொண்டவன் 'நீலக் காலன்'தான். இறந்த மனிதனின் பாக்கெட்டிலிருந்து எடுக்கப்பட்ட எல்லாவற்றையும் பொறுக்கியெடுத்து அணைந்து கொண்டிருக்கும் நிலையிலிருந்த குளிர்காயும் தீக்குள் போட்டான் அவன். அந்தப் பேப்பர் சுருள் நெருப்பில் விழுந்து கருகிப் புகையாவதைக் குழு வினர் பார்த்துக் கொண்டிருந்தனர். அவர்கள் ஒவ்வொருவருக்கும் தங்கள் தோள்களிலிருந்து பெருஞ்சுமை ஒன்று இறக்கப்பட்டது போன்ற உணர்வு ஏற்பட்டது. முகம் தெரியாத அந்த மனிதனுக்கு என்ன நேர்ந்தது என்பதை ஒருபோதும் வெளிப்படுத்த மாட்டோம்

என்று சபதம் ஏற்றபின் அவர்கள் கிராமத்தை நோக்கி நடக்க ஆரம்பித்தனர். மூங்கில் மற்றும் நாணலால் செய்யப்பட்ட கொள்ளிக் கட்டைகளின் வெளிச்சத்தைக் கொண்டு அவர்கள் இருட்டைக் கடந்து கொண்டிருந்தனர்.

அந்தக் கடிதம் மட்டும் வாழும் வரை சுமக்க வேண்டிய ஓர் அந்தரங்கச் சிலுவையாக 'நீளக் கால'னுக்கு மாறிப்போயிருந்தது. ஒரு நல்ல மாணவனாக அவன் ஒருபோதும் இருந்ததில்லையென்றாலும் அதிலுள்ள ஒவ்வொரு வார்த்தையும் அவனுக்கு ஞாபகமிருந்தது. இறந்துபோன அந்தப் போராளியின் மகன், தன் தேர்வுக் கட்டணத் துக்கான பணத்தை அனுப்புமாறு தந்தையிடம் கெஞ்சிக் கேட்டபடி எழுதியிருந்த கடிதம் அது.

மூன்று பெண்கள்

கிராமத்திலிருந்த அந்த எளிமையான வீட்டு வாயிலுக்கு அருகே வட்டமிட்டுக்கொண்டிருந்தான் ஓர் இளைஞன். குழந்தைப் பேற்றின்போது உதவிசெய்த பெண்கள் பலரும் மகிழ்ச்சியாகப் பேசிக்கொள்வது அவனுக்குக் கேட்டது. அவர்களில் சிலர் மலர்ச்சி யான சிரிப்போடு அவனுக்கு வாழ்த்துச் சொல்லிவிட்டு வெளியே சென்றனர். படுக்கைக்கு அருகே இருந்த மூன்று பெண்கள் மட்டுமே உள்ளே எஞ்சியிருந்தவர்கள். அவன் குழந்தையைப் பார்க்க ஆசைப் பட்டான்; ஆனால் அந்தப் பெண்களின் முதுகுப்புறம் அதைப் பார்க்க விடாமல் மறைத்துக் கொண்டிருந்தது. அவன் காத்திருக்கத் தான் வேண்டும். இந்த மூன்று பெண்களும் ஒருவரிடமிருந்து ஒருவர் முழுவதும் வேறுபட்டவர்கள் என்றாலும், வெறும் இரத்த சம்பந்தங்களுக்கெல்லாம் மேலான ஏதோ ஒரு மர்மமான பந்தத் தால் அவர்கள் பிணைக்கப்பட்டிருந்தார்கள்.

மார்த்தாவின் கதை

நான் மார்த்தா. மற்றவர்களிடமிருந்து நான் எப்படி வித்தியாச மானவள் என்பதையும் – அதே நேரத்தில் உண்மையில் நான் அப்படி இல்லை என்பதையும் ஒருசேரக் காட்டும் என் கதை இது. சின்னஞ்சிறு பெண்ணாக என் அம்மாவோடும், பாட்டியோடும் மலைக்கிராமத்தில் வளர்ந்துவந்தபோது என் கறுப்பு நிறத்தையும், வித்தியாசமான தோற்றத்தையும் பார்த்து மற்ற குழந்தைகள் கேலி செய்து சிரிப்பார்கள். என்னைக் 'கூலி' என்றுதான் கூப்பிடுவார்கள். விளையாடி முடிந்து வீட்டுக்கு வந்ததும் பிற குழந்தைகள் என்னைக் 'கூலி' என்று ஏன் கூப்பிடுகிறார்கள் என்று சில சமயம் என் பாட்டியிடம் கேட்பேன்.

“விட்டுத்தள்ளு நீ வேகமா ஓடறதிலேயும் கம்புகளை ரொம்ப உயரம் தூக்கிப்போடறதிலேயும் அவங்களுக்கெல்லாம் உன் மேலே பொறாமை” என்று தோள்களைக் குலுக்கிக்கொண்டே அதற்கு அவள் பதில் தருவாள். நானும் அதில் சமாதானமடைந்து விளை யாட்டின்போது நடந்த விஷயங்களை வெகுசீக்கிரம் மறந்துவிடுவேன். பாட்டி கொடுத்த விளக்கம், அவர்கள் செய்த குறும்புகளைப் பொறுத்துக்கொள்ள உதவியாக இருந்தது.

என்னைப் பொறுத்தவரை வித்தியாசமாக இருந்த மற்றொரு விஷயம், என் தலைமுடி. அது மிகவும் அடர்த்தியாகவும், சுருள் சுருளாகவும் இருந்ததால் என் தலை, பேன்களுக்கு மிகவும் பிடித்துப் போயிற்று, அம்மாவும் பாட்டியும் எவ்வளவு கஷ்டப்பட்டு அவற்றைத் தங்கள் கைகளால் பிடித்து நகங்களால் நசுக்கிக் கொல்லப் பார்த் தாலும் என் தலை முழுவதும் அவை ஊர்ந்து கொண்டே இருந்த தால் எப்போது பார்த்தாலும் அரிப்புத்தான். ஒரு கட்டத்தில் அது பொறுக்க முடியாமல் மோசமாய்ப் போய்விட்டதால் அவர்கள் கத்தரிக்கோலை எடுத்து என் முடியை வெட்டிவிட்டார்கள். வெட்டப்பட்ட முடியோடு சேர்த்துத் தரையில் விழுந்த பேன்களின் எண்ணிக்கையை நீங்கள் பார்த்திருக்க வேண்டுமே? அம்மா அவற்றின் மீது வெந்நீரை ஊற்றித் தரையைக் கழுவி விட்டுவிட்டு முடியையும், மற்ற எல்லாவற்றையும் சேர்த்து நெருப்பில் போட்டாள். அப்போது அந்த நெருப்புதான் எப்படி ‘சடசட’வென்று எரிந்தது?

நான் பள்ளியில் சேர்ந்த பிறகு சிறுவர் சிறுமிகள் செய்து கொண்டிருந்த அந்தக் குறும்புகள் மறுபடியும் தொடங்கிவிட்டன. அவர்கள் என் அருகே உட்காரவோ, என்னுடன் விளையாடவோ விரும்பவில்லை. வெளியில் செல்ல அனுமதி கேட்பதற்காக நான் ஒவ்வொரு முறை எழுந்திருக்கும்போதும் அவர்கள் என்னைப் பார்த்து ஏளனமாய்ச் சிரிப்பார்கள். சிலவேளைகளில் ஆசிரியரால் கூட அவர்களைக் கட்டுப்படுத்த முடியாமல் போகும்போது அவர்களது களிப்பு இன்னும் கூடுதலாகி விடுவதுண்டு. ஆனால் அப்பொழுதும் கூட நான் திடமாகத்தான் இருந்தேன்; அவர்கள் எல்லோரையும் விட நான் திறமைசாலி என்பதை அவர்களுக்குக் காட்ட விரும்பினேன். பாடங்களை ஒழுங்காகப் படித்தேன்; வகுப்பில் கவனம் செலுத்தினேன். படிப்பில் நான் அடைந்து வரும் முன்னேற்றத்தை ஆசிரியரும் கவனிக்க ஆரம்பித்திருந்தார். நான் மூன்றாம் வகுப்பில் இருந்தபோது ‘உன்னோட குழந்தை ரொம்பக் கெட்டிக்காரி. ஒருநாள் அவ பெரிய ஆளாயிடுவா பாரு’ என்று என் தாயிடம் அவர் சொன்னது எனக்கு நன்றாக நினைவிருக்கிறது. என் அம்மா லேசாகப் புன்னகை மட்டும் செய்து கொண்டார்; ஆனால் அவர் பெரிய ஆள் என்று எதைக் குறிப்பிட்டார் என்று

நான் ஆச்சரியப்பட ஆரம்பித்திருந்தேன். நான்காம் வகுப்பிற்கு வருவதற்குள் ஒரு சில பெண்கள் என்னோடு மிகவும் நட்பாகப் பழக ஆரம்பித்திருந்தார்கள்; அவர்களது நட்பு கிடைத்திருந்ததில் நானும் மிகவும் சந்தோஷத்தோடு இருந்தேன். ஆனாலும் 'கூலி' என்ற வார்த்தை என் உள்ளத்தில் உறுத்திக் கொண்டே இருந்ததால் என்னை ஏன் 'கூலி' என்று அழைக்கிறீர்கள் என்று ஒருநாள் அவர் களைக் கேட்டேன். அவர்கள் ஒருவரையொருவர் பார்த்துக் கொண்டபடி முகத்தைத் திருப்பிக் கொண்டார்கள். அவர்கள் தங்களுக்குள் இரகசியமாக ஏதோ பேசிக்கொண்ட பிறகு சுபலா என்ற பெண் என்னிடம் இப்படிச் சொன்னாள்:

"நீ நம்ம கிராமத்தைச் சேர்ந்தவளே இல்லைங்கிறதும் மெடம்லா உன்னோட நிஜமான அம்மா இல்லைன்னும் உனக்குத் தெரியாதா? எங்களை மாதிரி இல்லாம நீ மட்டும் ஏன் இப்படி வித்தியாசமா தெரியறேன்னு அதை ஒரு அதிசயமான விஷயமா எப்பவாவது யோசிச்சிருக்கியா? எங்களை மாதிரியேதான் நீயும் பேசறே. ஆனா, இது உன்னோட மொழி இல்லை. எங்க அம்மாக்களுக்கெல்லாம் இதைப்பத்தி எப்பவோ தெரியும், எங்ககிட்டேயும் அவங்க இதைச் சொல்லியிருக்காங்க."

இருட்டான ஒரு பள்ளத்துக்குள் விழுந்துவிட்டது போலிருந்தது எனக்கு. என்ன பேசுவதென்றே தெரியாதவளாய் வீடுவரை ஓடி வந்து என் சிறிய படுக்கையின் மீது உட்கார்ந்து கொண்டேன். நான் எப்படியிருக்கிறேன் என்று அறிந்துகொள்ள என் பாட்டி எட்டிப்பார்த்தபோது,

"என்னோட நிஜ அம்மா யாருன்னு சொல்லுங்க" என்று கோபமான குரலில் சீறி வெடித்தேன். திடீரென்று பிடிபட்டுவிட்ட தால், அங்கிருந்து விரைவாக விலகிப் போனாள் பாட்டி. ஆனால் அத்தனை சுலபமாக நான் அவளை விடுவதாய் இல்லை. அவளைப் பின்தொடர்ந்து சென்றபடி மறுபடியும் ஒரு முறை அதே கேள்வியை உரக்கக் கத்தினேன். அவள் என்னைப் பார்க்காமல் கணப்பின் அருகே இருந்த உயரக்குறைவான ஸ்டூலில் தலையைத் தொங்க விட்டபடி அமர்ந்து கொண்டாள். மனம் உடைந்து தெரியும் அந்த உருவத்தைப் பார்த்தபடி அவளருகே சிறிது நேரம் நின்றிருந்தேன். பயங்கரமான தனிமை உணர்வு என்னைப் பீடித்திருந்தது. இவள் என் பாட்டி இல்லையென்றால், இவளது மகள் என் உண்மையான தாய் இல்லையென்றால்... சொந்தம் என்று அழைக்க எனக்கு யார் இருக்கிறார்கள்? நான் எந்த இடத்தைச் சேர்ந்தவள்? என் சொந்தங் கள் யார்? என் அம்மாவின் மகளாகவும், இந்த மூதாட்டியின் பேத்தியாகவும் நான் எப்படி ஆனேன்? இப்படிப்பட்ட எண்ணங்கள், என் தனிமை உணர்வை மேலும் மேலும் வலுவாக்கின. அதனால்

பாட்டி உட்கார்ந்திருந்த இடத்துக்கு மெல்ல நகர்ந்து சென்று அவளருகே அமர்ந்தேன். பாட்டியை முகர்ந்து பார்த்து வாசம் பிடிக்க எனக்கு எப்போதுமே பிடிக்கும். பிற நறுமணப் பொருள்களில் இல்லாத ஏதோ ஒரு தனிப்பட்ட வாசம் அவளது உடலிலிருந்து வீசும். மழைக்குப் பிறகு எழும் மண்வாசனை அல்லது எரியும் மரக்கட்டைகளிலிருந்து வரும் புகைவாடை போல! சில சமயம் காய்ந்த சருகு வாசம் கூட! நான் விழுந்துவிடக் கூடாதென்பதற்காக மார்புக்குக் குறுக்கே முடிச்சுப் போட்டுக் கட்டியிருக்கும் துணிப்பொதியில் வைத்து என்னை அவள் முதுகில் சுமந்துகொண்டு செல்லும்போது நான் அந்த வாசங்களை நுகர்ந்திருக்கிறேன். அவள் முதுகில் நான் தலைசாய்த்துக் கிடக்கும்போது வெதுவெதுப்பான அவளது உடலில் இருந்து எழும் வாசம் எனக்கு மிகவும் இதமாக இருக்கும். ஒருவேளை அதற்கு முன்னால் நான் அழுது கொண்டிருந்தாலும் கூட அவள் உடலோடு உரசிக் கொண்டிருப்பது எனக்கு ஆறுதல் அளித்துவிடும். அப்படிப்பட்ட வேளைகளில் நான்தான் எவ்வளவு பாதுகாப்பாய் உணர்வேன்! மற்ற வேளைகளிலும் இப்படிப்பட்ட ஏதாவது ஒரு வாசனையை மோப்பம் பிடித்துவிட்டால் போதும், பாட்டி பக்கத்திலிருக்கிறாள் என்றும், நான் எதைப்பற்றியும் கவலைப்பட வேண்டாம் என்றும் தெரிந்து கொண்டு விடுவேன்.

ஆனால் அன்றென்னவோ அத்தனை நெருக்கமாக அவளோடு உட்கார்ந்திருந்தும் வழக்கமான ஆறுதலும், பாதுகாப்பு உணர்வும் பெறாமல் நான் பயந்து போயிருந்தேன். மற்றவர்களிடமிருந்து வித்தியாசமாக இருப்பதால் உண்மையிலேயே நான் எந்த இடத்தைச் சேர்ந்தவளோ அங்கே என்னை அனுப்பி வைத்து விடுவார்களோ என்ற அச்சத்தில் இருந்தேன். என் பாட்டியிடமிருந்தும், அவளது மகளான என் தாயிடமிருந்தும் நான் வேறுபட்டவள் என்ற உண்மை குறித்த அச்சம், சிறு வயதில் என் வாழ்க்கையை மிகவும் தொந்தரவு செய்து கொண்டிருந்த கறுப்புப் பேன்களைப்போல என் இதயத்தை நச்சரிக்கத் தொடங்கியிருந்தது. இந்த முறை நான் அனுபவிக்கும் இந்த வேதனையிலிருந்து என் அம்மாவும் பாட்டியும், என்னை விடுவித்து விடுவார்களா என்பது பற்றி என்னால் உறுதியாகச் சொல்ல முடியவில்லை.

கிராமத்திலிருக்கும் மற்றவர்களிலிருந்து வேறுபட்டவளாக என்னை நான் ஒருபோதும் உணர்ந்ததே இல்லை என்பதால் அப்படி வித்தியாசமாக இருக்க நான் விரும்பவும் இல்லை; பாட்டியின் அருகில் உட்கார்ந்திருந்தபோது, அதைத்தான் நான் நினைத்துக் கொண்டிருந்தேன். அந்தக் கணத்தில் என் கறுப்பு நிறத்தோலைச் சுரண்டிப்போட்டுவிடவும், வித்தியாசமான தோற்றத்தை மாற்றி

அமைத்துவிடவுமே விரும்பினேன். எப்போதும் எல்லாவற்றையும் அவர்களைப் போலவே உணர்ந்தும், எண்ணியும், பேசியும் இருப்பதால் அவர்களைப் போல் தோற்றம் தரவே நானும் விரும்பினேன். தொடர்ந்து பாட்டி அமைதியாகவே உட்கார்ந்திருந்தாள். பயத்தோடு கூடிய பதட்டம் என்னிடம் கூடிக்கொண்டிருந்தது. ஒருவேளை என் 'நிஜமான' உறவுகளிடம் என்னை அனுப்பி விடுவார்களோ, இனிமேல் என் அம்மாவையும், பாட்டியையும், புது நண்பர்களையும் ஒருபோதும் காணமுடியாதோ என்ற யோசனையில் இருந்தேன் நான். அப்படி அனுப்பப்படுவதை நான் விரும்பவில்லை. இதே கிராமத்தில், பழகிய எல்லா முகங்களோடும், இதே மொழியில் பேசிக்கொண்டு, இதே பள்ளிக்குப் போய்க்கொண்டு – எல்லாவற்றையும் எல்லாரோடும் செய்துகொண்டிருக்கவே நான் விரும்பினேன்.

சரியாக அந்த நேரம் இருட்டிக்கொண்டு வந்தது. அரசாங்க சுகாதார நிலையத்தில் வேலை பார்க்கும் அம்மா இன்னும் வேலை முடிந்து திரும்பியிருக்கவில்லை. எனக்குப் பசிக்க ஆரம்பித்தது. பாட்டி என்ன செய்கிறாள் என்று பார்த்தேன். அவள் கண்களை மூடிக்கொண்டு வாய்க்குள் ஏதோ முணுமுணுத்துக் கொண்டிருந்தாள். அங்கே நானும் இருக்கிறேன் என்பதை அவள் உணர்ந்ததாகவே தெரியவில்லை. அப்படியே வெகுநேரம் ஆனது போல் தோன்றியது. பிறகு மெதுவாக எழுந்து கொண்ட அவள் "பன்னிக்கும் கோழிக்கும் தீனி வைக்கிற சமயமாச்சு" என்று தனக்குத் தானே சொல்லிக்கொண்டாள். ஏதோ ஒரு வகையில் அவள் என்னை ஒதுக்கப்பார்க்கிறாளோ என்றே அந்தச் செயலை நான் எடுத்துக் கொண்டேன். அதனால் மறுபடியும் என் நெஞ்சம் துன்பத்தில் மூழ்கிப்போனது. ஆனால் என்ன நடந்தாலும் என் அம்மாவும் பாட்டியும் என்ன செய்தாலும் இங்கே இருந்து அனுப்பப்பட்டால் அதை நான் எதிர்ப்பேன் என்றும், நான் அவர்களுக்குரியவளே, எந்த விதத்திலும் அவர்களிடமிருந்து மாறுபட்டவள் இல்லை யென்றும் அவர்களிடம் அழுத்தமாக வலியுறுத்திச் சொல்லுவேன் என்றும் தீர்மானம் செய்து கொண்டேன். அம்மா வீடு திரும்பியதும் என்ன சொல்வது என்பதை யோசித்துப் பார்த்தபோது, வயதான அந்த இரண்டு பெண்கள் மீதும் எனக்குக் கோபமும், கசப்புணர்வுமே மூண்டது. இத்தனை காலமும் என்னிடம் அன்போடும், கரிசனத் தோடும்தான் அவர்கள் இருந்திருக்கிறார்கள் என்றபோதும் உண்மையை என்னிடமிருந்து அவர்கள் ஏன் மறைக்க வேண்டும் என்றே சிந்தித்தேன். என்னிடம் அவர்கள் உண்மையைச் சொல்லாமல் விட்டது ஏன் என்று எனக்குள் தொடர்ந்து கேட்டுக் கொண்டே இருந்தேன்.

மெடம்லாவின் கதை

நான், மார்த்தாவின் தாய், ஆனால் என் வாழ்வின் உண்மையான கதை அவள் பிறப்பதற்கு வெகு காலம் முன்பே தொடங்கிவிட்டது. நீண்ட காலத்துக்கு முன்பே என்னை மணம் செய்துகொள்ள இருந்த இம்சுடெம்ஜெனிடமிருந்து, அவனது தந்தையின் கடுமையான எதிர்ப்பால் என்னைத் திருமணம் செய்துகொள்ள முடியாதென்ற அந்தக் கொடுமையான கடிதம் வந்த அந்த நாளிலிருந்து! கைவிடப்பட்ட அந்த உணர்வை, எனக்கு இழைக்கப்பட்ட துரோகத்தை இன்னும் கூட என்னால் உள்ளபடி விளக்க முடியவில்லை. என்னைச் சுட்டுப் பொசுக்கி, ஒன்றுமில்லாமல் ஆக்கிக் கொண்டிருப்பது போன்ற உணர்வு அது. அவனது தந்தை அவ்வாறு எதிர்ப்புக்காட்டும் வகையில் வினோதமாக, வித்தியாசமாக என்னிடம் அப்படி என்ன இருக்கிறது என்று நான் ஆச்சரியப்பட ஆரம்பித்தேன். எனக்குள் படிந்துபோன அந்த மனச்சோர்விலிருந்து வெளியே வர எனக்குக் கிட்டத்தட்ட ஒரு வருட காலம் ஆகிவிட்டது. நான் பயிற்சி பெற்ற அதே மருத்துவமனையில் அங்கேயே தங்கிப் பணியாற்றும் செவிலியாக நான் சுமக்க நேர்ந்த கடுமையான பணிச்சுமையால் மட்டுமே வெளிப்பார்வைக்குச் சாதாரணமாக இருப்பது போல் என்னால் காட்டிக்கொள்ள முடிந்தது. எதிர்பாராத இந்தத் திருப்பத்தால் மிக மோசமாகப் புண்பட்டிருந்த என் தந்தை, என்னைப் பார்க்க வந்தார். ஆனால் இப்படி ஒரு ஆளைத் திருமணம் செய்து கொள்ளாமல் போனது ஒருவகையில் எனக்கு அதிர்ஷ்டம்தான் என்று அவரிடம் சொல்லி அனுப்பியதோடு அம்மா நிறுத்திக் கொண்டாள். அந்தத் திருமணம் முறிந்துபோன பின், வேறு பல நல்ல வரன்கள் வந்தாலும், துளிக்கூட யோசித்துப் பார்க்காமல் என் பெற்றோர் பீதியடையும் வகையில் அவற்றை நான் நிராகரித்தேன். என்னைப் பெண் கேட்டு வந்த ஒன்றிரண்டு பையன்களின் குடும்பத்தாரிடம் தற்காலிகமாக ஒப்புதல் அளித்திருந்த என் பெற்றோருக்கு அவ்வாறான என் செயல் அதிர்ச்சி அளித்தது. தனியாகத்தான் இருக்கப்போகிறேன் என்ற உறுதியான முடிவில் நான் இருப்பது என் பெற்றோர் உட்பட எல்லோருக்கும் வெட்டவெளிச்சமான பிறகு என்னை என் போக்கில் தனியாக விட்டுவிட்டார்கள். பிறகு, கண்ணுக்குத் தெரியாமல் விதிக்கப்பட்டிருந்த ஏதோ ஒரு சக்தி, மார்த்தாவை என் வாழ்க்கைக்குள் கொண்டுவந்து சேர்த்தது. பிரசவ வார்டில் தலைமை நர்ஸாக இருந்ததால் ஒவ்வொரு குழந்தைப்பேற்றையும் நான் கண்காணித்தாக வேண்டி இருந்தது. பொதுவாக வீட்டிலேயே பிள்ளைப்பேறு பார்த்துக் கொள்ளும் முயற்சிகள் தோற்றுப்போய், கடவுள்மீது பாரத்தைப் போட்டபடி அரைகுறை ஆட்கள் கைகழுவி

விடும்போது – ஒரு கடைசிப் புகலாகத்தான் மக்கள் மருத்துவ மனைக்கு வருவது வழக்கம். அப்படிப்பட்ட நிறைய ‘கேஸ்’களுக்கு எங்கள் வார்டில் உதவி செய்து நாங்கள் காப்பாற்றியிருக்கிறோம். ஆனாலும் முற்றிலும் எதிர்பாராத காரணங்களால் எப்போதாவது ஒரு நோயாளி இறந்து போவதும் உண்டுதான்! மார்த்தாவின் அம்மா விஷயம் அந்த வகையைச் சார்ந்தது. எங்கள் மருத்துவ மனைக்கு அவள் கொண்டுவரப்பட்டபோது நிறைய உதிரப்போக் கோடு கிட்டத்தட்ட இறக்கும் தருவாயில் இருந்தாள். குழந்தை சீக்கிரம் பிறக்காமல் போய்விட்டால் அம்மாவும் குழந்தையும் இருவருமே இறந்துவிடலாமென்று நாங்கள் பயந்தோம். ஆனால் அந்தக் கணவர் சிஸேரியன் அறுவைச் சிகிச்சைக்கு ஒப்புதல் அளிக்கவில்லை. அதனால் குழந்தை வெளியே வருவதற்கான தூண்டுதல் அளிக்கக் குழாய் வழியே சில மருந்துகளைச் செலுத்த வேண்டியிருந்தது. அந்தப் பெண்ணும் கூடுதல் அழுத்தம் தந்து குழந்தையை வெளித்தள்ளுவது தேவையாக இருந்தது. அதிர்ஷ்ட வசமாகப் பிரசவம் நல்ல முறையில் முடிவடைந்தது; பிறந்த மறுவிநாடியே ஆரோக்கியமான அந்தக் குழந்தை வீறிடவும் செய்தது. ஆனால் அதற்குப் பிறகுதான் பேரிடர் தாக்கியது. தாய்க்கு வலிப்பு வந்து விட, மருத்துவர் அழைக்கப்படும் முன்பே அவள் இறந்து போனாள்.

அன்றைய நாளைப் போன்ற ஒரு தோல்வியை இதுவரை நான் அனுபவித்ததே இல்லை. ஆரம்பத்திலிருந்தே அந்த ‘கேஸ்’ நம்பிக்கையளிப்பதாக இல்லையென்று என்னை நான் எவ்வளவுதான் சமாதானப்படுத்திக் கொள்ளப் பார்த்தாலும் நடந்து முடிந்த அந்தத் துயரமான சம்பவத்துக்குத் தனிப்பட்ட முறையில் நானும் பொறுப்பு என்றே எனக்கு ஏனோ தோன்றியது. குழந்தையை உயிரோடு வெளியில் எடுக்க முடிந்த சந்தோஷத்தில் பலவீனமான அந்தப் பெண்ணின் உடலிலிருந்த தீவிரமான ஏதோ ஒரு பிரச்சினையை – அது வெளிப்படுத்திய அறிகுறிகளை நாங்கள் கண்டுகொள்ளாமல் புறக்கணித்திருக்கிறோம். செய்தியைக் கேள்விப்பட்ட கணவன் உடைந்துபோய் ஒரு குழந்தையைப் போல் அழுதான். ஆனால் பிறந்தது பெண் குழந்தை என்று தெரிந்ததும் அவன் ஆக்ரோஷத்தோடு எழுந்து நின்று மருத்துவச் செவிலிகளைப் பார்த்தும், மருத்துவமனையைப் பார்த்தும் கூப்பாடு போட்டான். எல்லாவற்றுக்கும் மேலாகத் தனக்கு ஒரு மகனைத் தராமல் போய் விட்ட கொடுமையான கடவுளைப் பழித்தான். அந்தப் பெண்குழந்தையை அவன் என்ன செய்யப் போகிறான் என்று கேட்டபோது,

“இன்னொரு பெண்ணை வச்சுக்கிட்டு நான் என்ன செய்யறது! நீங்க என்ன வேணும்னாலும் செஞ்சுக்கங்க. எனக்கு இனிமேல் அவ மூஞ்சியிலேயே முழிக்க வேணாம். என் பெண்டாட்டியைச் கொன்னவ அவ” என்று வெடித்தான்.

மருத்துவமனையில் மார்த்தா அடைக்கலமானது அப்படித் தான் நேர்ந்தது. அங்கே இருந்த கைவிடப்பட்ட பிற குழந்தைகளோடு அவளும் சேர்ந்துகொண்டாள். அப்படிப்பட்ட குழந்தைகள் பிறரால் தத்து எடுத்துக் கொள்ளப்படுவதும் உண்டு; சேவை நிறுவனமே அவர்களை வளர்த்து ஆளாக்குவதும் உண்டு.

குழந்தையின் அப்பா அதை ஒதுக்கிவிட்டுப்போன பிறகு அங்கிருந்த நர்ஸ் ஒருவர் அதற்குச் சூட்டிய பெயர்தான் மார்த்தா. உலகத்திற்குள் காலடி எடுத்து வைக்கும்போதே பெரும் துயரத்தைத் தோற்றுவித்த அந்தக் குழந்தையிடம் ஆரம்பத்திலிருந்தே ஏதோ ஒன்று இருந்தது. இன்னதென்று விளக்க முடியாத ஏதோ ஒரு காரணத்தால் அந்தத் தொடக்க நாட்களிலிருந்தே, குழந்தையோடு எனக்கு ஒருவகையான பிணைப்பு ஏற்பட்டுவிட்டது. அது சிணுங்கவும், சிரிக்கவும் தொடங்கியபோது அந்தத் தூய புன்னகை யின் அழகில் என் இதயத்தைப் பறிகொடுத்தேன் நான். குறிப்பிட்ட அந்த ‘வார்’டிலிருந்து என்னை மாற்றிவிட்டாலும் ஒவ்வொரு நாளும் வேலை முடிந்து செல்லும்போது அந்தப் பெண்ணைப் பார்த்து விட்டே செல்வேன் நான். அவளும் என்னை அடையாளம் கண்டு கொள்ளவும், நான் விலகிப் போனால் அழவும் தொடங்கி யிருந்தாள். தனித்துப்போயிருந்த என்னையும், கைவிடப்பட்ட அந்தக் குழந்தையையும் கண்ணுக்குத் தெரியாத ஒரு மாயக்கரம் ஏதோ ஒரு பந்தத்தால் பிணைத்து விட்டதைப் போலிருந்தது. குழந்தையில்லாத யாராவது ஒரு தம்பதியர் அந்தப் பெண்ணைத் தத்தெடுத்துக் கொண்டு என் வாழ்க்கையிலிருந்து அவளை அகற்றி விடக் கூடுமோ என்று நான் உள்ளூர பயந்து போகவும் ஆரம்பித் திருந்தேன். அந்தக் கட்டத்திலேதான் அவளை நானே தத்தெடுத்துக் கொண்டால் என்ன என்பதைப் பற்றி யோசிக்க ஆரம்பித்தேன்.

ஆரம்பத்தில் எனக்குமே கூட அது விபரீதமான, முட்டாள் தனமான யோசனையாகத்தான் தோன்றியது. தனியாக இருக்கும் திருமணமாகாத ஒரு பெண், கட்டாயமாகத் தேவைப்படும் பயிற்சிக் காலத்தைக் கூட இன்னும் நிறைவு செய்யாமல் வருங்காலத்தில் இதே மருத்துவமனையில் வேலை கிடைக்குமா அல்லது வேறு ஏதாவது ஒரு இடத்திலா என்பதைப் பற்றிய உத்தரவாதமில்லாத நிலையில் இருப்பவள். அவள் போய் ஒரு அனாதைக் குழந்தையைத் தத்தெடுக்கத் துணிவதாவது...! ஆனால் இந்த நடைமுறைச் சிக்கல் களையெல்லாம் விடக் கூடுதலான மற்றொரு சிக்கல் இருந்தது.

பிறப்பின் மரபுவழியாலும், கலாச்சார வேறுபாட்டாலும் வரும் தடை அது. நான், "ஆஓ" நாகா இனத்தைச் சேர்ந்தவள்; சுமாரான உயரம்; நல்ல நிறம்; இருபத்தாறு வயது இளமையோடு இருப்பவள். ஆனால் மார்த்தா, ஒரு வௌவாலைப் போலக் கறுப்பானவள்; பூர்வகுடிகளுக்கே உரிய தனிப்பட்ட தோற்றத்தில் இருப்பவள்; ஆப்பிரிக்க இனத்தைச் சேர்ந்தவள் என்பதற்கு அறிகுறியாக அடர்த்தியான சுருள் சுருளான முடி கொண்டவள். இப்படிப்பட்ட வேறுபாடுகளை இடைஞ்சல்களைப் பற்றி நானும் அறிந்து வைத்திருந்தேன்; ஆனாலும் நானே அதிசயிக்கத்தகுந்த வகையில் இந்தக் குழந்தையை என் பெண்ணாக்கிக் கொள்ள வேண்டுமென்ற ஆவலையே அவை உறுதிப்படுத்திக் கொண்டிருந்தன.

பிறகு என் அம்மாவுக்கு ஒரு கடிதம் எழுதி என் மருத்துவமனைப் பயிற்சிக்காலம் முடியும் வரை, குழந்தையை அவளால் பார்த்துக் கொள்ள முடியுமா என்று கேட்க முடிவு செய்தேன். நான் எழுதிய கடிதத்தில் மார்த்தாவைப் பற்றிய விவரங்களைத் தேவையான அளவுக்கு மட்டுமே மிக மிகக் குறைவாகக் கொடுத்திருந்தேன். குறிப்பாக அவளது புறத்தோற்றத்தைப் பற்றி நான் வேண்டுமென்றே எழுதாமல் விட்டேன்.

குழந்தையின் அம்மா, அவலமான முறையில் இறந்தது பற்றியும், தன் சொந்த இரத்தமும் சதையுமான குழந்தையை ஏறெடுத்துப் பார்க்க கூட மறுத்து விட்ட தந்தையின் அப்பட்டமான கொடூரத் தையுமே அதில் விளக்கியிருந்தேன். அம்மாவின் பதில் எனக்குச் சாதகமாக இருக்குமென்று அவ்வளவாக நான் நம்பவில்லை. காரணம், மார்த்தாவின் பெற்றோர் தேயிலைத் தோட்டவேலை செய்யும் மரபைச் சேர்ந்தவர்கள் என்பதை நான் அதில் குறிப் பிட்டிருந்தேன். அம்மாவிடமிருந்து பதில் கடிதம் வர கிட்டத்தட்ட ஒரு மாதமாயிற்று. எனக்கு அந்தச் செயல் சந்தோஷத்தை ஏற்படுத்தும் என்றால் நிரந்தரமான ஒரு வேலையில் நான் சேரும்வரை குழந்தை யைக் கிராமத்துக்கு அழைத்துச் சென்று கவனித்துக் கொள்ள தனக்குச் சம்மதம் என்று எழுதியிருந்தாள் அவள்.

அம்மா ஒப்புதல் அளித்ததில் பரவசமடைந்த நான் உடனே ஒரு விண்ணப்பத்தோடு செவிலியர் கண்காணிப்பாளரைக் காணச் சென்றேன். அமைதியாக எல்லாவற்றையும் கேட்டுக்கொண்டிருந்த அவர் "இதைப் பற்றித் தீவிரமாக யோசித்துப் பார்த்து விட்டு ஒரு வாரம் கழித்து வா" என்று வெடுக்கென்று சொன்னபடி என்னைத் திருப்பி அனுப்பிவைத்தார். நான் மிகவும் ஏமாற்றமடைந்ததோடு குழம்பியும் போனேன். உலகத்தில் இருக்கும் துரதிர்ஷ்டம் பிடித்த, அவலட்சணமான, நோயுற்ற மக்களை நேசிக்க வேண்டும் என்று எங்களுக்கு எப்போதும் போதிக்கும் இவர்கள் ஒரு அனாதைக்

குழந்தையைச் சுவீகாரம் எடுத்துக் கொள்ளும் என் விருப்பத்துக்கு மட்டும் ஒப்புதல் அளிக்க மறுக்கிறார்களே என்று நினைத்தேன். ஆனால் நான் என் முயற்சியைக் கைவிடாமல் அவர் குறிப்பிட்ட காலத்துக்கு முன்பே அவரைப் பார்க்கப் போனேன். மருத்துவ மனையோடு உள்ள கட்டாயப் பணிக்காலம் முடியும் வரை என் அம்மா, குழந்தையைப் பார்த்துக் கொள்வதாகச் சொல்லியிருப்பதை அவரிடம் தெரிவித்தேன். இம்முறை என் மேலதிகாரி சில நிபந்தனைகளைத் தயாராக வைத்திருந்தார். மார்த்தாவைத் தத்து எடுத்துக் கொள்ள வேண்டும் என்பதில் நான் உறுதியாக இருந்தால் உடனடியாக இந்த வேலையை விட்டுவிட வேண்டியிருக்கும்; இங்கே வேலை பார்த்ததற்கான அத்தாட்சிக் கடிதமும் எனக்குக் கிடைக்காது. நான் அதிர்ந்து போய்விட்டேன். அவர்கள் எப்போதும் உபதேசித்து வந்த ஒன்றைச் செய்வதற்காக என்னைத் தண்டிக்கப் போகிறார்கள். அவர்கள் இப்படிச் சொல்லுவதால் மார்த்தாவைத் தத்து எடுத்துக்கொள்ளும் யோசனையை நான் மாற்றிக் கொண்டு விடுவேன் என்று நினைத்தால், பாவம்... அந்த நினைப்பு பொய்யாகி விடும்! அவர்கள் சொன்னது என் முடிவில் இன்னும் திடமாக, உறுதியாகவே என்னை இருக்க வைத்தது. குழந்தையைத் தத்தெடுக்கும் என் முடிவில் மாற்றமில்லை என்பதைக் கண்காணிப்பாளரிடம் சொன்னதோடு, அந்த மாதம் எத்தனை நாள் வேலை பார்த்திருக் கிறேனோ அதற்குரிய ஊதியத்தையும் அவர்கள் எனக்கு அளித்தாக வேண்டுமென்று தெரிவித்தேன்.

தங்கள் உறவுக்காரரைப் பார்க்க மருத்துவமனைக்குத் தற்செயலாக வந்திருந்த என் சொந்த ஊர்க்காரர்கள் சிலர் ஒரு சில நாட்களில் திரும்பிச்செல்ல இருப்பதைக் கூட வேலை பார்க்கும் ஒரு நர்ஸ் மூலம் அறிந்து கொண்ட நான் மார்த்தாவையும் கூட்டிக் கொண்டு அவர்களோடு செல்லத் தீர்மானிதேன். உண்மையில் அது அதிர்ஷ்டவசமாக வாய்த்ததுதான். எங்கள் ஊருக்குச்செல்லும் பயணத்தின் இறுதிக்கட்டத்தில் ரயிலிலிருந்து இறங்கிக் கால்நடை யாகச் சிறிது தூரம் செல்ல வேண்டியிருக்கும். அந்தச் சமயத்தில் என்னோடு வந்த அன்பான அந்த மனிதர்கள், நான் நடக்க முடியாமல் சோர்ந்து போன நேரங்களில் சின்னக் குழந்தையை மாற்றி மாற்றி முதுகில் சுமந்துவந்தார்கள். ஒரு வழியாக முதுகில் குழந்தையோடு அப்பா வீட்டுக்குள் நான் நுழைந்தபோது, என்னோடு உடன் வந்த பயணி என் பொருட்களை வீட்டுக்குள் கொண்டு போய் வைத்தார்.

மார்த்தாவைப் பார்த்தவுடன் என் பெற்றோருக்கு முதலில் ஏற்பட்டது அதிர்ச்சி, அவநம்பிக்கை... வெளிப்படையான வெறுப்பும் கூட! ஆனால் இரவு நன்றாகத் தூங்கி எழுந்து அவளை வெளிச்சத்தில்

பார்த்ததும், அவளது முதல் புன்னகை அவர்கள் மீது பட்டதும் அவர்கள் அதில் முழுமையாகக் கட்டுண்டு போய்விட்டனர். அவளையே வெறித்துப் பார்த்துக் கொண்டிருந்த அவர்களது முகங் களில் உண்மையான சந்தோஷப் புன்னகை அரும்ப ஆரம்பித்தது. அவர்கள், அவளைத் தூக்கிக் கொள்ள ஆவலோடு கூச்சலிட்டனர்; ஆனால் முதலில் குழந்தை அவர்களிடம் போக விரும்பவில்லை. அம்மாதான் முதல் வாரத்துக்குள்ளேயே அவளை நட்பாக்கிக் கொள்ளுவதில் ஜெயித்தாள்; தான் எங்கே போனாலும் அந்தக் குழந்தையையும் முதுகில் வைத்துத் தூக்கிக் கொண்டு போக ஆரம்பித்தாள். அம்மா வயலுக்குப் போவது படிப்படியாகக் குறைந்து, ஒரு கட்டத்தில் அடியோடு நின்றும் விட்டது. அப்பா அதை மறுபடி யோசித்துப் பார்க்கச் சொன்னபோது "நான் வயலுக்குப் போனால் குழந்தையைப் பார்த்துக்கொள்ள உங்களுக்குச் சம்மதமா" என்று வெடுக்கென்று பதில் தருவாள் அவள். அவரிடம் அதற்குப் பதில் இருக்காது. வீட்டு விஷயங்களை எளிதாக நிர்வாகம் செய்து பழகியதால், அதேபோன்ற ஒழுங்குமுறையை மார்த்தா தன் ஐந்து வயதில் பள்ளி செல்லத் தொடங்கும் வரை அம்மா அவளது வளர்ப்பிலும் கடைப்பிடித்தாள். மார்த்தா ஒரு நல்ல மாணவியாக, ஒவ்வொரு தேர்விலும் பிரமாதமாக மதிப்பெண் எடுத்துக்கொண்டு வந்தாள். அவளை மருத்துவக் கல்லூரியில் படிக்க அனுப்பி டாக்டராக்க வேண்டுமென்று நான் ரகசியமாகக் கனவு கண்டு கொண்டிருந்தேன். ஆனால் தொடக்க காலம் முதலே அவள் வெளிப்படுத்தி வந்த சுதந்திரமான மனப்போக்கை நினைத்துப் பார்க்காமல் அப்படி ஒரு கணக்கைப் போட்டிருந்தேன் நான்.

அன்று மிகவும் சிக்கலான ஒரு பிரசவத்தை முடித்துவிட்டுக் களைப்போடு வீடு திரும்பியிருந்த நான், என் பெண் மார்த்தாவும், அம்மாவும் ஒருவரோடொருவர் பேசிக் கொள்ளாமல் தள்ளித் தள்ளி உட்கார்ந்திருந்ததையும், வழக்கத்திற்கு மாறாகக் கடுப்போடு மௌனமாக இருப்பதையும் பார்த்தேன். அவர்கள் விளக்கைக் கூட ஏற்றவில்லை; இரவுக்கான உணவு தயாரிக்கவும் தொடங்க வில்லை. அவர்களது அமைதி, என்னையும் இழுத்துப் பிடிப்பது போலிருக்கவே நானும் எதுவும் பேசாமல் அவர்களின் பக்கத்தில் போய் உட்கார்ந்தேன். அம்மாதான் முதலில் மௌனத்தைக் கலைத்துப் பேசினாள்.

"டெம்லா! உன்னோட பெண்கிட்டே அவளோட உண்மை யான அம்மா நீயா இல்லையான்னு சொல்லு"

என் மகள் என்று நான் அழைத்து வந்த அந்தச் சிறு பெண்ணைப் பார்த்தேன்; அவள் பிறந்த கதையையும், தொடர்ந்து

நான் தத்து எடுத்ததையும் சொல்லி விட்டு இறுதியில் அவளிடம் இப்படிக் கேட்டேன்.

"சரி! இப்பச் சொல்லு! ஏதோ ஒரு வகையிலே நான் உன்னோட அம்மான்னுதானே நினைக்கிறே."

முதிர்ச்சியான இப்படிப்பட்ட ஒரு கேள்விக்கு, எவ்வளவுதான் புத்திசாலித்தனம் இருந்தாலும் என் மகளால் விடையளிக்க முடியவில்லை. அவள் மனதை மேலும் குழப்பிவிட்டதாக அம்மா வேறு என்னைக் கடிந்து கொண்டாள். ஏதோ சொல்லத் தொடங்கிய அவளை இம்முறை நான் தடுத்து நிறுத்தினேன்.

"அவ பதில் தரட்டும் முதல்லே! அவளோட கேள்விக்குக் கூட அதுதான் பதிலா இருக்கும்."

மார்த்தா, பள்ளிக்கூடத்தில் இருப்பதுபோல எழுந்து நின்றாள். எங்களுக்குப் பக்கத்தில் நெருக்கமாக வந்து "அம்மா! உருவத்திலே நான் உங்களை மாதிரியோ பாட்டி மாதிரியோ, கிராமத்திலே உள்ள மத்தவங்க மாதிரியோ இல்லாம இருக்கலாம். ஆனா என் மனசுக்கு எந்த வேறுபாடும் இல்லை" என்று தெளிவான குரலில் சொன்னாள். அதற்குமேல் தொடர்ந்து பேச முடியாமல் விம்மல்களோடு உடைந்து போனாள். நான் அருகே சென்று அவளைத் தழுவிக்கொண்டபடி,

"நீ நினைக்கிற மாதிரியே நான்தான் உன்னோட நிஜ அம்மா! புரியுதா" என்றேன்.

அவள் கண்ணீருக்கு நடுவே அதை ஆமோதித்துத் தலையசைத்தாள். எங்கள் இருவரையும் தன் கரங்களால் வளைத்துக் கொண்ட என் அம்மாவின் கண்களிலும் கண்ணீர்த்துளிகள் இருந்தன.

அந்த மூன்று பேரும் சிறிது நேரம் அமைதியாக அதே இடத்தில் அப்படியே நின்று கொண்டிருந்தார்கள். ஒரு வித்தியாசமான மூவர் கூட்டணி! ஒரு உண்மையை உணர்ச்சிகரமாக ஊதிப்பெருக்கியபடி அந்த மாயவித்தையால், பாதுகாப்பின்றி உணரும் கள்ளங்கபடமற்ற ஒரு உள்ளத்துக்குத் தாய்ப்பாசத்தின் சக்தியை உறுதிப்படுத்தும் சடங்கு போல் – தாய்மையின் கண்ணியை ஒருங்கிணைத்தபடி நிகழ்த்தப்படும் ஒரு நாடகம் போல இருந்தது அது.

லிபோக்டுலாவின் ரகசியம்

என் பெயர் லிபோக்டுலா. நான்தான் மார்த்தாவின் பாட்டி. மெடம்லாவின் தாய் என்று என்னை ஏன் அறிமுகப்படுத்திக் கொள்ளவில்லை என்று நீங்கள் ஆச்சரியப்படலாம். அந்நியளாக

இருக்கும் இந்தக் குழந்தைக்குப் பாட்டியாக இருப்பதில் எனக்கு எந்தக் குற்ற உணர்வோ அச்சமோ இல்லையென்பதும், மெடம் லாவின் அம்மாவாக இருப்பது அப்படிப்பட்டதில்லையென்பதுமே அதற்கான காரணம்.

எங்கள் வாழ்க்கை மிகவும் கடினமானது. வயல்களில் விளையும் பொருட்கள் மட்டுமே எங்களின் வாழ்வாதாரம்; அவைகளும் கூட சொல்லிக் கொள்ளும்படி அதிகமாக இல்லை. எங்கள் அறுவடை வேலைகள் முடிந்த பிறகு நான் நெசவு செய்தும், என் கணவர் பலப்பல இடங்களில் கூலிவேலை செய்துமே குடும்பத்துக்கான கூடுதல் வருவாயைச் சம்பாதித்து வந்தோம். அப்படி இருந்துமே பள்ளிக் கட்டணத்துக்கான கெடுவை எங்களால் எதிர்கொள்ள முடியாமல் போனதால் எங்கள் மூத்த மகன்களால் தேர்வெழுத முடியவில்லை. வெறுத்துப்போன இருவரும் ஆறாம் வகுப்பை முடித்ததுமே ஓடிப் போய் 'அஸ்ஸாம் ரைஃபிள்' பிரிவில் சேர்ந்து விட்டார்கள்.

மெடம்லாவின் விஷயம் வித்தியாசமானது; அவள் படிப்பில் மிகவும் கெட்டிக்காரி; மகன்கள் ஒழுங்காகப் பணம் அனுப்பி வந்ததால் அவளுக்குப் பள்ளிக்கட்டணம் கட்டுவதிலும் எந்தப் பிரச்சினையுமில்லை. அவள் மெட்ரிக் பரீட்சை முடித்ததும் செவிலியர் பயிற்சிப் பள்ளியில் சேர முடிவெடுத்தாள். அவள் நல்ல பெண்; சொன்ன பேச்சைக் கேட்பவள்; அடக்கமானவள். அவளு டைய வயதிலிருக்கும் வேறுசில பெண்களைப் போல உல்லாசமாக இருக்க நினைப்பவளில்லை. என்றாவது ஒருநாள் மிகச் சிறந்த மனைவியாக, நல்ல தாயாக அவள் ஆகக்கூடும் என்ற நம்பிக்கை யோடு நான் இருந்தேன். என் கடந்த கால ரகசியத்தால் அவளது வருங்காலம் நாசமாகி விடக்கூடுமென்று நான் சிறிதும் எதிர்பார்த் திருக்கவில்லை.

மெடம்லாவிடமிருந்து எனக்குக் கடிதம் வந்த நாள் முதல் அந்தக் கெட்ட கனவு தொடங்கியது. அவள் பயிற்சி எடுத்துக் கொண்டிருக்கும் அதே நகரத்தில், எங்கள் கிராமத்திலிருந்து வந்து பொறியியல் படித்துக் கொண்டிருக்கும் ஒரு பையனோடு தனக்கு ஏற்பட்டிருக்கும் நட்பைப் பற்றி அதில் அவள் எழுதியிருந்தாள். இம்சுடெம்ஜென் என்ற அந்தப் பையன் மீது தான் காதல் கொண்டிருப்பதாகவும், எங்கள் கிராம சபை உறுப்பினரான மெரென்சஷியின் மகன் அவன் என்றும் அவள் அதில் குறிப்பிட்டி ருந்தாள். வரப்போகும் குளிர்காலத்தில் தாங்கள் திருமணம் செய்து கொள்ளத் திட்டமிட்டிருந்ததாகவும் அவள் தெரிவித்திருந்தாள். அந்தப் பையனின் தந்தை சீக்கிரமே அவளது அப்பாவிடம் வந்து முறைப்படி பெண் கேட்கவும் இருக்கிறார். வானிலிருந்து நேரடியாக

ஓர் இடி தாக்கியது போல் தரையில் அப்படியே சரிந்து விழுந்தேன் நான். நல்லவேளையாக அந்தக் கடிதம் வந்தபோது வீட்டில் நான் மட்டும் தனியாக இருந்தேன். அந்தக் கடிதத்தை உடனே அழித்துவிட முடிவு செய்து அடுப்புக்குள் தூக்கி வீசினேன். அது கறுத்த உருண் டையாய்ச் சுருங்கிப் போய்ச் சாம்பலோடு சாம்பலாகும் வரை பார்த்துக் கொண்டிருந்தேன். அதுவரை மறைவாக இருந்த என் ரகசியம் அருவருப்பாகத் தலை தூக்க ஆரம்பித்து விட்டதென் பதையும், இரண்டு குடும்பங்களைச் சிதைப்பதோடு என் மகளின் சந்தோஷத்தையும் அது ஒரு சேரக் குலைத்துவிடப்போகிறது என்பதையும் நான் உணர்ந்துகொண்டேன். இந்தத் திருமணத்தை நிறுத்தியே ஆக வேண்டும். ஆனால் மெடம்லாவிடமோ அந்தப் பையனிடமோ நான் என்னவென்று சொல்வேன்? முதலில் என் கணவரிடம் பொருத்தமான எந்தக் காரணத்தைக் காட்டி அனுமதி மறுக்கச் சொல்வது? இந்தப் பந்தத்தைப் பிரிக்கக் கூடிய ஒரே ஒரு ஆள் அந்தப் பையனின் அப்பா மட்டும்தான்.

இரவு முழுவதும் அதைப்பற்றியே யோசித்துக் கொண்டிருந்த நான், இத்தனை ஆண்டுகளாக இந்த ரகசியத்தை என் நெஞ்சில் சுமக்கக் காரணமாக இருந்த மனிதனிடமே இதைப்பற்றி நேருக்கு நேர் பேசி விட வேண்டுமென்று முடிவு செய்தேன். மெரென்சஷி, பல ஆண்டுகளுக்கு முன் என்னைப் பலவந்தப்படுத்தி உறவு கொண்டவன். மெடம்லா, அவனது மகள். அது நடந்தது இப்படித் தான். அவனுடைய வயல் எங்கள் வயலை ஒட்டியிருந்தது. சாலை போடும் கூலி வேலைக்கு என் கணவர் போயிருந்தார். நான் மதிய உணவு சாப்பிட்டுக் கொண்டிருந்தபோது நொண்டிக் கொண்டே குடிசைக்குள் வந்த அந்த மனிதன், தன் கணுக்கால் சுளுக்கிக்கொண்டு விட்டதாகச் சொன்னான். வேகமாகச் சாப்பிட்டு முடித்துவிட்டு வெந்நீர் வைத்து அடிபட்ட அவனது காலுக்கு ஒத்தடம் தந்தேன். ஒரு பெண்ணிடம் காம வேட்கை கொண்ட மனிதனைப் போல அவன் என்னைப் பார்த்துக் கொண்டிருந்ததையும் நான் கவனித்துக் கொண்டுதான் இருந்தேன். எப்படியோ என் வேலையை முடித்துக் கொண்டு வயலுக்குப் போக நான் திரும்பியபோது எனக்கு நன்றி சொல்ல முற்படுபவனைப் போலக் கையை நீட்டிய அவன் என்னைத் தரையில் தள்ளிவிட்டான். அவனை என்னிடமிருந்து அகற்ற முயற்சி செய்தேன்; ஆனால் அவனோ மூர்க்கமான ஒரு காளையைப் போலிருந்தான். மிருக வேட்கை அவனை ஆட்டிப் படைத்தபடி இருந்தது. எல்லாம் முடிந்த பிறகும் கூட அவன் என்னை, என் உடலை விடுவதாக இல்லை. அது கிட்டத்தட்ட நிர்வாணமாக அவனருகே கிடந்தது. அவன் ஏதோ சொல்ல முற் பட்டான்; நான் கலைந்துகிடந்த என் துணிமணிகளை சீர் செய்து

கொண்டு அங்கிருந்து கிராமத்துக்கு நழுவிவிடப் பார்த்தேன். ஆனால் அது முடியவில்லை. ஏதோ ஒன்று அவனை மறுபடியும் இயக்க, என்னைத் தரையில் சாய்த்து மீண்டும் ஒருமுறை தனக்கு இரையாக்கிக் கொண்டான்.

என் மீது இரண்டாவது தடவை உருண்டு புரண்ட பிறகு அவன் களைத்துப் போனவனாய்த் தெரியவே நான் சட்டென்று என் துணிமணிகளை வாரிச் சுருட்டிக் கொண்டு என்னை முழுவது மாய்க் கழுவிக் கொள்வதற்காகக் குடிசையிலிருந்து ஓடையை நோக்கி வேகமாக ஓடினேன். என்னுள் அவன் தெறித்துவிட்டுப் போனதைக் கழுவிக் கொள்வதற்காக ஓடைக்குள் உட்கார்ந்தபோது தான் எனக்கு என்ன நடந்தது என்பதையே நான் உணர்ந்து கொண்டேன். அவனைப் பழிதூற்றத் தொடங்கினாலும் கூட என் மனதில் மீண்டும் மீண்டும் இப்படி ஒரு கேள்வி எழுந்துகொண்டேதான் இருந்தது. இன்னும் வலுவாக நான் ஏன் அவனைத் தடுக்கவில்லை? என்னிடம் உறவு வைத்துக்கொள்ள அவன் முயன்றபோது நான் ஏன் கூச்சல் போடாமல், அவன் முகத்தைப் பிறாண்டாமல் கூட ஏன் அப்படி இருந்தேன்? என்னுடைய சொந்த நடத்தையைப் பற்றி என்னாலேயே விளக்க முடியவில்லை. ஆனால் உண்மை என்னவென்றால் நடந்ததென்னவோ நடந்து போய் விட்டது; ஒரு தடவை மட்டுமல்லாமல் அரைமணி நேரத்துக்குள் இரண்டு முறை. ஆனால் நானோ ஒரு முட்டாளைப் போலத் தண்ணீருக்குள் உட்கார்ந்தபடி அதைக் கழுவப் பார்க்கிறேன். நான் என் மீதே குற்றம் சுமத்திக் கொள்ள ஆரம்பித்தேன். கூசிக் குறுகிக் குற்ற உணர்வால் ஆட்கொள்ளப்பட்டிருந்த நான் அதைக் கழுவிக் கொள்ள நினைப்பதுபோல நெடுநேரம் தண்ணீருக்குள்ளேயே உட்கார்ந்திருந்தேன். நீரின் குளிர்ச்சியால் உடல் விறைத்துப் போனது போல் ஆன பிறகுதான் நான் வெளியே வந்து உடலைத் துவட்டிக் கொண்டு உடையணிந்து கொண்டேன். பயங்கரமான குழப்பத்துக்கு ஆட்பட்ட, உடைந்துபோன ஒரு பெண்ணாக வீடுநோக்கிச் சென்றேன். பிறகு பல நாட்கள் உடல் நலமில்லை என்று சாக்குப்போக்குச் சொல்லியபடி வீட்டுக்குள்ளேயே இருந்தேன். வீட்டை விட்டு அடியெடுத்துக் கூட வைக்கவில்லை. பிறகு என் மாதவிடாய் தள்ளிப்போனதும் கருவுற்றிருக்கிறேன் என்பதை உடனே புரிந்துகொண்டேன். என் ஆன்மாவின் சுமை பொறுக்க முடியாததாக இருந்தது. இரண்டாவது மாதத்தில் அம்மாவிடம் சென்று நடந்த உண்மையைக் கொட்டித் தீர்த்தேன். உடனே ஏன் அங்கிருந்து ஓடவில்லை என்று அம்மா என்னைத் திட்டினாலும் என் அவலநிலையைப் பார்த்து மனமுடைந்துபோனாள். நாங்கள் இருவரும் வெகுநேரம் அழுது தீர்த்தோம். இறுதியாக,

“இதோ பார், தன் மனதின் பாதிப் பகுதியைத் தனக்குள் மட்டுமே வைத்திருப்பதுதான் ஒரு பெண்ணுக்கு எப்போதும் நல்லது; அதுதான் புத்திசாலித்தனம். சில சமயங்களில் வாழ்க்கையையே அழித்துவிடும் உண்மைக்கும் எப்போதும் ரகசியமாகவே இருந்தபடி வாழ வைக்கும் பொய்க்கும் இடையே அவள் ஒன்றைத் தேர்ந்தெடுக்க வேண்டியதாக இருக்கும். இதற்கு மேல் நான் எதுவும் சொல்லமாட்டேன், நீயே உன் விருப்பப்படி தேர்ந்தெடுத்துக் கொள்” என்று என்னிடம் சொன்னாள். அன்று, அந்த ஒரே கணத்தில் அமைதியாக இருந்து விடுவதாக நான் முடிவு செய்தேன்.

குழந்தையைப் பெற்றுக்கொள்ள வேண்டாம் என்று எனக்கு ஒருபோதும் தோன்றவில்லை. மெடம்லா பிறந்தாள். பெண்குழந்தை வேண்டுமென்று தவமிருந்த என் கணவருக்கு மகிழ்ச்சி. சில சமயங்களில் நான் பயந்து நடுங்கிக் கொண்டு இருந்ததையும் ஒத்துக் கொள்ளத்தான் வேண்டும் ஆனாலும் குழந்தையின் உண்மையான பெற்றோரைப் பற்றிய நிஜம் எவருக்கும் தெரியவராது என்று நம்பிக்கொண்டிருந்தேன். அவள் எப்போதுமே எங்கள் குடும்பத்துப் பெண் மட்டும்தான். மெடம்லாவுக்கு ஒரு வயது இருக்கும்போது அவளை நீண்ட நேரம் உற்றுப்பார்த்துக்கொண்டிருந்த என் தாய் தனக்குள் பேசுவதைப்போல,

“நல்ல வேளை கடவுளே! அவ தன்னோட சகோதரர்கள் மாதிரிதான் இருக்கா” என்று முணுமுணுத்துக் கொண்டாள்.

ஆனால் அவள் அவர்களிலிருந்து வேறுபட்டவள்தான். முறை தவறிய உறவில் திருமணம் செய்யும் பயங்கரமான தீயசெய்கை பற்றி நான் தீவிரமாக, நிறைய யோசித்தாக வேண்டும். எப்படியாவது, எந்த வகையிலாவது அதைத் தடுத்து நிறுத்தும் பொறுப்பு முழுக்க முழுக்க என்னை மட்டுமே சார்ந்ததுதான். என் சொந்த மகளின் மகிழ்ச்சியே சிதைந்தாலும் அதை நான் செய்துதான் ஆக வேண்டும். திருமணம் நிறுத்தப்பட்டால் என் மகளுக்கு ஏற்படும் வலி எப்படியிருக்கும் என்று நான் கலக்கத்தோடு எண்ணிப் பார்த்தேன். ஆனால் என் சொந்த மகளுக்கு எதிரான இந்தக் கொடுமையான செயலை எதைக் கொண்டும் தவிர்க்க வழியில்லை. முறைதவறிச் செய்யும் திருமணத்தால் ஏற்படும் சாபத்திலிருந்து தடுக்க வேண்டுமென்றால் இதைச் செய்துதான் ஆக வேண்டும். முறையில்லாத திருமண உறவில் அவளை எப்போதும் பார்த்துக் கொண்டிருப்பதைவிட ஒரே ஒருமுறை அவளைப் புண்படுத்திவிடுவது எவ்வளவோ மேல் என்று என் மனதில் எண்ணிக் கொண்டேன். ‘இது வேறு யாருக்கும் தெரியக் கூடாது’ என்று நினைத்தது, நான் செய்த தவறை என் கணவரிடமிருந்து மறைக்க ஒரு முறை உதவியது. ஆனால் மீண்டும் அதிலேயே அடைக்கலம் புகுந்து கொண்டால்

என் சொந்த இரத்த உறவுக்கு நான் இழைக்கும் மிக மோசமான தவறாக அது ஆகிவிடுமென்பதோடு அப்படிப்பட்ட திருமணங் களைத் தடை செய்திருக்கும் சமூகத்துக்கு எதிரானதாகவும் அது ஆகிவிடும். முன்பெல்லாம் அந்தக் குற்றத்துக்கு மரணதண்டனை கூட விதிக்கப்பட்டு வந்திருக்கிறது.

முதல் தடவை இரண்டு குடும்பங்களையும் அழித்துவிடுமோ என்று பயந்து உண்மையை மறைத்தேன். ஆனால் இப்போதோ வேறு வகையான அச்சத்தில், உண்மையை எனக்குத் துணையாக்கிக் கொள்ளப் போகிறேன். முறைதவறிய திருமண உறவுக்கு என் மகள் ஆட்பட்டு விடக் கூடாதே என்ற பயம்தான் அது.

நான் ஒரு வழி கண்டுபிடித்தாக வேண்டும்; அந்தப் பையனின் தந்தை திருமணத்துக்கு மறுப்புச் சொல்லும் வகையில் அவரிடம் தனிப்பட்ட முறையில் தூண்டுதல் விடுக்கவேண்டும். மறு ஞாயிறன்று மெரென்சஷி சர்ச்சிலிருந்து வெளியே வந்தபோது நான் பின்னாலேயே தொடர்ந்து சென்றேன். சர்ச்சில் இசை முடிந்து வெளியே வந்த இருவர், தற்செயலாக ஒன்றாக நடந்து போனால் எப்படி இருக்குமோ அப்படி அவர் அருகில் நடந்து போனேன். ஒரு கட்டத்தில் வேறுயாரும் பக்கத்தில் இல்லாதபோது மெடம்லாவைத் திருமணம் செய்து கொள்ள அவரது மகன் எண்ணியிருப்பதை வேகமாகச் சொன்னேன். அந்தத் திருமணத்தை அவர் தடுத்து நிறுத்தாமல் போனால், அன்றொரு நாள் குடிசையில் நடந்ததையும் மெடம்லாவுக்கு அவரே தந்தை என்பதையும் ஊரறியச் சொல்லி விடுவேன் என்றும் தெரிவித்தேன். அவருக்கு ரத்தம் தலைக்கேறியது. அவள், தன் குழந்தை என்பதை முதலில் அவர் ஏற்றுக்கொள்ளவில்லை. 'உங்களை மாதிரியே அவளுக்கும் இடது பக்கக் கழுத்து எலும்புக்குக் கீழே மச்சம் இருக்கு. அதோடு எப்ப அவளைக் கருத்தரிச்சேன்னும் எனக்குத் தெரியும்" என்று அவரிடம் சொன்னேன். நான் சொல்ல வேண்டியதையெல்லாம் சொல்லிவிட்டு விலகிப் போனேன்.

அதற்குப் பிறகு என்ன நடந்தது என்பது அவ்வளவு தெளிவாக எனக்குத் தெரியவில்லை. இம்சுடெம்ஜென், மெடெம்லாவுக்கு ஒரு சுருக்கமான கடிதம் எழுதித் தங்கள் திருமண ஏற்பாட்டை முறித்துக் கொண்டான். மீதமெல்லாம் அவள் கதையிலேயே இருக்கிறது.

மார்த்தா

நான் டாக்டராக வேண்டுமென்று அம்மா நினைத்தாள். அப்படியென்றால் படிப்பை முடிக்க நான் பல ஆண்டுகள், மிகப் பல ஆண்டுகள் கிராமத்திலிருந்து தள்ளியிருந்தாக வேண்டும். உண்மையில் நான் எந்த இடத்தைச் சேர்ந்தவள் என்று இப்போது

நினைக்கிறேனோ அந்த இடத்தை விட்டு அத்தனை காலம் விலகி யிருக்க நான் விரும்பவில்லை. எல்லோருமே என்னை அவர்களுக்குச் சமமாகத்தான் நடத்திவந்தார்கள். என் முன்னிலையில் 'கூலி' என்று இப்போதெல்லாம் யாரும் என்னை அழைப்பதில்லை. மேலும் என்னோடு படிக்கும் அபோக்கை நான் காதலித்தேன். எட்டாம் வகுப்பை முடித்த பிறகு இருவரும் திருமணம் செய்து கொள்ள லாமென்று திட்டமிட்டிருந்தோம். வாரக் கடைசி நாட்களில் பாட்டிக்குச் சொந்தமான காலி நிலத்தில் ரகசியமாகச் சந்தித்துக் கொண்டிருந்த நாங்கள், பேசிக் கொண்டிருக்க மட்டுமே விரும்பி னோம். ஆனால் மற்றவர்கள் பார்வை எங்கள் மீது படாத ஒரு சூழலில் நாங்கள் நெருக்கமாக உடனிருந்ததால், என்ன செய்து கொண்டிருக்கிறோம் என்பதை உணராமலே நாங்கள் காதல் உறவு கொள்ளத் தொடங்கியிருந்தோம். அவர் மென்மையாகவும், அன்பாகவும்தான் நடந்துகொண்டார்; ஆனாலும் முதல் முறை அவர் அவ்வாறு நடந்துகொண்டபோது வலிபொறுக்காமல் லேசாக அழுதுவிட்டேன்.

நாங்கள் ஈடுபட்டிருந்த செயல் குறித்து ஆரம்பத்தில் எனக்குச் சில சந்தேகங்கள் இருந்தாலும் அபோக்கின் மென்மையும், தீவிரமு மான நேசம் ஒவ்வொரு முறையும் என்னைப் பரவசப்படுத்திய தால், கிளர்ச்சியூட்டும் அந்தச் சந்திப்புக்களைச் சீக்கிரத்திலேயே நானும் எதிர்பார்க்கத் தொடங்கினேன். அம்மாவிடம் அந்த உறவைப் பற்றிச் சீக்கிரமே சொல்லிவிட இருந்தேன். ஆனால் நான் அதைச் செய்வதற்கு முன்பு ஒன்று நிகழ்ந்துவிட்டது. நான் கருவுற்றிருந்தேன். அதை நான் தெரிவித்தபோது முகமெல்லாம் வெளிறிப் போன வளாய் என்னைத் திரும்பிப் பார்த்தாள் அவள்.

"மார்த்தா! என்ன காரியம் செய்திட்டே மார்த்தா? கொஞ்சம் காத்திருக்க முடியாதா உன்னாலே? உனக்குப் பெரிய அளவிலே கல்யாணம் செய்யணும்னு இருந்தேன். நீயோ கல்யாணத்துக்கு முன்னாலேயே கர்ப்பமாகிக் குடும்பத்துக்கு அவமானத்தைக் கொண்டு வந்திட்டே. இனிமே முறையாப் பெரிசா எதுவும் செய்ய முடியாது. ஏதோ கொஞ்சம் உறவுக்காரங்களையும், 'பாஸ்ட'ரையும் வச்சு அபோக்கோட உன் கல்யாணத்தை நடத்தியாக வேண்டியது தான்'' என்றாள். மனதின் வலியை வெளிக்காட்டிக் கொண்டிருந்த அவளது முகபாவத்தைக் கண்டு நான் ஆச்சரியமடைந்தேன். காதலனின் தொடுகைக்கு ஒரு பெண்ணின் உடல் எப்படியெல்லாம் எதிர்வினையாற்றக் கூடும் என்பதை, அப்படிப்பட்ட அன்பின் கட்டுக்கடங்காத ஆற்றலை ஒரு போதும் அனுபவித்திராத என் அம்மாவைப் போன்ற ஒருத்தியிடம் எப்படித்தான் விளக்க முடியும்? ஒரு முறை அப்படிப்பட்ட அன்பை ருசித்துவிட்டால் பிறகு அதை

நிறுத்துவதென்பது முடியாது என்று அவளை ஒப்புக்கொள்ள வைப்பது இன்னும் கூடக் கடினமான விஷயம்தான்.

மெடெம்லா

மார்த்தாவுக்கு நடந்து முடிந்த அந்த விஷயம் என்னை அதிர்ச்சியும் ஆச்சரியமும் கொள்ள வைத்தது. ஒரு வகையில் இதைப் பார்க்க என் அப்பா இல்லையே என்று நான் சந்தோஷப் பட்டேன். மார்த்தா நான்காம் வகுப்பில் இருந்தபோதே திடீரென்று அவர் இறந்துபோய்விட்டார். இப்போது எல்லாமே வெட்ட வெளிச்சமாகி விட்டதால் இந்த இரண்டு இளையவர்களும் ஒருவரை விட்டு ஒருவர் பிரிக்க முடியாதவர்களாகிவிட்டனர்; தாங்கள் கொண்டிருக்கும் காதலையும், வேட்கையையும் அவர்கள் வெளிப் படையாகவே காட்டிக் கொண்டனர். நான் மட்டும் எனக்குள் இப்படியெல்லாம் கேட்டுக்கொண்டே இருந்தேன்.

'ஒரு ஆணையும் பெண்ணையும் இந்த அளவுக்கு ஈர்த்தபடி, ஒருவருக்கொருவர் மிகமிகத் தேவையானவர்களாக ஆக்குவதுதான் எது? இம்சுவிடம் இதுபோன்ற ஒன்றை நான் உணர்ந்ததே இல்லையே, அது ஏன்? இம்சுடெம்ஜென் என்னை நிராகரித்த அந்தக் காலத்தை இப்போது திரும்பிப் பார்க்கும்போது அப்போது நான் அனுபவித்த நிராகரிப்பையும் கைவிடப்பட்ட நிலையையும் எனக்கே உரித்தான ஓர் அந்தரங்கமாக நான் உணரவில்லை என்றே தோன்றுகிறது. ஒரு பெண்ணின் வாழ்க்கையில் வழக்கமாக நிகழ்ந்தாக வேண்டிய சில விஷயங்களுக்கு இடையே ஏற்பட்ட ஓர் இடையூறாக மட்டுமே அது எனக்குப் பட்டது. அந்தத் தோல்விக்குப் பிறகு எப்போதும் எந்த ஆணோடும் எனக்குச் சம்பந்தம் வேண்டாம் என்று முடிவு செய்துகொண்டேன். அந்த முடிவு 'நான் இயற்கைக்கு மாறானவளா அல்லது வித்தியாசமான ஒரு பெண்ணா' என்ற கேள்வியை என்னுள் அடிக்கடி எழுப்பியது.

லிபோக்டுலா

மார்த்தா கருத்தரித்திருக்கும் செய்தியை என்னிடம் சொல்ல வந்த மெடெம்லா, என்ன செய்யலாமென்று என்னிடம் யோசனை கேட்டாள். அவர்களுடைய உறவை எவ்வளவு சீக்கிரம் முடியுமோ அத்தனை விரைவாக முறைப்படுத்திவிட வேண்டும் என்று சொன்னேன் நான். பிறகு அவள் வினோதமாக ஒன்று செய்தாள். குடும்ப அளவில் திருமணத்தை முடிக்க நாங்கள் திட்டமிட்டுக் கொண்டிருக்கும்போது இடையில் குறுக்கிட்டவள்,

“அம்மா, கல்யாணத்திற்கு முன்னால் அவர்கள் ஏன் அப்படிச் செய்ய வேண்டும் என்பது எனக்குப் புரியவில்லை. அவர்கள் காத்திருந்திருக்கலாமே? அவர்களை அப்படி எது தூண்டியது? இப்ப சொல்றேன் நான். நாங்க ரெண்டு பேரும் தனியா இருந்த சமயங்களிலே கூட இம்சுவோட இப்படி ஒண்ணு எனக்குத் தோணினதே இல்லை” என்று குமுறி வெடித்தாள். ஆண் – பெண் உறவின் இயற்கையான ஒரு கவர்ச்சி அவர்கள் விஷயத்தில் ஏன் பொருந்தாமல் போனதென்றோ, இம்சுவிடம் அப்படிப்பட்ட உணர்வு அவளுக்கு ஏன் ஏற்படவில்லையென்றோ அவளுக்கு என்னால் எப்படி விளக்கம் தரமுடியும்? என்னைப் போல வயதான ஒரு பெண்ணால் கூட ஆணையும் பெண்ணையும் பரஸ்பரம் கவர்ந் திழுக்கும் சக்தியைப் பற்றிப் புரிந்துகொள்ளவும் அதை நினைவு கூரவும் முடியும். எந்த ஆணின் தொடர்புக்கும் இடம் தராமல் இருந்துவிட்டதால் ஆணையும் பெண்ணையும் அப்படிப்பட்ட அந்தரங்கமான நெருக்கம் கொள்ள வைக்கும் தூண்டுதல் எது என்பதை மெடம்லா ஒருபோதும் அனுபவித்திருக்கமாட்டாள்.

வெகு நாட்களுக்கு முன் மெரென்சஷி என்னிடம் பலவந்தமாக உறவு கொண்டதை நான் உங்களிடம் சொல்லியிருந்தாலும், அந்தச் சம்பவத்தை நினைத்துப் பார்க்கும்போது என்னுள் சீற்றத்தைக் காட்டிலும் அதிகமாக எழுவது, நான் முதலில் எதிர்ப்புக் காட்டி யதையும் மீறி அவனால் என்னோடு எப்படி உறவு கொள்ள முடிந்தது என்று அந்த அபத்தமான சக்தியைப் பற்றித்தான். என் அம்மா கேட்டது போலவே அப்போது நான் ஏன் விலகி ஓடவில்லை என்று நானும் பலமுறை என்னுள் கேட்டுக் கொள்வதுண்டு. அப்போது என்ன எண்ணத்தில் இருந்தேன் என்றும் நினைத்துப் பார்ப்பேன். ஆனால் ஒவ்வொரு முறை அதை நினைக்கும்போதும் ஒரு ஆணின் வெறித்தனமான வேட்கை என்பது எப்படிப்பட்ட ஒட்டுவாரொட்டித்தனம் கொண்டது என்பதை எண்ணியபடி, இன்னதென்று விளக்கமுடியாதபடி பலவீனமான எதிர்ப்புக் காட்டியபடி என் உடல் தானும் அதை ஏற்று அதற்கு எதிர்வினை யாற்றியபடி, அவனது இச்சைக்கு இணங்கிப் போய் விட்டிருந் திருக்கிறது என்ற முடிவுக்கே வந்து சேருவேன்.

முடிவில்...

“ம்... தள்ளு, வெளியே தள்ளு” என்று அவர்கள் அவளைத் தூண்டுகிறார்கள். அவளும் மீண்டும் ஒரு முறை விசையோடு முக்கித்தள்ள முயற்சிக்கிறாள். ஆனால் எதுவும் நிகழவில்லை. இரவு வேளையில் ஒலித்த அவளது கூக்குரல் கேட்டு அபோக் உள்ளே விரைந்து வர அவர்கள் அவனைப் பிடித்துத் தள்ளுகிறார்கள்.

“அங்கேயே இரு” என்று ஆணையிடுகிறார்கள்.

“அவ கத்தறதை உன்னாலே தாங்கிக்க முடியலைன்னா எங்கேயாவது தூரத்திலே போயிடு.”

ஆனால் அவன் அங்கேயே சுற்றிச்சுற்றி வட்டமிட்டுக் கொண்டிருக்கிறான்.

பிரசவம் கிட்டத்தட்ட பன்னிரண்டு மணிநேரமாய்த் தொடர்ந்து கொண்டிருக்கிறது. அனுபவமுள்ள மருத்துவ செவிலியான மெடெம்லாவையே அது கவலைக்குள்ளாக்குகிறது. மார்த்தாவுக்கும் கூட சோக முடிவுதானோ? வலிகளுக்கிடையே கிடைத்த ஒரு சிறிய இடைவெளியில் மார்த்தா கொஞ்சம் தண்ணீர் வேண்டு மென்று கேட்கிறாள். ஆனால் அதை அவள் ஒரு மிடறு விழுங்கு வதற்குள் மிகக் கடுமையான பேரலையாக அவளைத் தாக்கிய வலியில் கட்டிலில் ஒரு வில்லைப்போல வளைகிறாள் அவள். எத்தனையோ பிரசவம் பார்த்திருக்கும் அந்தப் பெண்கள் இவள் போடும் இந்தக் கூச்சலைப் போல எதையுமே இதுவரை கேட்ட தில்லை. அவள் தொண்டையிலிருந்து கடைசி முனகல் எழும்போது,

“தலை தெரியுது, நான் பார்த்துட்டேன். ஒரே ஒரு தடவை முக்கிடு கண்ணு... ஒரே ஒரு தடவை” என்று ஒரு பெண் சத்தம் போட்டுச் சொல்கிறாள். அவள் சொன்னதைக் கேட்ட மார்த்தா, அதிகபட்ச முயற்சியோடு மீண்டும் அதை உந்துகிறாள். களைத்துப் போன அவளது உடலிலிருந்து சறுக்கிக் கொண்டு வந்துவெளியே விழுகிறது குழந்தை. கருப்பையினூடே ஈரமாக, வழுக்கிக் கொண்டு அது சென்றபோது அற்பமான பரவசத்தைக் கிளர்த்தும் உடலுறவை விட அந்தக் குழந்தையின் உராய்வு தனக்குள் தோற்றுவித்த புலனுணர்வு, மிக மேலானது, உன்னதமானது என்று மார்த்தா இனி எப்போதும் நினைத்துக் கொள்வாள்.

புதிதாகத் தாயான அந்தப் பெண், உடலெல்லாம் ஓய்ந்து போய்ப் படுக்கையில் சரிய, மற்ற பெண்கள் குழந்தைப் பேற்றுக்குப் பின்னால் செய்ய வேண்டியிருக்கும் விஷயங்களில் மும்முரமாகி றார்கள். தன்னிடம் கொண்டுவரப்பட்ட குழந்தையைப் பரவசத் தோடு பார்க்கும் மார்த்தா, தாய்மையின் இனிமையான வலிகளை ஒருபோதும் அனுபவித்திராத தன் தாயைப் பற்றி ஆழ்ந்த வருத்தத்தோடு நினைத்துப் பார்க்கிறாள். மார்த்தாவைக் கவனித்துக் கொண்டே இருக்கும் அவளது பாட்டி, அது புரிந்த பாவனையில் கண் சிமிட்டுகிறாள். பிறகு குழந்தையை எடுத்துக் கொண்டுபோய் மெடெம்லாவிடம் தருகிறாள். தங்கள் கரங்களுக்குள் குழந்தையை வளைத்துக் கொண்டிருக்கும் இரண்டு பெண்களையும் அந்தப் புதிய அன்னை பார்க்கிறாள். அவரவருக்கு உரிய வழியில் அவர்களும்

அன்னைகளே என்று நினைத்துக் கொள்ளுகிறாள். இப்போது அவளும் அவர்களோடு சேர்ந்து கொண்டு விட்டாள். அம்மாவும் பாட்டியும் அவள் படுத்திருக்கும் படுக்கைக்கருகே வந்து, அவளது தாய்மையை அங்கீகரிக்கும் ஒரு சடங்கை நிகழ்த்துவது போலக் குழந்தையை அவளருகே கிடத்துகிறார்கள்.

புதிதாகத் தந்தையான அபோக் கதவருகே நின்று அந்தப் பெண்களின் செயல்களைக் கவனித்துக் கொண்டிருக்கிறான். இப்போது சற்று முன்னால் நகர்ந்து வந்து, பிறந்த குழந்தையை நெருக்கத்தில் பார்க்கவேண்டிப் படுக்கையை நோக்கித் தன் பார்வையைச் செலுத்துகிறான். ஆனால் அந்த மூன்று பெண்களின் அச்சுறுத்தக் கூடிய வளையம், அவன் பார்வையைத் தடைப்படுத்து கிறது. புத்தம் புது உயிரின் அற்புதம் கண்டு மந்திரத்தால் கட்டுண்டவர்கள் போல வித்தியாசமான அந்த மூன்று அம்மாக் களும் நின்று கொண்டிருக்கிறார்கள். அவர்களின் அந்த மயக்க நிலையைக் கலைத்து, புனிதமான சடங்குபோல நடக்கும் ஒரு விஷயத்துக்குக் குறுக்கீடாக இருக்க விருப்பமில்லாமல் எவருக்கும் தெரியாமல் அங்கிருந்து நழுவிச் செல்கிறான் அவன்.

ஓர் எளிய கேள்வி

அன்று காலை, ஏதோ ஒரு அசெளகரியமான உணர்வுடன் தூக்கத்திலிருந்து விழித்தெழுந்தாள் இம்டோங்லா. ஏதோ ஒரு கெட்டகனவு வந்தது என்று மட்டும் அவளுக்கு நிச்சயமாகத் தெரிந்ததே தவிர, அது எதைப் பற்றியது என்பது அவளுக்கு ஞாபக மில்லை. காலை நேரத்து வேலைகளுக்கிடையே அவள் அதை நினைவுபடுத்திப் பார்த்தாள்; ஆனால் அதனால் எந்தப் பயனு மில்லை. அதனால் தன் கணவனிடம் ஏதோ தீயது நிகழப் போவ தாகத் தன் உள்ளத்தில் தோன்றுவதைச் சொன்னாள்.

“இதைக் கொஞ்சம் கேட்டுக்கங்க. நான் ரொம்ப வித்தியாசமா ஒரு கனவு கண்டேன். ஏதோ ஒண்ணு இன்னிக்குக் கெட்டதா நடக்க இருக்கு. அதனாலே எப்பவும் போல உங்க வாயைத் திறந்திடாதீங்க. பேசாம வீட்டிலேயே இருங்க” அவன் அவளைப் பார்த்து உறுமியபடி “நீயும் உன்னோட கனவுகளும்” என்று முணு முணுத்தான்.

“எப்படியோ பத்திரமாவாவது இருங்க. இன்னிக்கு அவ்வளவு நல்ல நாள் இல்லை” என்று இம்டோங்லா மறுபடியும் அவனிடம் வலியுறுத்திச் சொல்லிவிட்டுச் சற்றுத் தொலைவில் இருக்கும் வயற்புறத்துக்குக் கிளம்பினாள்.

இம்டோங்லா, அதிகம் படிப்பறிவு இல்லாதவள். பைபிளையும், ஜெபப்புத்தகத்தையும் மட்டும்தான் அவளால் படிக்க முடியும். ஆனாலும் உலக ஞானம் உள்ள பெண்ணாகிய அவளுக்கு அந்தக் கிராமத்தின் சரித்திரமும், அதிலிருக்கும் அரசியலும் நன்றாகவே தெரியும். அவளது தந்தை ஒரு ‘காவ்புரா’ (கிராமத்திலிருக்கும் தலையாரியைப் போன்ற பொறுப்பு)வாக இருந்ததால், அப்படிப் பட்ட பேச்சுக்கள் அன்றாட நடப்பாக இருக்கும் ஒரு குடும்பத்தில் வளர்ந்திருந்தாள் அவள். அவள் கணவனான டெகபாவும் கூட

ஒரு காவ்புராதான். அவர்களுக்கு ஆரோக்கியமான நான்கு குழந்தைகள் இருந்தன. கிராமத்தில் இருக்கும் முக்கியமான இனக்குழுக்களிலிருந்து அரசாங்கத்தால் நியமிக்கப்பட்டவர்களே காவ்புராக்கள். கிராமத்தில் சட்டம் ஒழுங்கை நிலைநாட்ட அரசாங்கத்துக்கு ஏஜண்டுகளாக உதவிவந்த அவர்களுக்குத் தனிப் பட்ட ஒரு விதமான சீருடையும் இருந்தது. கருப்பும், சிவப்பும் கலந்த 'ஜாக்கெட்'டுகள், சிவப்பு நிற சால்வை ஆகியவை அவர் களது அந்தஸ்தின் சின்னங்கள். இனக்குழுப் பிரதிநிதித்துவ அடிப் படையில் அமைந்திருந்த வழக்கமான கிராம சபைகளோடு இவர்களும் ஒத்து வேலை பார்த்து வந்தார்கள். பிரிட்டிஷார் காலத்தில் ஏற்படுத்தப்பட்ட இந்த அமைப்பு முறை இந்திய நாடு விடுதலையடைந்த பிறகும் கூடத் தொடர்ந்து கொண்டிருந்தது.

அமைதியான காலகட்டத்தில் அந்தஸ்தோடு மகிழ்ச்சியாக இருந்த அந்த முதியவர்கள், நாகர்களுக்கும், இந்திய அரசுக்கும் இடையே பகைமை மூண்டபிறகு அதனால் பெரிதும் பாதிக்கப் பட்டார்கள். கிராமத்தைச் சேர்ந்த எந்த இளைஞர்களாவது தீவிரவாத சக்திகளோடு சேர்ந்துவிட்டால் இவர்களே அதற்குப் பொறுப்பாளிகளாக்கப்பட்டார்கள்; மற்றொரு புறம், ஒவ்வொரு இனக்குழுவிலிருந்தும் தகுதியான இளைஞர்களை இனம் கண்டு தங்கள் படையில் சேர வைக்க வேண்டுமென்று தலைமறைவு சக்திகளும் அவர்களுக்கு ஆணையிட்டுக் கொண்டிருந்தன. அவ்வாறு செய்யத் தவறினால் கிராமத்திலிருக்கும் தானியக் கிடங்கை எரித்து விடுவதாகவும் புரட்சிக்காரர்கள் மிரட்டல் விடுத்தார்கள். வலுக்கட்டாயமான அந்த வற்புறுத்தல், அன்றாட வாழ்க்கைக்குத் தேவையான பணம், தானியங்கள், கால்நடைகள் ஆகியவற்றை அவர்களிடமிருந்து பறித்துக் கொள்வதிலும் தொடர்ந்தது. புரட்சிக்காரர்களின் நடவடிக்கைகளைப் பற்றித் தங்களுக்குத் தெரிவித்தாக வேண்டுமென்று காவ்புராக்களிடம் அரசாங்கம் சொல்லியிருந்தாலும், தலைமறைவு சக்திகள், அவர் களின் ஒவ்வொரு நகர்வையும் நெருக்கமாகக் கண்காணித்து வந்ததாலும் காவ்புராக்கள் பயங்கரமான அழுத்தத்துக்கு ஆளாகிக் கொண்டிருந்தனர். அரசாங்கத்தோடு ஒத்துப்போகிறவர்கள் என்று சந்தேகப்படும் முதியவர்களைக் கொன்றுபோடும் சம்வங்களும் நிகழ்ந்தன. காவ்புராக்களைப் பொறுத்தவரை, கொஞ்சம் கூட சகித்துக்கொள்ள முடியாத ஒரு சூழ்நிலையே நிலவிவந்தது.

'வரி' என்ற பெயரில் தலைமறைவு சக்திகளால் குறிப்பிடப்பட்ட தொகை, தொடக்கத்தில் அத்தனை கடுமையாக இல்லாமல்தான் இருந்தது. இந்தியாவிலிருந்து நாகர்களுக்கு சுதந்திரம் வேண்டி அந்நிய நாடுகளில் முறையிடுவதற்காகப் புரட்சிக்குழுவின் தலைவர்கள்

செல்வதற்கான பயணத்தொகைக்காக ஒவ்வொரு வீட்டிலிருந்தும் முதல் தடவை ஒரு ரூபாய் மட்டுமே வசூலிக்கப்பட்டது. அந்தச் சமயத்தில் தொகை சிறியதாக இருந்தாலும் கூடப் பாடுபட்டுச் சம்பாதித்த பணத்தைப் பிரிய மனமில்லாத இம்டோங்லா, எப்படியோ அதிக எதிர்ப்பு காட்டாமல் அதைக் கொடுத்துவிட்டாள். ஆனால் ஆண்டுகள் செல்லச் செல்ல அவர்கள் கட்டாயப்படுத்திக் கேட்பது, கூடிக்கொண்டே போயிற்று. அதற்கு மறுப்போ, எதிர்ப்போ காட்டுபவர்களுக்குப் பலத்த அடிகள் விழும். சம்பந்தப் பட்ட அந்த நபருக்கு மட்டுமல்லாமல் கிராமத் தலைவர்களுக்கும் (காவ்புரா) வயதானவர்களுக்கும் கூட.

பல நேரங்களில் இம்டோங்லாவின் சமயோசித புத்தியே அடிவாங்காமல் டெகபாவைக் காப்பாற்றி இருக்கிறது. ஒருமுறை வசூலுக்கு வந்தவர்கள், அவள் வீட்டுக்கு முன்னால் ஒன்று கூடி நின்றபடி ஒரு கிராமவாசியைத் தூற்றிக்கொண்டிருந்தார்கள். அவர்கள் கேட்டிருந்ததை விடக் குறைவான அளவு அரிசியையே அவன் கொண்டு வந்திருந்ததால், தங்கள் கட்டளைக்கு அவன் எப்படிப் பணியாமல் இருக்கலாம் என்று அவனைக் கேள்வியால் வதைத்துக் கொண்டிருந்தார்கள் அவர்கள். பயந்து போயிருந்த அந்தக் கிராமவாசியால் தன்னைக் காப்பாற்றிக் கொள்ளும் வகையில் எதுவும் பேச முடியவில்லை. வீட்டுக்குள்ளிருந்து அங்கே நடக்கும் காட்சிகளை வரிசையாகப் பார்த்துக் கொண்டிருந்தாள் இம்டோங்லா. பிறகு அந்தத் தீவிரவாதத் தலைவன், அவளது கணவன் டெகபாவின் பக்கம் திரும்பிக்கொண்டு,

“நீ என்ன சொல்றே இதுக்கு” என்று கேட்டான். அந்தக் கட்டத்தில், தான் குறுக்கிடத் தவறினால் அவர்கள் இரண்டு பேருக்கும் இரக்கமில்லாமல் அடி விழும் என்று புரிந்து கொண்டு அதற்கேற்ப ஒரு முடிவு செய்து கொண்டாள் இம்டோங்லா. வீட்டுக்குள் விரைந்து சென்று, புதிதாய்க் குத்தி உமி நீக்கி வைத்திருக்கும் ஒரு கூடை அரிசியை எடுத்துக் கொண்டு வந்து இப்படிக் குரல் கொடுத்தாள்.

“ஏ டோஷி! உன்கிட்டே வாங்கின அரிசியை இன்னிக்குக் காலையிலே திருப்பித் தரேன்னு சொல்லிட்டுக் கொடுக்காம இருந்திட்டேன்னு அந்த ஆள்கிட்டே நீ சொல்ல வேண்டியதுதானே? என்ன, ஞாபகமில்லையா உனக்கு? என் பையனோட பிறந்தநாள் விருந்துக்காக வாங்கினேனே, அதுதான் இது”

அவ்வாறு சொல்லிக் கொண்டே கூடையைத் தரையில் வைத்து விட்டு வசூல் செய்ய வந்தவர்களின் பக்கம் திரும்பினாள்.

“இதோ பாருங்கண்ணா. அவன் எனக்குக் கொடுத்ததைவிடக் கூடுதலாவே இதிலே இருக்கு. எல்லாத்தையும் எடுத்துக்கிட்டுக் கிளம்புங்க. இல்லேன்னா மழையிலே மாட்டிக்க வேண்டியதாயிடும்.”

உண்மையிலேயே மழைமேகங்களுடன் வானம் இருட்டிக் கொண்டுதான் வந்தது. அவளைச் சிறிதுநேரம் பார்த்துக் கொண்டே இருந்த அந்தத் தலைவன் அரிசியை எடுத்துக் கொள்ளுமாறு தன் சகபோராளிகளிடம் சைகை செய்தான். அவள் கணவனையும், அந்தக் கிராமவாசியையும் திகைப்பிலாழ்த்திவிட்டு கிராமத்தைவிட்டு ஓட்டமும், நடையுமாகச் சென்றுவிட்டான்.

தலைமறைவு சக்திகள், அரசாங்க ராணுவம் ஆகிய இரண்டுமே கட்டவிழ்த்துவிட்ட பயங்கரமான சூழலை அந்தப் பிரதேசம் முழுவதும் வெகுசீக்கிரம் சந்திக்க வேண்டி வந்தது. எதிர்த்தரப்புகள் தாக்குதல் தொடுக்க ஆரம்பித்த இரண்டு ஆண்டுகளுக்குள்ளேயே இராணுவமும் மிகத் தந்திரமாகத் திட்டமிட்டு முகாம்கள் அமைப்பதற்கான சில கிராமங்களைத் தேர்ந்தெடுத்து அவற்றை நிறுவியும் விட்டது. தினமும் அந்த முகாம்கள் சீராகக் கண் காணிக்கப்பட்டு, பிரதேசத்தின் உள் பகுதி வரை அதிக அளவிலான இராணுவ வீரர்கள் பத்திரமாகச் சென்று வருவதற்கான வழிவகை செய்யப்பட்டது.

அவர்களது கிராமத்திலும் கூட மலைக்குன்றின் மீது ஒரு இராணுவ முகாம் உருவாக்கப்பட்டிருந்தது. இராணுவ வீரர்கள் தங்கள் முகாமை அமைத்துக் கொள்ளுவதற்கான இடத்தைத் துணை கமிஷனர் மே சோக்சங்கிடம் அதிகாரப்பூர்வமாக ஒப்படைக்கும் பணி, கிராம சபையைச் சேர்ந்த சில வயதானவர்களையும், டெகபாவையும் சார்ந்ததாக அமைந்தது வருத்தமான ஒரு முரண்தான். வீரர்கள் முகாமுக்கு வந்தவுடனேயே ஒரு பெரிய தீமை நடக்கப் போவதற்கான முன் அறிகுறிகளைக் கிராமத்தார் உணர்ந்தனர். இராணுவ முகாம் அமைத்துக் கொள்ள அனுமதியளிக்கும் கிராமங் களைத் தலைமறைவு சக்திகள் பெரிதும் சந்தேகத்துக்கு உரியன வாகக் கருதியதால், அதற்கான தண்டனையாக அதுவரை பெற்று வந்த வரித்தொகையை இரண்டு மடங்காக்கி விட்டனர். இன்னொரு புறமோ, இராணுவம் வருவதைத் தடுப்பதற்கும் எந்த வழியுமே இல்லாதிருந்தது. காரணம், இராணுவ முகாம் அமைக்க ஒத்து ழைப்புத் தராத கிராமங்களின் மீது அரசாங்கமே நடவடிக்கை எடுத்துவந்தது. ஓரளவு நல்ல ஆரோக்கியமுள்ள எல்லா மனிதர் களுமே அரசாங்கம் மேற்கொண்டிருந்த கட்டுமான வேலைகளில் (கூலியோ, உணவோ இல்லாமல்) பங்கெடுக்க வேண்டுமென வற்புறுத்தப்பட்டனர். ஒரு குன்றைச் சமப்படுத்திக் கால்பந்து மைதானமாக்குவது, நெடுஞ்சாலையின் இருபுறமும் இருநூறு

மீட்டர் இடத்தைச் சீரமைத்துத் தருவது போன்ற வேலைகள், தாங்கள் பதுங்கியிருக்கும் இடங்களிலிருந்து தலைமறைவுப் போராளிகள் இராணுவ வரிசைகளின் மீது வழக்கமாகச் செய்வது போலத் தாக்குதல் தொடுக்காமல் தடுக்க இது ஒரு வழியாகக் கையாளப்பட்டது. இராணுவ முகாம்கள் அமைப்பதைத் தொடர்ச்சியாக எதிர்த்துவிடும் கிராமத்தார்கள் கிராமங்களை விட்டு வெளியேறுமாறு கட்டாயப்படுத்தப்படுவார்கள்; அவர்களது வீடும், தானியச் சேமிப்புக் கிடங்குகளும் தீக்கிரையாக்கப்படும். பிடிவாதமாக ஒத்துழைப்புத் தர மறுக்கும் பிற கிராமத்தவர் களோடு இவர்களையும் ஒன்றாகச் சேர்த்து வேலி போட்ட இடத்தில் வைத்துவிடுவார்கள்; தங்கள் வயல்களில் விவசாயம் செய்யவும் அவர்களுக்கு அனுமதி இல்லை. அவர்களது நடவடிக் கைகள் தொடர்ந்து கண்காணிப்புக்கு உட்படுத்தப்படும்.

நிலைமை தொடர்ந்து படிப்படியாக மோசமாகிக் கொண்டே சென்றது. விவசாயத்திலிருந்து கிடைக்கும் சொற்பத் தொகையைக் கொண்டு தலைமறைவில் இருந்தபடி வசூல் செய்யும் போராளிகள் கேட்பவற்றைக் கொடுப்பது மிகவும் கடினமாயிற்று. அரிசி, கால்நடை, பணம் என மூன்று விதமாகவும் வரிவசூல் செய்யப்பட்டு வந்தது. சில சமயம் ஒரே நேரத்தில் மூன்றும் சேர்ந்தும் கூட! இப்படிப்பட்ட அழுத்தங்களால் தன் கணவனுக்கு எப்படிப்பட்ட விளைவுகள் நேர்ந்திருக்கின்றன என்று இம்டோங்லாவால் பார்க்க முடிந்தது. அவனது தலைமுடி நரைத்துப் போயிற்று; அவனது முகம் பசியாலும், பயத்தாலும் நோயுற்றது போலத் தொங்கிக் கிடந்தது. கண்களில் எப்போதும் குற்ற உணர்வோடு கூடிய ஒரு பார்வை. அவன் மிகக் குறைவாகவே பேசினான்; இரவு முழுவதும் கணப்புக்கு அருகிலிருக்கும் தன் கடினமான படுக்கையில் தூங்காமல் புரண்டு கொண்டே இருந்தான். ராஜிநாமா செய்துவிடலாமா என்றுகூட யோசித்தான். ஆனால் அதை அவன் தப்பித்தவறி எவரிடமாவது சொல்லிவிட்டால் கூடப் புரட்சிக்காரர்களுக்கு அவன் ஆதரவு காட்டுகிறானென்று அரசாங்கம் அவனைக் கைது செய்துவிடக் கூடுமென்பதை இம்டோங்லா அவனுக்குச் சுட்டிக்காட்டினாள். அது மட்டுமல்லாமல் அவன் ஒரு கோழை என்று எல்லோருமே கூட அழைப்பார்கள் என்பதையும் எடுத்துக் காட்டி அப்போது அது அவனுக்கு எப்படி இருக்கும் என்று கேட்டாள் அவள்.

குறிப்பிட்ட மோசமான வருஷம் ஒன்றால் தலைமறைவு சகோதரர்களிடமிருந்து இரட்டை அரிசி வரி கோரப்பட்டது. ஆகஸ்ட் மாதம் நடந்த முதல் அறுவடையின்போது அவர்கள் ஏற்கனவே வரிவசூல் செய்துவிட்டார்கள்; இப்போது குளிர்கால

அறுவடையின்போதும் மீண்டும் ஒன்றைக் கேட்டார்கள். கிராம வாசிகள் முதல் தவணை கொடுத்து முடித்ததும் கடுமையான தோற்றம் கொண்ட ஒரு ஹவில்தாரின் தலைமையில் வந்த சில சிப்பாய்கள் பலவிதமான கேள்விகளைக் கேட்டார்கள். அப்போது கிராமத்தவர்கள் தங்களுக்கு எதுவுமே தெரியாதென்று முறையிட்டார்கள். இராணுவத் தலைவன் அவர்களை ஒரு சில வார்த்தைகளில் திட்டியதோடு சரி. அப்போது என்னவோ அவர்கள் லகுவாகத் தப்பித்துவிட்டார்கள். இப்போது இந்த இரண்டாவது கோரிக்கையும் முதலாவதை அடுத்து வெகு சீக்கிரமாகவே வந்துவிட்டது, கிராமத்துப் பெரியவர்களை என்ன செய்வதென்றறியாத குழப்பத்தில் ஆழ்த்தியது. டெகபாவின் வீட்டில் கூடி இரவு முழுவதும் நெடுநேரம் எல்லோரும் விவாதித்துக் கொண்டிருந்தார்கள். வலுக்கட்டாயமாகத் தலையை நுழைத்துக் கொண்டு உள்ளே வந்த இம்டோங்லா, காட்டில் பதுங்கியிருக்கும் புரட்சிக்காரர்களுக்கு மறுப்புக் காட்ட வேண்டு மென்று ஆலோசனை சொன்னாள்.

"சும்மாக் கிட பொம்பளை, உனக்கு ஒண்ணும் தெரியாது" என்று அவளை அடக்க முற்பட்டான் டெகபா.

அதைக் கேட்டதும் அவள் சீறி வெடித்தாள்.

"எனக்கு ஒண்ணும் தெரியாதுன்னா சொல்றே? போன தரம் நீ உன்னோட கோவணத்தை நனைச்சுக்கிட்டுச் சிலை மாதிரி நின்னப்ப, உன்னை யாரு காப்பாத்தினாங்க? மாமாவுக்குக் கொடுக்க வேண்டிய கடனை அடைச்சப்புறம் பாக்கியிருக்கிறதையும் அவங்க பிடுங்கிட்டுப் போயிட்டாங்கன்னா, அப்புறம் நம்ம பொண்ணு தன்னோட குழந்தைங்களுக்கு எதை வச்சு சாப்பாடு போடுவான்னு கொஞ்சம் யோசிச்சுப்பாரு"

பிறகு அங்கிருந்த மற்ற மனிதர்களிடம் தன் பேச்சைத் தொடர்ந்தாள் அவள்.

"ஐயா பெரியமனுஷங்களே! உங்க புத்திசாலித்தனம், தைரியம் இதெல்லாம் எங்கேதான் போச்சு? உங்களிலே கொஞ்சம் பேர் காட்டுக்குப் போய் அவங்க தலைவர்களோடு பேச்சு நடத்தலா மில்லையா? அவங்க கிட்டே முறையிடலாமில்லையா? அவங்களுக்கு என்ன வேணுமோ அது எல்லாத்தையும் நாம எப்பவுமே கொடுத்துக்கிட்டேதானே வந்திருக்கோம்? இன்னும் கொஞ்சம் நேரம் கொடுக்கச் சொல்லிக் கேளுங்க. அரிசிக்குப் பதிலாக கொஞ்சம் பன்னியும், கோழியும் தரோம்னு சொல்லுங்க. நம்மளாலே இறைச்சி இல்லாம இருந்திட முடியும். அரிசியில்லாம இருக்க முடியுமா? நம்ம பிள்ளை குட்டிகளும் பொம்பளைகளும் எவ்வளவு கஷ்டப்படறாங்கன்னு உங்களுக்குத் தெரியலியா?"

தனக்கு வந்த கெட்ட கனவை நினைவுபடுத்திக் கொள்ள முடியாமல் இருந்த அந்த நாளன்று, இம்டோங்லா முன்பு நடந்த அந்த விவாதத்தைப் பற்றி எண்ணியபடியே வயலுக்குச் சென்று கொண்டிருந்தாள்; தனக்கு வந்த கனவுக்கும் அதற்கும் தொடர் பிருக்கக் கூடுமா என்பதை அவளால் உறுதியாகச் சொல்ல முடிய வில்லை. தான் கடன்பட்டிருப்பதில் பாதியை மட்டும் இப்போது கொடுத்தால் போதும் என்று மகளிடம் சொல்ல வேண்டும் என்று அவள் மனதுக்குள் தீர்மானித்துக் கொண்டாள். அப்போதுதான் தலைமறைவுப் போராளிகளுக்கு உரியதைக் கொடுத்த பின், ஜனவரிவரைக்கும் அவர்களுக்கான அரிசி மிச்சமிருக்கும். பிறகு அவள் கணவன் சாலைபோடும் வேலைக்குப் போகலாம்; இராணுவ முகாம்களிலும் கூட வேலி அமைக்கும் வேலையும், பட்டாளத்துக் காரர்களுக்கான பொருட்களை வழக்கமாகக் கொண்டுவரும் டிரக்குகளிலிருந்து சுமைகளை இறக்கும் வேலையும் கிடைக்கும்.

ஆனால் இம்டோங்லா மாலையில் வீடு வந்து சேர்ந்தபோது தலைமறைவாக இருப்பவர்களுக்கு உணவுப் பொருட்கள் தந்ததாக அவள் கணவன் உட்பட வயதானவர்கள் எல்லாரையும் சில பட்டாளத்துக்காரர்கள் தங்கள் இராணுவமுகாமுக்கு இழுத்துச் சென்றுவிட்டார்கள் என்ற செய்தியை அறிந்துகொண்டாள். அது மிகவும் குளிரான இரவு. தன் கணவனின் சிவப்பு நிறச் சால்வை ஒரு மூலையில் கிடப்பதை அவள் வியப்போடு பார்த்தாள். அவனால் கொஞ்சம் கூடக் குளிரைத் தாங்க முடியாது என்பதை அறிந்திருந்ததால் அந்தச் சால்வையையும் அவனது கறுப்பு, சிவப்பு 'ஜாக்கெட்'டையும் எடுத்துக் கொண்டு இராணுவ முகாமுக்குக் கிளம்பினாள். அவள் கிளம்பிக்கொண்டிருந்த நேரத்தில் அறையி லிருந்து வெளியே வந்த அவள் பெண்,

"அப்பாவோட தோள்லே இருந்து பட்டாளத்துக்காரங்க அதை உருவிட்டாங்க. காட்டிலே இருக்கிற மனுஷங்களுக்கு அவர் உதவி செய்யறதாலே அதைப் போட்டுக்கற தகுதி அவருக்கு இல்லைன்னு சொல்லிட்டாங்க" என்றாள்.

குளிருக்கு இதமான அந்தத் துணிமணிகளை ஒரு பொட்டல மாக இறுகக் கட்டிக்கொண்டு இராணுவ முகாமை நோக்கி மன உறுதியோடு போனாள் இம்டோங்லா. முகாமின் வாயிலை அடைந்தபோது, புறக்காவலாளி அவளை அனுமதிக்க மறுத்தான். ஆனால் அவளோ தனக்குரிய கொச்சை மொழியில் அவனிடம் கத்தினாள்; இராணுவத் தலைவனின் கூடாரத்தைச் சுட்டிக் காட்டியபடி "சாஹிப் சாஹிப்" என்றாள். விடாப்பிடியான அவளது நச்சரிப்பால் இறங்கி வந்த காவலாளி, ஒருக்கால் அவள் 'துப்பு'ச் சொல்பவளாக இருக்கக் கூடுமோ என்று எண்ணியபடி அவளை

உள்ளே அனுமதித்தான். கூடாரத்துக்குள் அவள் நுழைந்தபோது அங்கே எவருமே இல்லாதது போலத் தோன்றினாலும் ஓரளவு திறந்திருந்த கதவு வழியே உள்ளறையிலிருந்து சில சத்தங்களை அவளால் கேட்க முடிந்தது. அவள் எட்டிப்பார்த்தபோது மூங்கில் கழிகளால் அமைக்கப்பட்டிருந்த ஒரு தடுப்புக்குள் எல்லா வயதானவர்களும் பிடித்து வைக்கப்பட்டிருந்தது தெரிந்தது. அவள் கணவன் மட்டும் ஒரு தனித்தடுப்புக்குள் வைக்கப்பட்டிருந்தான். அவனைக் கண்டுபிடித்த உடனேயே தன் கையிலிருந்த சால்வை யையும், ஜாக்கெட்டையும் கழிகளுக்கு இடையிலிருந்த இடைவெளி வழியே அவனிடம் தூக்கி வீசினாள் அவள். நடந்துகொண்டிருப்பது என்னவென்பது இராணுவத் தலைவன் நிதானித்துப் பார்ப்பதற்குள் டெகபா, ஜாக்கெட்டை மாட்டிக் கொண்டு சால்வையையும் மேலே சுற்றிக் கொண்டிருந்தான். அத்தனை வேகமாக அந்தச் செயலைச் செய்து முடித்திருந்தாள் அவள். தன் வீரர்களின் பக்கம் திரும்பி இந்தப் பைத்தியக்காரப் பெண்மணியை முகாமுக்குள் வரவிட்டது யாரென்று கத்தத் தொடங்கினான் தலைவன்.

டெகபாவைப் பிடித்து வைத்திருந்த தடுப்பைத் திறக்க முயல்பவனைப் போல அவன் அதனருகே நெருங்கிய நேரத்தில் தடுப்புக்கும் அவனுக்கும் இடையே குதித்திருந்த இம்டோங்கலா வேகவேகமாக ஏதேதோ பேசினாள். மறைவில் இருந்த எவரையோ பார்த்து அவள் என்ன பேசுகிறாள் என்பதைத் தெளிவுபடுத்துமாறு கேட்டுக் கொண்டான் கேப்டன். தன் கணவனை வீட்டுக்குத் திரும்பக் கூட்டிக்கொண்டு போகத்தான் அவள் வந்திருக்கிறாள் என்றும், அவன் இல்லாமல் அங்கிருந்து அவள் அகலப் போவதில்லை என்றும் அவள் சொல்வதாக அந்த ஆள் கேப்டனிடம் தெரிவித்தான்.

துப்பாக்கியால் சுடுவதைத் தவிர அவளை அங்கிருந்து செல்ல வைக்க வேறு வழியில்லை என்பதை கேப்டன் அறிந்துகொண்டான். டெகபாவை அடைத்து வைத்திருந்த இடத்துக்கு முன்னால் அவள் அமர்ந்து கொண்டாள். கேப்டன் அவளை நெருங்கியதும், அவள் எழுந்து நின்று தன் மேலாடையை அகற்றப்போவது போல் பாவனை செய்தாள். ஒரு மனிதனின் ஆண்மையற்ற செயலைச் சுட்டிக்காட்டும் வகையில் அவனை இழிவுபடுத்தும் குறியீடாக நாகர் இனப் பெண்கள் கையாளும் மிக அவமானகரமான சிறுமைப்படுத்துதல் அது என்பது அவனுக்குத் தெரியும். அவன் அங்கிருந்து திரும்பி அறையை விட்டு வெளியேறினான். மண்தரையில் மீண்டும் ஒரு முறை எச்சில் உமிழ்ந்த இம்டோங்க்லா, மூங்கில் துளை பொருத்தப்பட்ட தன் உலோகப் புகைக்குழாயை உருவியெடுத்து, வீட்டில் விளைந்த புகையிலையை அதில் நிரப்பிக் கொண்டாள். இராணுவத் தலைவனின் மேஜை மீது தீப்பெட்டி

இருப்பதைப் பார்த்தவள், குறுக்கே சென்று அதைப் பற்றி இழுத்துக் கொண்டாள். புகைக்குழாயைப் பற்றவைத்துக் கொண்டு, ஆழமாக அதை உறிஞ்சிப் புகையை வெளியே விட்டபடி, நடப்பதைக் கண்காணித்துக் கொண்டு அங்கேயே உட்கார்ந்திருந்தாள். தீப்பெட்டியைத் தன் புடவை மடிப்புக்குள் செருகிக் கொண்டாள். டெகபா சிறைப்படுத்தப்பட்டிருந்த இடத்தை விட்டு அவள் பிறகு சற்றும் அசையவில்லை. அவள் அங்கே இருக்கும் வரையில் தன் கணவனையோ பிற முதியவர்களையோ அடிக்க இராணுவ வீரர்களால் ஒருபோதும் துணிய முடியாது என்று இறுதியாகச் சொல்லி முடித்தாள் அவள்.

அவள் சொன்ன வேறு சில விஷயங்களை மொழிபெயர்ப்பவன் வழி அறிந்து கொண்ட கேப்டன் வெளியிலிருந்தபடி அவற்றை ஆழமாக யோசித்துப் பார்த்துக் கொண்டிருந்தான்.

“அவர்களைப் பாருங்க. உங்க சொந்த தகப்பனாரையே பார்க்கிற மாதிரி இல்லையா உங்களுக்கு? பயத்தாலே ஒரு காரியம் பண்ணினதுக்கு உங்க அப்பாக்களுக்கு இப்படி ஒரு தண்டனை கொடுத்தா உங்களுக்கு எப்படி இருக்கும்? ஒரு பக்கம் நம்ம இந்தியாவோட இராணுவக்காரங்களான நீங்க, இன்னொரு பக்கம் காட்டிலே இருக்கிற அந்த மிருகங்களைப் பத்தின பயம்.”

ஆனால் இவற்றையெல்லாம் விட அவனைப் பெரிதும் பாதித்தது இம்டோங்லா திரும்பத் திரும்பக் கேட்ட அந்த ஒரு எளிமையான கேள்விதான்.

“எங்ககிட்டே இருந்து உங்களுக்கு என்னதான் வேணும்?” என்ற அந்தக் கேள்வியின் மூலம் மலைப்பகுதிகளில் பணியேற்றிருந்த இந்தக் காலகட்டத்தில் முதல் முறையாக எளிமையான கபடமில்லாத இந்தக் கிராமத்துப் பெண்மணி, கிராமவாசிகள் அனுபவித்து வரும் அநாதரவான, சிக்கலான சூழலை அவனுக்குப் புரிய வைத்து விட்டாள். ‘சட்’டென்று தன் உதவி அதிகாரியின் பக்கம் திரும்பிய அவன் டெகபாவை விடுதலை செய்யுமாறும், இராணுவ முகாமின் எல்லையைத் தாண்டும் வரை அந்தத் தம்பதிகளுக்குத் துணையாக ஒருவரை அனுப்புமாறும் உத்தரவிட்டான். இராணுவத்தின் மானத்தை அப்போதைக்குக் காப்பாற்றிக் கொள்வதற்காக அங்கிருந்த மற்றவர்களை அன்று ஒருநாள் இரவு மட்டும் காவலில் வைத்துக் கொள்ளவும் முடிவு செய்தான்.

கணவனும், மனைவியும் அங்கிருந்து சென்ற பின் பதட்டமாக உணர்ந்த அவன், தன்னைச் சமன்படுத்திக் கொள்வதற்காகப் புகை பிடிக்க விரும்பினான். மேஜையில் வைத்திருந்த தீப்பெட்டியைத் தேடினான்; அதை இம்டோங்லா எப்போதோ தனதாக்கிக்

கொண்டிருந்தாள். முதலில் சற்றுக் குழம்பினாலும் அந்த வயதான பெண்மணி புகைத்துக் கொண்டிருந்தது, அவனுக்குச் 'சட்'டென நினைவுக்கு வந்தது. அவள் தன் தீப்பெட்டியைத் திருடியிருப்பது அவனுள் புதுக் குழப்பத்தை ஏற்படுத்தியது. சாதாரணமாகப் பார்த்தால் ஒதுக்கித் தள்ளிவிட்டுப் போகக்கூடிய ஒரு அற்பமான திருட்டுதான் அது. ஆனால், அந்நியமான ஒரு நிலப்பரப்பில் தன் இருப்பு எந்த அளவுக்கு செல்லுபடியாகும் என்று சவால் விடுவது போல் உரமான தன் இராணுவ நம்பிக்கையைக் கரடுமுரடான, படிப்பறிவில்லாத ஒரு கிராமத்துப் பெண்ணால் எப்படிக் குலைத்துப் போட முடிந்தது என்பதை அது அவனுக்கு மீண்டும் நினைவூட்டிய படி இருந்தது.

ஸோனி

துரதிர்ஷ்டவசமான அந்தக் கோடை காலத்தில், வயதான என் பெற்றோருடன் ஒரு மாதம் தங்கிச் செல்வதற்காக ஒரு மகளுக்குரிய கடமை உணர்வோடு சொந்த ஊரிலுள்ள என் வீட்டுக்கு வந்திருந்தேன். என் பயணத்துக்குத் துணையாக இருந்த மற்றொரு காரணம் தங்களுக்குள் சண்டையிட்டுக் கொண்டிருந்த இரண்டு தரப்பினரும், தற்காலிகமான மிக லேசான ஓர் உடன் பாட்டுக்கு வந்து தங்களுக்குள்ளான மோதலை நிறுத்தியது போல் இருந்ததுதான். ஆனால், விதவிதமாக இருந்த பல விடுதலைப் போராளிக் குழுக்களிடையே இருந்த கசப்பும், எதிர் எதிரான பகைமை உணர்வும் தொடர்ந்து கொண்டுதான் இருந்தது. தலை வர்கள், இராணுவ வீரர்கள் என இருதரப்பிலும் ஒரே மாதிரியான அர்த்தமற்ற மரணங்கள் நிகழ அது காரணமாக இருந்ததோடு பொதுமக்கள் மனதிலும் ஒரு புது வகையான அச்சத்தை அது தோற்றுவித்துக் கொண்டிருந்தது. அவ்வப்போது நடைபெற்று வந்த இந்தக் கொலைகளைப் பற்றி என்னுள் குடைந்து கொண்டிருக்கும் சந்தேகங்களோடு என் சொந்த ஊருக்கு வந்தேன். அரும்பாடுபட்டு நான் உருவாக்கிக் கொண்டிருந்த என் புது வாழ்க்கையைப் போராட்டக் களமாக இருக்கும் அந்தப் பிரதேசத்தின் மர்மமான அரசியல், குலைத்துப் போடப் போகிறது என்பதைப் பற்றி நான் அவ்வளவாக அறிந்திருக்கவில்லை. அரசியல் குற்றவாளிகளுக்குப் பொது மன்னிப்பு அறிவிக்கப்பட்டிருந்ததால் ஸோனி, தன் மனைவியோடும் குழந்தைகளோடும் அங்கேதான் வசிக்கிறான் என்பது தெரியும். ஆனாலும் ஸோனியிடமிருந்து என் மனம் விடுபட்டுவிட்டது என்று நினைத்தபடி நான் வந்திருந்தேன்.

குடும்பத்தாரோடும், நண்பர்களோடும் இரண்டு வாரம் கழிந்தது. பல ஆண்டுகளுக்குப் பிறகு நான் முதல் முறையாக

இலகுவாக, மன அமைதியோடு ஓய்வெடுக்கத் தொடங்கியிருந்தேன். ஆனால் திடீரென்று மறுபடிம் குழப்பமும், பதட்டமும் ஏற்பட்டுவிட மீண்டும் என் உலகம் தலைகீழாகப் போயிற்று. ஒரு காலைநேரத்தில் என் மருமகளிடமிருந்து வந்த அழைப்பிலிருந்த பயங்கரமான ஒரு செய்தியோடு எல்லாம் தொடங்கியது.

"அத்தை! ஸோனியை அவனோட வீட்டிலே வச்சு நேத்து ராத்திரி கொன்னுட்டாங்க. 'ஜே' குரூப்போட வேலைன்னு சொல்லிக்கிறாங்க."

நான் ஃபோனைச் சற்று நேரம் கையில் அப்படியே வைத்துக் கொண்டிருந்தேன். பிறகு ஒரு வார்த்தை கூட பதில் பேசாமல் அதைக் கீழே வைத்தேன். விதியோடு சவால் விட்டபடி தன் கனவு களைத் துரத்தும் வேட்கையோடு இருந்த ஸோனி ஈவு இரக்கமற்று சுடப்பட்டு விட்டான்.

"கண்ணே... இது உன்னையும் என்னையும் ஏன் எல்லா வற்றையும் விடக் கூடப் பெரியது என்பதை நீ புரிந்து கொள்ள வில்லை. இதுதான் எனக்கென்று விதிக்கப்பட்டிருப்பது" என்று ஒரு முறை ஸோனி என்னிடம் சொல்லியதுண்டு. அப்படியானால் அவனது மகத்தான கனவுக்கு இதுதான் முடிவா? தன்னைப்போலவே கனவு கண்ட மற்ற சகாக்களின் கையால் இறக்க வேண்டுமென்பது தான் அவன் விதியா?

கசங்கிப்போயிருந்த படுக்கையின் மீது அப்படியே உட்கார்ந் திருந்தேன். இருந்த இடத்திலிருந்து சற்றுக் கூட நகரவோ வேறேதும் செய்யவோ நான் துணியவில்லை. விண்டுரைக்க முடியாத துயரத்தால் இறுகிப்போயிருந்த நான், உடைந்து சிதறிக் கிறீச்சிட்டு விடுவேனோ என்று பயந்திருந்தேன். நான் இருந்த அறைக்குள் அம்மா வேகமாக உள்ளே வந்தாள்; ஆனால் என் முகத்தைப் பார்த்ததுமே அந்தச் செய்தியை நான் கேள்விப்பட்டேன் என்பதைப் புரிந்துகொண்டு, அமைதியாக ஓசையெழுப்பாமல் அங்கிருந்து அகன்று சென்றாள். அறையிலிருந்த அரையிருளில் எனக்கு மட்டுமே உரித்தான விழிப்பைத் தொடர்ந்தேன். இன்னும் விலக்கப்படாத ஜன்னல் திரைச் சீலைகள் சூரிய ஒளியை மறைத்துக் கொண்டிருந்தன; இல்லையென்றால் கோடைக் கால வெளிச்சம் பிரகாசமாக இருந்திருக்கும். ஆனால் நகர்ந்து செல்லும் ஒவ்வொரு நொடியிலும் என் இதயத்திலிருந்த இருட்டு மேலும் அடர்த்தியாகிக் கொண்டே சென்றது.

ஸோனி உயிரோடு இருப்பதாக என்னுள் நான் போற்றிப் பாதுகாத்து உயிர்ப்போடு வைத்திருந்த எண்ணத்துக்கு நேர்மாறாக அவன் இறந்துவிட்டானென்று வந்த செய்தியை என்னால்

விளங்கிக் கொள்ளவே முடியவில்லை. உயிர்த்துடிப்போடும் உற்சாகத்தோடும், நிறைந்த நம்பிக்கையோடும் இத்தனை ஆண்டு களும் என் நினைவில் பதிந்திருந்த ஸோனி, கடந்த பன்னிரண்டு வருடங்களாக அவன் என் வாழ்வில் இல்லை. அவன் இல்லாத வெறுமையான ஒரு வாழ்வை நடத்துவது அப்போதும் கடினமாகத் தான் இருந்தது என்றாலும் இப்போதுதான் முன் எப்போதையும் விடக் கடுமையான பிரிவுத் துயரம் என்னை உண்மையாகவே தாக்கியது. படுக்கையில் அசையாமல் உட்கார்ந்திருந்தேன். ஒரு நோக்கத்துக்காக அவன் தன்னை அர்ப்பணித்துக் கொண்டதாகச் சொல்வான். அந்த அர்ப்பணிப்பின் அச்சுறுத்தும் இறுதிக்கட்டம் எங்களிடையே கருமையான மேகம் போலத் தெளிவற்று விரிந்த அந்தக் காலகட்டத்தை நோக்கி என் மனம் பயணிக்கத் தொடங் கியது. ஆனால் அந்த நேரத்தில் எனக்குள் இருந்த ஐயங்களை நான் ஒருபோதும் வெளிப்படுத்தவில்லை. குறிப்பிட்ட ஒரு வழியில் அவன் குறியாய் இருப்பதும், அது அவனை என் வாழ்க்கையிலிருந்து தவிர்க்கமுடியாத அளவுக்கு விலக்கி வைத்துவிடும் என்பதையும் நான் புரிந்து கொண்டபோது அவனிடம் இப்படிச் சொன்னேன்:

“நீ உயிரோட இருக்கே, நல்லா இருக்கேன்னு எனக்குத் தெரிய வர்ற வரைக்கும் நீ என் கூட இல்லாத வாழ்க்கையை வாழறதுக்கு எப்படியோ முயற்சி பண்றேன்.”

நான் எந்த அர்த்தத்தில் அப்படிச் சொன்னேன் என்பதைப் புரிந்து கொண்டான் அவன்; அதன் பிறகு தனது கனவுலகத்துக்குள் காணாமற்போனான். அவன் நலமாய் இருக்கும் தகவல்கள் அவ்வப்போது வெவ்வேறு வழியாக எனக்குக் கிடைத்துக் கொண்டிருந்தன. பிறகு இரண்டு வருடங்கள் சென்றபின் கிடைத்த செய்திகள் தெளிவில்லாமலும், அடிக்கடி வராமலும் இருந்தன. சில வேளைகளில் சில எழுத்துக்களைச் சுற்றி வட்டமிடப்பட்டிருந்த கிழிசல் செய்தித்தாள் துண்டுகள்தான் வந்து சேர்ந்தன. நிறைய நேரங்களில் அவை மிகவும் குழப்பமாகத் தெரிந்ததால் என்னால் அவற்றிலிருந்து எதையும் தெரிந்துகொள்ள முடியவில்லை. ஆனால் ஐந்தாவது வருடம் எங்களுக்கிடையே இருந்த வலுவற்ற அந்த மெல்லிய தொடர்பின் இழையும் கூடத் துண்டிக்கப்பட்டுவிட்டது. இளமைப்பருவம் மொட்டவிழும் நேரத்தில் என் வாழ்க்கைக்குள் வந்து, பழகிப் போன பாதுகாப்பான இடத்திலிருந்த என்னைப் பெயர்த்தெடுத்து அதுவரை நான் உணர்ந்தறியாத காதல், வேட்கை ஆகிய உணர்வுகளின் அதிகபட்ச நிலைக்கு எவன் என்னைக் கொண்டு சென்றானோ அதே மனிதன் அந்தக் கனவுகளை வெறும் பிரமையாகக் கலைத்துப் போட்டு விட்டு மீள முடியாத ஒரு பாழ்நிலத்தில் என்னைப் பரிதவிக்க விட்டுச் சென்றது என்னுள்

அளவுகடந்த கோபத்தையும், கசப்புணர்வையும் எரிச்சலையும் ஏற்படுத்தியிருந்தது.

என் உயிரின் ஆதாரமாக நிலைகொண்டிருந்த அந்த மனிதனின் மறைவுச் செய்தி கேட்டு வருந்தியபடி நான் என் படுக்கையில் உட்கார்ந்திருந்தபோது நாங்கள் இருவரும் சேர்ந்து கழித்த அந்தக் கடைசி இரவு எனக்கு நினைவு வந்தது. அந்தப் பணிக்கு ஸோனி தன்னை முற்றிலுமாய் ஒப்படைத்துவிட்டான் என்பதும் அவனைப் போல நியமிக்கப்பட்ட சிலருடன் சேர்ந்து வெளிநாட்டிலிருந்து ஆயுதம் வாங்குவதற்காக சீனா செல்லவிருக்கிறான் என்பதும் அப்போது எனக்குத் தெரிந்திருந்தது. பயங்கரமான அந்தச் சொல்லை நாங்கள் இருவருமே உச்சரிக்கவில்லையென்றாலும் கடந்து செல்ல முடியாத ஒரு பனிமலைச் சிகரத்தைப் போல இப்போது எங்களிடையே நின்று கொண்டிருந்தது சீனா. நிதர்சனமான அந்த உண்மையின் பிரகாசமும் பிரம்மாண்டமும் என் கண்ணைக் குருடாக்குவது போலிருந்தன. தவிர்க்க முடியாத அந்தச் சூழல், என் புலன்களை மரத்துப்போகச் செய்தது. கடந்த மூன்று ஆண்டு களாக நாங்கள் பகிர்ந்து வந்த ஆழமான காதலை மறைக்கும் கிரகணம் போல அது அச்சுறுத்தியது. கவர்ச்சிகரமான எங்கள் வாழ்க்கையின் பொக்கிஷம் போன்ற சில கடைசித் தருணங்களை அன்றைய இரவில் நாங்கள் அனுபவிக்கப் போகிறோம் என்பதை இருவருமே அறிந்திருந்ததால் எந்த விதத்திலும் அது தடைப்படுவதை நாங்கள் இருவருமே விரும்பவில்லை. நாளை விடிந்த பிறகு, இருவரும் வெவ்வேறு உலகங்களில் இருப்போம்; இருவரின் உலகங் களும் ஒரே மாதிரி இருக்க அதன் பிறகு எந்த வழியும் இல்லை.

நம்பமுடியாத, அமானுஷ்யமான அந்த இரவில் இதுவரை எங்களுக்குப் பரிச்சயமில்லாத ஏதோ ஒரு தயக்கமும், தடையும் எங்கள் நடவடிக்கையில் இருந்தது. நாங்கள் முறைப்படி பிரியப் போகிறோம் என்பதை அந்தச் செய்கை வழி உணர்த்திக் கொண்டி ருப்பதைப்போலவே அது இருந்தது. எங்கள் உடல்களின் இயக்கம் எப்போதும் போல ஆழ்ந்த விருப்பத்தோடும் வேகத் தோடும்தான் இருந்தது; ஆனால் கண்ணுக்குத் தெரியாத ஏதோ ஒரு சக்தி ஒருவரிடமிருந்து மற்றவரை விலக்கி எறிவதுபோல் அதனிடமிருந்து பாதுகாத்துக்கொள்ள எந்த வழியும் இல்லாமல் ஒருவரோடொருவர் இணைந்து அதிலிருந்து புகலிடம் தேடிக்கொள்வது போலவே எங்கள் உடனிருப்பு அன்று அனுபவமாயிற்று. எங்கள் வேட்கையெல்லாம் தணிந்த பின், அமைதியாக மிதந்து வரும் உண்மை குறித்த சொல்லுக் கடங்காத அச்சம் எங்களை ஆட் கொண்டது. எந்த வார்த்தையும் பேசாமல் ஒருவரை ஒருவர் இறுகப் பற்றியபடி, ஒருவரது தோளில் இன்னொருவர் கிடந்தபடி நாங்கள் அப்படியே இருந்தோம். எங்கள்

தேவைகளைப் பரஸ்பரம் பூர்த்தி செய்து கொண்ட பிறகு வழக்க மான இரவுகளின் கணங்கள் போல இல்லாமல் 'சீனா' என்ற வலைப்பின்னலுக்குள்ளேயே எங்கள் சிந்தனைகள் வட்டமிட்டுத் தொலைந்து போய்க்கொண்டிருந்தன. மென்மையாக அவன் புரிந்த காதலுக்கு நான் ஆற்றிய எதிர்வினை அவசர அவசரமாகவும், ஆக்ரோஷமாகவும் இருந்ததிலிருந்து என் பயத்தை அவன் புரிந்து கொண்டிருக்கக் கூடும்; ஆனாலும் அதை அவன் அங்கீகரிக்கவோ, அதற்காக மன்னிப்புக் கோரவோ இல்லை என்பது எனக்கு எரிச்ச லையும், கசப்பையும் உண்டாக்கியது.

அன்று அவனது வாழ்க்கையிலிருந்து நான் நழுவிப்போன விதம் அவனை விட்டுப் பிரிந்து போவது நான்தானே ஒழிய அவனில்லை என்று நிரூபிக்க முயல்வது போல இருந்ததையும், அந்த இரவு குறித்த ஞாபகம் எனக்கு நினைவுபடுத்தியது. அடிவானில் சூரியனின் முதல் ஒளிக்கீற்று தோன்றியதுமே நான் அமைதியாக எழுந்து கொண்டேன். என்னை விட்டு வெகு தொலைவு பிரிந்து செல்லப் போகும் பயணத்தைத் தொடங்க இருப்பவனின் மெல்லிய குறட்டை ஒலியோடு கூடிய உறக்கத்தைக் கலைக்காமல், நாங்கள் இருந்த வளாகத்தை விட்டு வெளியே வந்து காடுகளுக்குள் வெகுதூரம் நடந்தேன். அடுத்து எங்களுக்குள் நேரவிருக்கும் பிரிவின் அதிர்ச்சியைக் கொஞ்சம் குறைத்துக் கொள்ளும் வகையில் எங்களுக்கிடையிலான தூரத்தை அதிகரித்துக் கொள்ள முற்பட்டேன். தான் மனதில் நிர்ணயித்திருந்த இலக்கை நோக்கி அவன் கிளம்பியிருப்பான் என்பது என்னுள் உறுதிப்படும் வரை அங்கேயே தாமதித்துக் கொண்டிருந்தேன். நாங்கள் இருந்த குடிலுக்கு நான் திரும்பி வந்தபோது, அது அவன் இல்லாத வெறுமையால் நிரம்பியிருந்தது. அந்தக் கணத்தில் அதுவும் கூட என்னைப் போலவே மரணித்து விட்டதாகவே எனக்குத் தோன்றியது. சற்று முன் நான் சென்று திரும்பிய பரந்து விரிந்த காடுகளின் அளவுக்கு என் இதயத்தில் ஒரு வெற்றிடம் ஏற்பட்டதாக உணர்ந்தேன். அவனுக்காக தெர்மாஸ்ஃப்ளாஸ்கில் நான் ஊற்றி வைத்திருந்த காப்பியை அவன் குடித்திருந்தான் என்பது தற்செயலாக என் கண்ணில்பட்டது. டிரஸ்ஸிங் டேபிள் மீது ஒரு சின்னக்குறிப்பும் இருந்தது.

"அன்பே, நான் உன்னிடமிருந்து விடை பெற்றுக்கொள்ளவில்லை. என்றென்றும் என் வாழ்க்கையில் நான் காதலிப்பவள் நீதான்."

கசப்பும், வெறுப்பும் மண்டிக்கொண்டு வர நான் அந்தக் காகிதத்தைச் சுக்கல் சுக்கலாகக் கிழித்தெறிந்தேன்.

விடுதலைக்கான போரில் இன்னதென்று தெளிவாகப் புலப்படாத ஒரு பகுதிக்குள் ஸோனி காலெடுத்து வைக்கிறான்

என்பதை அப்போது நாங்கள் இருவருமே புரிந்துகொண்டிருக்க வில்லை. காரணம், ஆயுதம் ஏந்திய போராளிகளுக்கும், இனம் காணக்கூடிய ஒரு விரோதிக்கும் இடையே உள்ள மோதல் சூழலாக அது இல்லாமல் உண்மையான எதிரி யார் என்று அடையாளம் காட்ட முடியாதபடி இருந்தது. போராளி இயக்கத்துக்குள்ளேயே சித்தாந்த மோதல்கள் நிகழும் களமாகவும் அது இப்போது ஆகிவிட்டிருந்தது. பொதுவான ஓர் இலக்கைக் குறிக்கோளாகக் கொண்டிருக்கும் சக தேசியவாதிகளிடமிருந்தே புதுப்புது அபாயங்கள் முளைத்துக் கொண்டிருந்தன. இப்போது ஒரு சக போராளியின் நெஞ்சுக்குள் தோட்டாவைச் செலுத்திக் கொண்டிருக்கிறார்கள் என்னும்போது ஸோனி தன் சொந்தக் கொள்கைகளுக்கு இன்று தானே இரையாகிவிட்டான்.

இளம் தலைமுறைப் போராளிகள், ஆதரவாளர்களுக்கிடையே ஒரு நாயக பிம்பத்தோடும், அறிவுஜீவியான ஒரு ‘குரு’வாகவும் போற்றப்பட்டாலும் இயக்கத்தின் மூத்த தலைவர்கள் பலரை அவர்களின் கொள்கை மற்றும் செயல்பாடுகளின் அடிப்படையில் எல்லோர் முன்னிலையிலுமே தனிப்படப் பிரித்துக் காட்டிக் கேள்வி கேட்பது ஸோனியின் வழக்கம். ‘தலைமறைவு’ வாழ்க்கைக்குள் செல்வதற்கு முன்பிருந்தே அவன் அதைக் கைக்கொண்டிருந்தான். புரட்சிக்காரர்களான ஃபிடல் காஸ்ட்ரோவையும், அவரது நண்பரும் ஆலோசகருமான சேகுவேராவையும் உலகம் போற்றிக் கொண்டாடிக் கொண்டிருந்த அந்தக் காலகட்டத்தில் ஸோனியின் அபிமானிகள் அவனையும் கூடப் புதிரான மனிதராக ‘சே’யோடு ஒப்பிட்டபடி அந்த இயக்கம் முழுமைக்குமே அவன்தான் உண்மையான மூளை யாகச் செயல்படுவதாகச் சொல்லிக் கொண்டிருந்தனர். ஆனால் அவனை இயக்கத்திற்குள் அதிகாரம் பெற்றவனாக ஆக்க அவை யெல்லாம் துணை வரவில்லை. இயக்கத்தில் சேர்ந்தது முதல் பலவகையான சித்தாந்தங்கள் கொண்ட ஆபத்தான வெடிக்கிடங்கு போன்ற ஒன்றில் கயிற்றின் மீது நடப்பது போலத்தான் நடக்க வேண்டியிருந்தது.

என் வாழ்விலிருந்து அமைதியாக நழுவியபடி வேறொரு வகையான வாழ்க்கை முறைக்குள் அவன் சென்றபிறகு, ஒரு பெண் மீது கொண்டிருக்கும் காதலை விட தேசிய வேட்கையைப் பெரிதாகக் கருதும் மனிதனின் மீது பைத்தியக்காரத்தனமாகக் காதல் கொண்டிருந்ததற்காக என் மீதே நான் சந்தேகம் கொள்ள ஆரம்பித்தேன்; என்னை நானே சுய பரிசீலனை செய்து கொண்டேன். பிறகு சிறிது காலம் சென்ற பின், எனக்கென்று ஒரு புதிய சூழலைத் தேடிக்கொண்டு, என் வாழ்வில் அவன் இல்லாமல் போய்விட்ட வெறுமையை மறக்க உதவும் ஒரு வேலையில் ஈடுபட முடிவு

செய்தேன். அதனால் ஒரு பெருநகரத்துக்குக் குடிபெயர்ந்தேன். பல மாதங்கள் கடுமையாகக் கஷ்டப்பட்ட பிறகு ஒரு தேசிய நாளிதழில் எனக்கு வேலை கிடைத்தது. ஒரு பத்திரிகையாளராக நான் பணியைத் தொடங்கினேன். ஸோனியைப் பற்றிய தொடர்புக் கண்ணிகளுக்கு அந்த வேலை நல்ல ஒரு ஏற்பாடாக அமைந்தது. வெவ்வேறு குழுக்களில் கொள்கை வேறுபாடு காரணமாக நிகழும் பதட்டங்களைப் பற்றிய மிக லேசான தகவல்கள் அவ்வப்போது பத்திரிகையாளர் வட்டத்தை அடையும். என் காதுக்கும் அவை எட்டிவிடும். அந்தச் சூழ்நிலையை ஸோனி எவ்வாறு சமாளிக்கிறான் என்பது பற்றி அடிக்கடி எனக்கு ஆச்சரியம் ஏற்படும். மிக எளிதாக உணர்ச்சிவசப்படுபவனும், வெளிப்படையாகப் பேசுபவனுமான அவன் எப்போதாவது எதையாவது சொல்லியோ, எதையாவது செய்தோ தன் மீதோ குடும்பத்தார் மீதோ பெரிய குழுக்களின் கோபத்தை வரவழைத்துக் கொண்டு விடுவானோ என்று நான் அஞ்சினேன். ஆனால் ஒரு விஷயம் மட்டும் எனக்கு உறுதியாகத் தெரிந்திருந்தது. என்ன நடந்தாலும் ஸோனி தன் கொள்கைகளை ஒருபோதும் விட்டுக்கொடுக்க மாட்டான் என்பதுதான் அது.

'ஸோனிக்குப் பிறகான' என் வாழ்வின் ஏழாவது ஆண்டில் என் சக பத்திரிகை நிருபர் வெளிநாட்டு நாளிதழில் வந்திருந்த ஒரு செய்தியை என்னிடம் காட்டினார். புரட்சிக் குழுவைச் சேர்ந்த தலைவன் ஒருவன், சக பெண் போராளியைத் திருமணம் செய்து கொண்டதான செய்தி அது. அது யாராவது ஒரு தலைவனாக இருக்கக்கூடும் என்றுதான் நான் நினைத்துக் கொண்டிருந்தேன். ஆனால் செய்தியின் அடுத்த வரி, என்னை அதிர்ச்சிக்கு உள்ளாக்கியது. அரசியலமைப்புச் சட்டத்தில் தேர்ந்த வழக்கறிஞராகப் பிரகாசிக்கக் கூடிய எதிர்கால வாய்ப்புகளை இயக்கத்தில் இணைவதற்காகத் துறந்திருந்தவன் இந்தக் குறிப்பிட்ட தலைவன் என்பதுதான் அது. அப்படியென்றால், அது ஸோனியைத் தவிர வேறு எவராகவும் இருக்க முடியாது என்பது எனக்குத் தெரியும். நான் மிக அதிகமாகக் காதலித்த ஒரு மனிதனை உண்மையாக வெறுத்தது, அந்தக் குறிப் பிட்ட கணத்திலேதான். ஸோனியிடம் நான் எந்த அளவு விசுவாச மாக இருக்கிறேனோ அதே போலத்தான் அவனும் என்னிடம் விசுவாசமாக இருப்பான் என்ற உணர்வின் பிடியிலேயே நான் இருந்ததால் அவன் இப்போது முற்றிலும் வேறான ஒரு சூழ்நிலையில் அன்றாடப்பாடுகளுக்கே அல்லல்படும் ஒரு ஆதிகால வாழ்க்கை முறையில் இருந்துகொண்டிருக்கிறான் என்பது எனக்குத் தோன்றவே இல்லை. அரசாங்க உயர் அதிகார சக்திகளிடமிருந்து ஏற்படும் அபாயத்தோடு மாற்றுப் போராளிக் குழுக்கள் விடுக்கும் அச்சுறுத்

தல்களையும் அதே நேரத்தில் சமாளித்தாக வேண்டிய ஒரு சூழ்நிலை.

என் வாழ்க்கையின் அந்தக் காலகட்டத்தை இப்போது திரும்பிப்பார்க்கும்போது நான்தான் எந்த அளவுக்கு சூதுவாது இல்லாதவளாக இருந்திருக்கிறேன் என்பதை நான் உணர்கிறேன். அவன் வாழ்க்கையின் யதார்த்தங்களைப் புறந்தள்ளி விட்டு ஒரு கனவுலகில் வாழ்ந்து கொண்டிருக்கிறான் என்று நான் அடிக்கடி அவனோடு விவாதித்ததுண்டு. மாநிலத்துக்கு சுதந்திரம் கோரும் அவனது லட்சியத்தை அடிக்கடி நான் எள்ளி நகையாடியபடி அதற்கான பொருட்களஞ்சியமும், ஆள்படையும் எங்கே என்று அவனிடம் கேட்பேன். அவன் ஒரு மர்மப் புன்னகையோடு, தந்திரமாகக் கண்ணடித்தபடி தன் தலையைச் சுட்டிக்காட்டி 'இங்கே' என்பான். அவன், கனவு காண்பவனாக இருந்தானென்று சொன்னால் நானும் கூடக் கிட்டத்தட்ட அப்படித்தான் இருந்தே னென்று சொல்ல வேண்டும். நான் கொண்டிருந்த முதற்காதலின் மயக்கத்தில் இன்னும் கூட மூழ்கிக்கிடந்த என்னால் என்னிடமிருந்து விலகியிருக்கும் அவனது வாழ்க்கையின் புது யதார்த்தங்களைப் புரிந்து கொள்ள முடியவில்லை. இப்போது இந்தக் கொடுமையான செய்தி, என் உலகத்திலிருந்து ஸோனியின் உலகம் எந்த அளவு அகற்றப்பட்டுவிட்டது என்பதை நினைவுபடுத்தியது முழுவதும் வேறுபட்ட ஒரு சமூகச் சூழலின் நிர்ப்பந்தங்கள் அவனை எப்படி மாற்றியிருக்கும் என்பதையும் நான் நினைத்துப் பார்க்கத் தவறி யிருக்கிறேன். ஆனால் அறிவுப்பூர்வமாக எவ்வளவுதான் யோசனை செய்து பார்த்தாலும் துரோகம் இழைக்கப்பட்டுவிட்டதான கடுமை யான வேதனையை அது சற்றும் குறைக்கவில்லை.

அப்போதுதான் என் இயல்பான, இணக்கமான சுபாவத்தில் விரிசல் விடத்தொடங்கியது, நான் வழிதவறிச் செல்லத் தொடங் கினேன். லேசான தூண்டுதல் ஏற்பட்டாலும் கூடப் பல ஆண் களோடு விரும்பியபடி பழக ஆரம்பித்தேன். எண்ணற்ற இன்பக் களியாட்டங்களில் புயல்போன்ற இரண்டு வருடங்களை செல விட்டேன். கட்டுக்கடங்காத என் போக்கைக் குறித்த செய்தி, என் குடும்பத்தாரை வந்தடைந்தது. என் மூத்த சகோதரர் அதிலிருந்து என்னை மீட்டெடுக்க வந்ததாகச் சொல்லியபடி என்னைத் திரும்ப அழைத்துச் சென்றார்.

வீட்டில் ஒரு கந்தைத் துணிப்பொதியில் எனக்கு வந்திருந்த எல்லாக் கடிதங்களும் இருந்தன. அவற்றுக்கு நடுவே இரண்டு வருடங்களுக்கு முன்பு ஸோனி எனக்கு எழுதிய மூன்று கடிதங் களும் கூட இருந்தன. அவற்றைப் படிக்கப்படிக்க நான் அதிர்ச்சி அடைந்தேன். முதல் கடிதத்தில் அப்போதைய தன் வாழ்க்கை

ஓட்டத்தையும், புரட்சிக் குழுவினர் எதிர்கொள்ள வேண்டியிருந்த பல இடைஞ்சல்களையும் பற்றி அவன் எழுதி இருந்தான். இரண்டாவது கடிதம் இரக்கத்தைத் தூண்டுவதாக இருந்தது. அது பெரும்பாலும் சரியான தொடர்ச்சியில்லாமல் துண்டு துண்டாக எழுதப்பட்டிருந்தது. தான் மேற்கொண்ட போராட்டச் செயல்பாடு களில் வெற்றி பெற முடியாததால் தன் பிரமைகள் கலைந்து போயிருப்பதையும், தனக்கு ஏற்பட்டிருக்கும் எரிச்சல் உணர்வு மற்றும் தற்கொலை மனப்போக்கையும் அதில் அவன் பகிர்ந்திருந் தான். பிறகு அவனது வழக்கத்துக்கு மாறான ஒரு ஒப்புதல் வாக்கு மூலமும் கூட! அதில் அவன் எழுதியிருந்த ஒரு வரி இன்னும் கூட என் காதுகளில் ஒலிக்கிறது. "கண்ணே! நான் இந்த இயக்கத் திற்குள் பிரவேசிப்பதை நீ தடுக்காமல் இருந்ததற்காக அடிக்கடி உன்னைப் பற்றி நன்றியோடு நினைத்துக் கொண்டிருக்கிறேன்; ஆனால் இப்போதோ நீ அப்படிச் செய்திருக்கலாமோ என்று ஆசைப்படுகிறேன்" நான் அறிந்த ஸோனியிலிருந்து முன்பு அன்பு வைத்த ஸோனியிலிருந்து இவன் வித்தியாசமானவன். ஒரு வகையில் எனக்கும் கூட ஏதோ ஒரு பிரமை கலைந்தது போலிருந்தது. மிகமிக மன உறுதியுள்ளவன் என்றும் குறைகளுக்கு அப்பாற்பட்ட அப்பழுக்கற்றவன் என்றும் நான் நினைத்துக் கொண்டிருந்த ஒருவனும் கூட இறுதியில் வெறும் மனிதன்தான்.

கடைசிக் கடிதத்தை இரண்டு நாட்கள் படிக்காமலே இருந்தேன். அதில் என்ன செய்திகள் இருக்குமோ என்ற அச்சத்தில்! இறுதியில் ஒரு ஆர்வத்தால் உந்தப்பட்டு அழுக்கேறிய அந்த உறையைக் கிழித்துப் பிரித்தேன். அதிலிருந்த கடிதம் மிகவும் சுருக்கமாக இருந்தது.

"நீ எந்தச் செய்தியைப் படித்தாலும், கேள்விப்பட்டாலும் உன் மீது நான் கொண்டிருக்கும் காதல் மட்டும்தான் என் வாழ்வின் நிலையான உண்மை என்பதை மட்டும் புரிந்துகொள்" என்று மட்டுமே அதில் எழுதப்பட்டிருந்தது. தொடர்ந்து வரவிருக்கும் அவனது திருமணத்தைத்தான் அது மறைமுகமாகச் சுட்டுகிறது என்பதை அப்பொழுதுதான் நான் விளங்கிக் கொண்டேன். நாங்கள் ஒன்றாக இருந்த காலங்களில் காதலைப் பற்றி நான் மட்டும் தான் பேசுவேன்; அப்படிப்பட்ட மென்மையான உணர்வு களை அவனுக்கு ஒரு போதும் வெளிப்படுத்தத் தெரியாது. இப்போதோ தன் திருமணம் நிகழ இருக்கும் நிலையில் என் மீது கொண்ட காதலைப் பற்றிப் பேசியிருக்கிறான் அவன். அவனது அந்தரங்க உணர்வுகளைவிட அப்போது நிலவிய சூழல் நிர்ப்பந்தங் களாலேயே அவனது செயல்கள் தீர்மானிக்கப்பட்டிருக்கின்றன என்ற வருத்தமான உண்மையை நான் உணர்ந்துகொண்டேன்.

இப்போது நேர்ந்திருக்கும் இந்தத் துயர சம்பவத்தோடு அந்த வார்த்தைகளையும் இணைத்து நினைத்துப்பார்த்தபடி இறுதியாக நான் அழுதேன். ஆறுதல் கூறித் தேற்ற முடியாத மெய்யான இழப்பின் வருத்தத்தோடு கண்களில் நீர் வற்றிப்போகும் வரை நான் அழுது தீர்த்தேன். அந்த மனிதனை நான் இரண்டு முறை இழந்திருக்கிறேன். ஒருமுறை அவனது இலட்சியத்தால். இப்போது அவனது மரணத்தால். அவன் இல்லாத வெறுமையோடும், வலியோடும் கழிந்த அந்த ஆண்டுகளில் என்னை வசீகரித்த அழகான அவனது முகத்தை ஒருமுறை பார்க்க நான் எப்படி ஏங்கியிருக்கிறேன்? என் பெயரை அவன் உச்சரிக்கும் ஒவ்வொரு முறையும் அது என்னைச் சீராட்டுவது போல் இருக்குமே... அந்தக் குரலைக் கேட்கவும், வலுவான ஆனால் மென்மையான அவன் கரங்களின் அணைப்பில் என்னை ஒப்புவிக்கவும் நான்தான் எப்படித் தவித்திருக்கிறேன்? அந்த நேரத்தில் அத்தனை அன்பாகவும், ஆதர வாகவும் நான் உணர்ந்திருக்கிறேன். ஆனால்... எல்லாமே இப்போது போய்விட்டது. ஸோனி என்ற மனிதன் வெகு சீக்கிரமே எங்கோ மூலையில் இருக்கும் ஏதாவது ஒரு வரலாற்றுப் புத்தகத்தில் மட்டுமே குறிப்பிடப்படப் போகிறான்; அவ்வளவுதான்.

படுக்கையில் அமர்ந்தபடி ஸோனியின் மரணத்தை விழுங்கிக் கொள்ள முயன்று கொண்டிருந்தேன். ஒன்றுக்கொன்று சம்பந்தமே இல்லாத பல எண்ணங்கள் என் மனதுக்குள் ஓடிக்கொண்டிருந்தன. அவனது வலது பக்க மார்புக்கு மேல் இருக்கும் அந்த நீல நிற மச்சம் என்ன ஆகியிருக்கும்? அது அப்படியேதான் இருக்குமா அல்லது குண்டுகள் அதைத் துளைத்துப் போட்டிருக்குமா? அழகான அந்த முகம் இறந்த பின்பு எப்படித் தோற்றமளிக்கும்? கடிகாரத்தை நிமிர்ந்து பார்த்த போது மணி ஏழரை ஆகியிருந்தது; இப்போது அவனுக்கு நல்ல 'சூட்' அணிவித்திருப்பார்கள் என்று நினைத்துக் கொண்டேன். என் மனம் மறுபடியும் சின்னச் சின்னத் தகவல்களுக்குள் செல்லத் தொடங்கியது. உருச்சிதைந்து கிடக்கும் அவன் மார்பில் எந்த மாதிரியான சட்டையை அவர்கள் அணிவித் திருக்கக்கூடும்? நாங்கள் சேர்ந்திருந்தபோது வந்த கடைசி கிறிஸ்துமஸில் நான் அவனுக்குத் தந்த நீலநிறப் பட்டு 'டை' அவனது அலமாரியில் இன்னும் கூட இருக்குமா? என் பரிசைப் பார்த்ததும் சின்னப் பையனைப் போல அவன் முகத்தில் அரும்பிய புன்னகையை நினைத்தபோது எனக்கும் கூடப் புன்னகை வந்தது. பல்கலைக்கழகத்தில் இருந்த சிற்றாலயத்தில் கிறிஸ்துமஸ் அன்று காலை, கருநீல நிறத்தில் 'சூட்'டும், வெளிர் நீல மேல் சட்டையும், நான் பரிசளித்த 'டை'யுமாய் அவன் வந்தபோது என் இதயம் மகிழ்வாலும், பெருமிதத்தாலும் எப்படி விம்மித் தளும்பியது? இந்த

உலகத்திலிருக்கும் எந்த மனிதனும் ஸோனியைப் போல அழகாக இருக்க முடியாது என்று எனக்குத் தோன்றியது. அவன் எனக்கே உரியவன் என்பதில் எத்தனை பெருமை எனக்கு?

காலைப் பொழுதின் அமைதி வெகு நேரம் நீடிக்கவில்லை. வழக்கமான அன்றாட நடவடிக்கைகளின் ஓசைகள் கேட்கத் தொடங்கி இருந்தன. நான் எங்கே இருக்கிறேன் என்பதையும் என்ன நடந்திருக்கிறது என்பதையும் அவை எனக்கு நினைவூட்டின. முதலில் என் பள்ளிப்பருவத்துத் தோழிகளில் ஒருத்தி என்னை அழைத்தாள். அவள் மூன்று முறை அழைத்த பிறகு, அம்மாவின் வற்புறுத்தலால் அதை எடுத்தேன். மறுநாள் நடக்கவிருக்கும் இறுதிச் சடங்குக்கு நான் வருவேனா என்றும் தன் உதவி எனக்குத் தேவைப் படுகிறதா என்றும் அவள் கேட்டாள். ‘இல்லை வேண்டாம்’ என்று நறுக்கென்று பதில் சொல்லிவிட்டு ஃபோனைக் கீழே வைத்தேன். இறுதிச் சடங்கு...! யாரைப் புதைக்கப்போகிறார்கள்? ஸோனி என்றென்றும் என் மனதில் இருப்பானென்பதால் அப்படிப்பட்ட இறுதியான வார்த்தையை என்னால் புரிந்து கொள்ள முடியவில்லை. ஆனால் ஒரு இறுதிச்சடங்கு நடக்கத்தான் போகிறது? சிதைந்து போன அந்த மனித உடலின் மிச்சம் மீதிகளோடு எதை அவர்கள் புதைக்கப்போகிறார்கள்? ஒரு காலத்தில் ஒரு புது வாழ்க்கையின் நம்பிக்கை ஒளியாக மக்களுக்குத் தென்பட்டவன் அவன். இறுதிச் சடங்கின்போது போர்த்தப்பட்ட சொந்த மண்ணின் தயாரிப்பு களான கம்பளிச்சால்வைகள், நிச்சயம் நிறையவே உடனிருக்கும். கூடவே அவனுக்கு மிகவும் விருப்பமான சில உடமைகளும். அவனது லட்சியவாதம்? அதுவும் அவனது உடல் சிதைவுகளோடு புதைக்கப் பட்டுவிடப் போகிறதா? என்னால் தொடர்ச்சியாக ஒரு சீராக அதற்குமேல் யோசிக்க முடியவில்லை. முன் எப்போதையும் விட, இறந்திருக்கும் இப்போதுதான் அவன் எனக்கு மிகவும் உண்மையாகத் தோன்றியதால் உயிரோடிருக்கும் ஸோனிக்கும் இறந்துவிட்ட ஸோனிக்கும் இடையிலான வினோதமான ஊடாட்டம் என்னைப் படிப்படியாக ஆக்கிரமிக்கத் தொடங்கியிருந்தது.

வீட்டுக்குத் திரும்பி வரப் பயணம் தொடங்கியபோது ‘ஸோனி காலகட்டம்’ என்ற ஒன்றுக்கு என் வாழ்க்கையிலிருந்து இறுதியாக விடை கொடுத்துவிட்டதாகவே நம்பிக் கொண்டிருந்தேன். காதலால் ஏற்பட்ட சோதனையிலிருந்து விடுபட்டு முற்றிலும் புதிய ஒரு ஆளாக நான் வெளிப்பட்டு விட்டேனென்றே எண்ணினேன். ஆனால் அவனது மரணம் அந்தப் பொய்மையைத் தகர்த்தெறிந்து என் காதலின் உண்மையை வெளிப்படுத்திவிட்டது. தன் வாழ்வில் நிலையான ஒரே ஒரு உண்மை என் மீது தான் கொண்ட காதல் தான் என்று ஸோனி எழுதியிருப்பதைப் போல அவன் மீது நான்

கொண்ட காதலும் அதே போல உண்மையானதுதான் என்று இப்போது நான் கண்ணீரோடு ஒத்துக்கொள்கிறேன். அவன் என் வாழ்க்கையிலிருந்து காணாமல் போயிருந்தபோது அதுதான் முடிவு என்று உண்மையில் ஒருபோதும் நான் ஒத்துக்கொண்டதில்லை. ஆனால் அவனது மரணம், இந்தக் கொடூரமான மரணம் அவனை மீண்டும் பார்க்க முடியுமென்று வைத்திருந்த எல்லா நம்பிக்கை களையும் இறுதியாகக் குலைத்துப் போட்டுவிட்டது. ஒரு வேளை என்னுள் இருந்த ரகசியமான அந்த நம்பிக்கையும் கூட என் பெற்றோர் வீட்டுக்கு நான் திரும்பிவர ஒரு காரணமாக இருந் திருக்குமோ?

பொழுது நன்றாக விடிந்தபின் என் பள்ளிப்பருவ நாட்களி லிருந்து எங்களோடு வாழ்ந்து வரும் தூரத்து அத்தைபெண் ஒருத்தி எனக்குக் காலைச் சிற்றுண்டி வேண்டுமா என்று கேட்டபடி என் அறைக்குள் வந்தாள். நான் மறுத்துத் தலையசைத்தபோது அவள் லேசாகச் சிரித்தாள். முகத்திலிருந்த அந்தச் சிரிப்போடு கூடவே விசித்திரமாக இன்னொன்றும் சொன்னாள்.

“ஸோனியைக் கல்யாணம் செஞ்சுக்காம இருந்ததுக்காக நீ சந்தோஷப்படணும்.”

அதைக் கேட்டு அதிர்ந்து போன நான் அவளை வெறுமனே முறைத்துப் பார்த்தேன். ஆனால் அறையை விட்டு அவள் வெளியேறும்போது என் கையில் வைத்து வருடிக் கொண்டிருந்த கனமான ‘பிரஷ்’ ஒன்றை அவள் முதுகில் வீசியபடி ‘போ இங்கே இருந்து’ என்று கத்தினேன். பிரஷ் அவள் தலையில் போய் விழுந்தது. அவள் கூச்சலிட்டுக் கொண்டே என் அம்மாவிடம் ஓடினாள். மூளையில்லாத அந்த முட்டாள் பெண்மணி சொன்ன கொடூரமான அந்த வார்த்தை, எங்கள் படிப்பு முடிந்து நானும் ஸோனியும் எங்கள் திருமணத்துக்காகத் திட்டமிட்டுக் கொண்டிருந்த அந்தக் காலத்துக்கு என்னைக் கொண்டு சென்றது. தேசத்தைப் பற்றிய உத்வேகம் கொழுந்துவிட்டு எரிந்துகொண்டிருந்த காலமாகவும் அது இருந்தது. கிராமம், நகரம் என்று எல்லா இடங்களிலும் வாழும் எல்லாவிதமான மக்களிடமும் அது தொற்றிக் கொண்டி ருந்தது. அது குறித்த கற்பனையே எல்லோரையும் ஈர்த்திருந்தது. நகரத்தில் வாழும் படித்த மேல்தட்டுவாசிகள், சுதந்திரமான பிரதேசத்தை அமைப்பதே இயக்கத்தின் வெற்றி என்று கருதினார்கள். அடக்கி ஒடுக்கி ஆதிக்கம் செலுத்தி வரும் சக்திகள் ஏற்படுத்தும் சமத்துவமற்ற போக்குகளிலிருந்தும், அவர்கள் இழைக்கும் நியாய மற்ற செல்களிலிருந்தும் அப்போதுதான் விடுபட முடியும் என்பது அவர்களது எண்ணம். மேலும் புதிய அமைப்பில் தங்களுக்குச் சுயலாபம் கிடைக்கக்கூடும் என்ற நோக்கத்திலும் இயக்கத்திற்குப்

பலர் தங்கள் ஆதரவை அளித்து வந்தனர். ஆனால் கிராம மக்களைப் பொறுத்தவரை தங்களைத் தாங்களே ஆண்டு கொண்ட பொன்னுலகம் போன்ற பழைய காலத்துக்குத் திரும்ப இது ஒரு வாய்ப்பு என்றே பார்க்கப்பட்டது. அந்நிய ஆட்சியாளர்கள் வந்து தங்கள் தொன்மையான வாழ்க்கைமுறையைப் புரட்டிப் போட்டு விட்டதாகவே அவர்கள் எண்ணினர்.

ஆயுதம் தாங்கிய புரட்சிக் கூட்டத்தில் சேருவதற்கான அழைப்பு தொடக்கத்தில் போதை மிகுந்த கள்போலத்தான் இருந்தது. ஆனால் அரசாங்க இயந்திரத்தின் பழிவாங்கும் நடவடிக்கைகள், மாநிலம் முழுவதும் காட்டுத் தீயைப் போலப் பரவின. கிராமங்கள் எரித்துச் சாம்பல் குன்றுகளாக்கப்பட்டன. மக்கள் மந்தைகள் போல ஆக்கப்பட்டுத் தனித் தனிக் குழுவாக வதை முகாம்களில் இருப்பது போல் ஆக்கப்பட்டனர். குடும்பங்கள் பிரிந்துபோயின; பெண்கள் பாலியல் கொடுமைகளுக்கு ஆளாக்கப்பட்டுக் கொல்லப்பட்டனர். இந்த அவமானங்களெல்லாம் ஆண்களின் கண்முன்பே நடந்தன; அவற்றைப் பார்க்குமாறு அவர்களும் வற்புறுத்தப்பட்டனர். அவர்களுமே கூட உறுப்புகள் சிதைக்கப்பட்டு ஊனமாக்கப்பட்டனர்; அல்லது கொலை செய்யப்பட்டனர். நகரவாசிகளிடையே வதந்தி களாகக் கசிந்து கொண்டிருந்த இப்படிப்பட்ட கதைகள் வெவ்வேறு நகரங்களில் உள்ள வேறுவேறு கல்வி நிறுவனங்களில் உயர்கல்வி பயின்று கொண்டிருந்த இளைஞர்களின் உள்ளங்களில் ஏற்கனவே கனன்று கொண்டிருந்த கோபத்துக்கும், பகைமை உணர்வுக்கும் இன்னும் தூபம் போடுவதுபோலவே ஆகிவிட்டன. சம்பவங்களில் நேர்ந்த இந்த வகையான திருப்பம்தான் எங்கள் திருமணப் பேச்சை மழுங்கடித்துவிட்டது. அமைதியாகவும் மகிழ்ச்சியோடும் இணைந் திருந்த எங்கள் உலகத்திலிருந்து விலகி மிகவும் அந்நியமானதும் வித்தியாசமானதுமான வேறோர் உலகத்திற்குப் படிப்படியாக ஸோனி சென்று கொண்டிருந்ததை நான் பார்த்தேன். குறிப்பிட்ட அந்த நேரத்தில் அவனது ஆன்மாவுக்குள் கனன்று கொண்டிருந்த புரட்சிக் கனலோடு ஒப்பிடுகையில் திருமணம் குறித்த யோசனை மிகவும் அற்பமானதாக அவனுக்குத் தோன்றியிருக்க வேண்டும்.

துயரம் நிறைந்த என் பழைய நினைவுகளுக்கு முரட்டுத்தன மாகத் தடைபோடுவதுபோல அன்று காலை செய்தித்தாள்களை என் அத்தை மகள், கொண்டு வந்து கொடுத்தாள். எல்லாச் செய்தித்தாள்களின் முகப்புப் பக்கங்களையும் ஸோனியின் முகம் மட்டுமே ஆக்கிரமித்திருந்தது. அப்போதுதான் இறந்து போயிருக்கும் ஸோனியின் அழகான முகத்தைப் பார்க்க எனக்குப் பொறுக்க வில்லை. அதனால் செய்தித்தாளை மடித்து அதை மறைத்தபடி கீழே உள்ள செய்தியில் வேகமாகக் கண்களை ஓட்டினேன்.

எல்லாவற்றிலும் கிட்டத்தட்ட ஒரே விதமான விஷயங்கள்தான் இருந்தன. ஆனால் ஒரே ஒரு நிருபர் மட்டும் ஒரு படி மேலே போயிருந்தார். கொலை செய்யப்பட்டிருக்கும் தலைவனின் முன்னாள் தோழியும் இப்போது நகரத்தில் இருப்பதால், இந்தக் கொலைக்கான காரணங்களை அவள் கூடுதலாகத் தரக்கூடுமோ என்று தெரிந்து கொள்ள விரும்புவதாக அவர் குறிப்பிட்டிருந்தார். பொதுவான மக்கள் வழக்கில் 'தோழி'! ஆனால் நான் அவனோடு 'பாவகரமான உறவில் வாழ்ந்து வந்ததால் ஒரு காலத்தில் 'வழுக்கி விழுந்த பெண்' என்றுதான் குறிப்பிடப்பட்டு வந்தேன்.

இப்போது இந்த நிருபர் சரியாக எதைக் குறிவைக்கிறார் என்பது எனக்குத் தெரியும். ஒருவரைப் பற்றி ஜாடை மாடையாய், சூசகமாய்ச் சுட்டிக்காட்டிப் பரபரப்பை ஏற்படுத்தும் தந்திரம்தான் இது! நானும் ஒரு பத்திரிகையாளர் என்பதால் அது பற்றி எனக்கும் தெரியும். ஒரு செய்தியைச் சுவாரசியமாக்கிக் கதைபோல் அளிப்ப தற்காகவே நான் வேலையில் அமர்த்தப்பட்டிருந்தேன். ஆனால் எனக்குச் சம்பந்தமே இல்லாத ஒரு விஷயத்தில் என்னையும் ஈடுபடுத்தப் பார்க்கும் புது விஷயமே என்னை அச்சுறுத்துவதாக இருந்தது. ஸோனியோடு நான் கொண்டிருந்த தொடர்பு பத்தாண்டு களுக்கு முற்பட்டது.

இறுதிச் சடங்கில் கலந்துகொள்ள வேண்டுமென்று ஒரு கணம் கூட நான் நினைத்திருக்காவிட்டாலும் செய்தித்தாளில் உள்ள விவரங்கள் அந்த முடிவுக்கு மேலும் வலுச்சேர்த்தன. என் சிந்தனையை அது இன்னும் கூடத் தெளிவாக்குவது போலிருந்தது. ஸோனியின் மரணம் எனக்குள் உண்டாக்கியிருக்கும் ஆழ்ந்த துக்கத்தை முதலில் நான் வெளிக்காட்டவே கூடாது என்று எனக்கு நானே சொல்லிக் கொண்டேன். அதனால் மிக நிதானமாகக் குளியலை முடித்துப் பளிச்சென்று உடையணிந்து கொண்டு மதிய உணவுக்காக ஆஜரானேன். அம்மா, தன் பார்வையை என்னிடமிருந்து விலக்கிக் கொண்டாள். நானும் அங்கே இருப்பதை ஆமோதிப்பது போல அப்பா சற்றே தலையசைத்தார். என்னையே முட்டாள்தனமாக வெறித்துப் பார்த்துக் கொண்டிருந்த என் அத்தை பெண் ஏதோ சொல்ல வாயெடுத்தாள்; அதற்குள் முன் கதவைத் திறந்து கொண்டு என் சகோதரனும் அவன் மனைவியும் உள்ளே வந்தனர். நான் இவ்வளவு அடக்க ஒடுக்கமாக, அமைதியாக, கட்டுப்பாட்டுடன் உட்கார்ந்திருப்பதைப் பார்த்து அவர்களுக்கு ஆச்சரியம் ஏற்பட்டி ருந்தாலும் அதை அவர்கள் வெளிக்காட்டிக் கொள்ளாமல் இருக்கப் பெருமுயற்சி செய்தனர். சாப்பாடு அமைதியாக முடிந்தது. உருப் படியில்லாத அந்த அத்தை பெண்ணை ஏதோ ஒரு வேலை இருப்பது போலப் பக்கத்து வீட்டுக்கு அனுப்பி வைத்தாள் அம்மா.

சில விருந்தாளிகள் வந்துகொண்டே இருந்தார்கள். பல்கலைக் கழக நாட்களில் என்னோடு கூடப் படித்த சில நண்பர்களும் அதில் இருந்தார்கள். சூழ்நிலை கொஞ்சம் பதற்றமாகத்தான் இருந்தது, ஆனாலும் நான் முழு நேரமும் அமைதியுடனேயே இருந்தேன். எப்படியோ அன்றைய மதியப்பொழுது கழிந்து விட குடும்ப நபர்கள் மட்டுமே தனித்து விடப்பட்டிருந்தோம்.

அம்மா என் அண்ணியைச் சமையலறைக்கு வருவித்துக் கொண்டாள்.

"நம்ம ரெண்டு பேரும் கொஞ்சம் நடந்திட்டு வரலாம், வா" என்றான் அண்ணன்.

எனக்கு அது ஆச்சரியமாக இருந்தது. சில ஆண்டுகளுக்கு முன் நான் கட்டுக்கடங்காத களியாட்டங்களில் ஈடுபட்டு மீண்டிருந்ததால் 'குணமடைந்த தொழுநோயாளி'யைப் போலவே 'தூய்மைவாதி'யான என் சகோதரன் என்னை நடத்தி வந்தான். என்னிடம் சொல்ல ஏதோ ஒரு முக்கியமான விஷயம் அவனிடம் இருக்கிறது என்பதை உணர்ந்து கொண்டதால் அவனுடன் வெளியே சென்றேன். எங்கள் கண்பார்வையிலிருந்து வீடு மறைந்து நாங்கள் சற்றுத் தூரம் சென்ற பின் ஒரு தடிமனான உறையை எடுத்து எதுவும் சொல்லாமல் என்னிடம் தந்தான். உடனே அதைப் பெற்றுக் கொண்டு விடாமல்,

"என்ன அது?" என்று கேட்டேன். நீண்டநேரம் அவன் என்னை அப்படியே அசையாமல் பார்த்துக் கொண்டிருந்தான். அந்த வேளையில் அவனது முகபாவத்திலிருந்த பழைய வெறுப் புணர்வு மாறி, என்னைப் புரிந்து கொள்ள முயல்பவனைப் போல் அவன் இருந்ததை என்னால் கண்டு கொள்ள முடிந்தது. எனக்கு நெருக்கமாக வந்து என்னை அணைத்துக் கொண்ட அவன்,

"இதை நான் உன்கிட்டே ரொம்ப முன்னாலே கொடுத் திருக்கணும். உன்னாலே முடிஞ்சா என்னை மன்னிச்சிடு" என்று உடைந்த குரலில் சொல்லிவிட்டுத் திரும்பிக்கூடப் பார்க்காமல் சட்டென்று நடந்து சென்றான். அந்த உறையை மார்போடு அணைத்தபடி இன்னும் சிறிது நேரம் நடையைத் தொடர்ந்த நான் மாலை மறையும் நேரத்தில் வீடு வந்துசேர்ந்தேன்.

நேரே என் அறைக்குச் சென்று கதவைத் தாள்போட்டுக் கொண்டு மர்மமான அந்தக் கடித உறையைப் பிரித்தேன். அன்று ஒரே நாளில் இரண்டாவது முறையாக மின்னல் தாக்கியது போல உணர்ந்தேன். உறைக்குள் ஒரு 'ஃப்ளாப்பி'யையும் ஒரு சிறிய குறிப்பையும் வைத்திருந்தான் ஸோனி. அதிலிருந்த தேதியைப் பார்த் தால் பல நூற்றாண்டுகளுக்கு முன்னாலிருக்கும் போலத் தோன்றியது.

நான் ஸ்தம்பித்துப் போயிருந்தேன். கடிதத்தைத் திறந்து இறந்த வனிடமிருந்து எனக்கு வந்திருந்த செய்தியைப் படிக்க எனக்குச் சிறிது நேரம் தேவைப்பட்டது. நிறைய விஷயங்களைப் பற்றிய அவனது வருத்தங்களை அதில் சொல்லியிருந்தான்; அவற்றோடு கூடவே எனக்கு அவன் இழைத்த தவறு தன்னைப் பெரும் சுமை யாக, பாரமாக அழுத்துவதாகக் குறிப்பிட்டிருந்தான். ஆனால் முக்கியமான விஷயம் அந்த 'ஃப்ளாப்பி'யைப் பற்றியது தான். இயக்கத்தின் உண்மையான நிலை என்ன என்பதைப் பற்றிய தனது வாக்குமூலம் அது என்றும், எப்படியாவது அதை நான் பிரசுரித் தாக வேண்டும் என்றும் என்னிடம் கேட்டுக் கொண்டிருந்தான். ஒரு வகையில் எனக்கு ஏமாற்றமாகத்தான் இருந்தது; இன்னும் கூட அவன் என்னை எவ்வளவு நேசிக்கிறான் என்பதைப் பற்றியும், நான் இல்லாத வெறுமையை எப்படி உணர்கிறான் என்பது குறித்தும் அவன் பெரிய கடிதம் ஒன்று எழுதியிருக்கக் கூடாதா என்றே நான் ஆசைப்பட்டேன். ஆனால் அவனது சொற்கள் எப்போதும் போலவே நறுக்குத் தெறித்தாற்போலவே இருந்தன; அவனது தொனியில் ஓர் அவசரமும் இருந்ததை நான் கண்டு கொண்டேன்.

"அன்பே... இப்படிப்பட்ட அபாயகரமான வேலையை உன் மீது சுமத்துவதற்காக என்னை மன்னித்துவிடு; ஆனால் என்னால் உன் ஒருத்தியை மட்டுமே நம்ப முடியும்" என்று அவன் எழுதியிருந்த கடைசி வரிகளோடு என்னைத் திருப்திப்படுத்திக்கொள்ள வேண்டியதுதான். 'எப்போதும் என்றென்றும் உன்னுடைய ஸோனி' என்று இறுதியில் கையெழுத்திட்டிருந்தான். காதல், ஏக்கம் என்று எந்த ஒரு வார்த்தையுமே அதில் இல்லாவிட்டாலும் 'என்றென்றும்' என்ற அந்தக் குறிப்பான வார்த்தைக்காக நான் அதைத் தழுவிக்கொண்டு மறுபடியும் கண்ணீர்விட ஆரம்பித்தேன்.

என் அகத்தினுள் இருந்த துயரத்தையெல்லாம் வடித்துத் தீர்த்த பிறகு மிக முக்கியமான சில பொருட்களை மட்டும் ஒரு சிறிய கைப்பைக்குள் போட்டுக் கொள்ளத் தொடங்கினேன். என் குடும்பத்தாரிடம் கூடத் தெரிவிக்காமல் உடனடியாக அங்கிருந்து கிளம்பி விட முடிவு செய்திருந்தேன் நான். அந்தக் கடிதத்தையும் 'ஃப்ளாப்பி'யையும் பைக்குள் எப்படி ஒளித்து வைக்கலாம் என்று பல இடங்களைப் பரிசீலனை செய்தேன். பையின் அடியில் மறைவாக இருந்த பகுதிக்குள்... குளியலறைக் காகிதச் சுருள்களுக்குள் என்று பல இடங்களைப் பற்றி யோசித்துப்பார்த்து எல்லாவற்றையுமே கைவிட்டுவிட்டேன். திரும்பிச் செல்வதற்கான என் பயணச்சீட்டையும் இடையில் எடுத்து வைத்துக் கொண்டேன்; அது இன்னும் கூட செல்லுபடியாகக்கூடிய நிலையில்தான் இருந்தது. ஆனால் என்

வீட்டிலிருந்து மூன்று மணிநேரம் பயணம் செய்தால்தான் விமான நிலையத்துக்குச் செல்ல முடியும்.

காலையில் மிக மிக சீக்கிரமாகக் கிளம்பினாலொழிய என்னால் உரிய நேரத்துக்குள் போய்ச் சேரமுடியாதே? என்ன செய்வது? நம்பிக்கையிழந்தவளாய் அவதி அவதியாகக் கிழிந்து தார்தாராகக் கிடக்கும் என் தொலைபேசிக் குறிப்பேட்டில் விரலை ஓட்டினேன். 'டி' என்ற எழுத்துக்கு அடியில் ஒரு பழைய நண்பனின் பெயர் தட்டுப்பட்டது. அவனை நான் பார்த்து வருடக்கணக்காகி இருக்க லாம்; ஆனாலும் அவன் போக்குவரத்துத் தொழில் செய்கிறான் என்று கேள்விப்பட்டிருந்தேன். என் நம்பிக்கையனைத்தையும் ஒட்டுமொத்தமாகத் திரட்டி அவனது தொலைபேசி இலக்கங்களில் விரல் பதித்தபடி அவனை அழைத்தேன். வெகுநேரம் கழிந்த பின் ஒரு குழந்தை அந்த அழைப்புக்குப் பதிலளித்தபடி தன் தந்தை ஒரு துக்க வீட்டிற்குச் சென்றிருப்பதாகக் கூறியது. இன்னொரு மணிநேரம் காத்திருந்து விட்டு மீண்டும் அழைத்தேன்; இப்போது அந்த அப்பாவே பேசினார். என் பெயரைப் பதிவு செய்து கொள்ள வேண்டாம் என்று அவரை எச்சரித்து விட்டு மறுநாள் காலையில் விமான நிலையம் செல்ல அவரது உதவி தேவைப் படுவதாகச் சொன்னேன். அவர் முதலில் தயங்கினார்; ஸோனியின் இறுதிச் சடங்குக்குச் செல்லவேண்டியிருப்பதாகச் சொன்னார். பிறகு என் குரலில் இருந்த அவசரத்தை உணர்ந்து கொண்டு எனக்கு ஒரு வாடகைக்கார் ஏற்பாடு செய்துதர வேண்டா வெறுப் பாக உடன்பட்டார். காலை நான்கு மணிக்கு என் வீட்டிலிருந்து இரண்டாவதாக உள்ள திருப்பத்தில் இருக்குமாறு என்னிடம் கேட்டுக்கொண்டார். பிறகு சிறிது யோசனைக்குப் பின், என் பயணம் பற்றி வேறு யாருக்காவது தெரியுமா என்று கேட்பார். 'இன்னும் தெரியாது' என்று நான் பதிலளித்தபின்.

"நல்லது! அப்படியே வைத்துக்கொள்." என்று சொல்லி விட்டு அழைப்பைத் துண்டித்தார்.

இரவு உணவுக்குக் குடும்பத்தாரோடு சேர்ந்துகொண்ட நான், எந்தப் பேச்சிலும் ஆர்வம் காட்டி உணர்ச்சிவசப்படாத பாவனை யையே முழுநேரமும் கைக்கொள்ள முயற்சித்தபடி இருந்தேன். உணவுக்குப் பிறகும் கூட அங்கேயே இருந்து என் பெற்றோரிடம் அவர்களது உடல்நலம் பற்றியும், வேறு விஷயங்கள் குறித்தும் அரட்டையடித்துக்கொண்டிருந்தேன். சிறிது நேரம் கழித்துத் தனக்குக் களைப்பாக இருப்பதாகத் தந்தை எழுந்து கொண்டார். எல்லோரும் அமைதியாகப் போய்த் தூங்குமாறும் சொன்னார். அவர் போன பிறகு அம்மா என்னை அணைத்துக் கொண்டு 'குட்நைட்' சொன்னதோடு,

“நீ என்ன செஞ்சாலும் எப்பவும் நான் உன்னைப் புரிஞ்சிப்பேன்'' என்று வழக்கத்துக்கு விநோதமாகச் சொன்னாள். என் காதுகளில் அவள் வார்த்தைகள் ஒலித்தபடி இருக்க, நான் என் அறைக்குத் திரும்பினேன். ஸோனியின் ‘ஃப்ளாப்பி’யை மறைத்து வைக்க நம்பகமான ஒரு மறைவிடத்தை மறுபடியும் கேட்கத் தொடங்கினேன். இறுதியாக என் கைப்பைக்குள் போகக்கூடிய ‘சானிடரி நாப்கின்’ பொட்டலத்துக்குள் அதை மறைத்து வைத்தேன். அடுத்தது அந்தக் கடிதம். அதை மிகவும் பத்திரமாக வைத்தாக வேண்டுமென்று உறுதி பூண்டிருந்தேன், ஸோனியையும் என்னையும் இணைக்கும் கடைசிக் கண்ணி அதுதான். அதை என் உள்ளாடைக்குள் கவனமாகச் செருகிக்கொண்டேன். பெண்கள் பலரும் அந்த இடத்தில் பணத்தை வைத்துக் கொள்வதை நான் பார்த்திருக்கிறேன். தயாராகிவிட்டேன். ஆனால் என் அம்மாவிடம் ஏதாவது சொல்லாமல் போக என்னால் முடியவில்லை. அதனால் என் பெற்றோருக்குச் சிறுகுறிப்பு ஒன்றை இவ்வாறு எழுதிவைத்தேன்.

“அன்புள்ள அப்பாவுக்கும், அம்மாவுக்கும்... தயவு செய்து இப்படி நழுவிப் போவதற்காக என்னை மன்னித்துவிடுங்கள். ஆனால் அது நல்லதற்குத்தான் என்பதை நீங்கள் அறிவீர்கள்.''

இரவு முழுவதும் நான் தூங்கவே இல்லை. உயிரோடு இருக்கும் ஸோனி, இறந்துபோன ஸோனி என்ற இருவகைப்பட்ட பிரமைகள் என்னை விரட்டிக் கொண்டிருக்க நான் அளவற்ற துன்பத்துக்கும், எரிச்சலுக்கும், கழிவிரக்கத்துக்கும் ஆட்பட்டிருந்தேன். அது எத்தனை விடாப்பிடியான கடுமையோடு என்னை ஆட்கொண்டிருந்ததென்றால் பொங்கிவரும் குமுறல்களை வெளிப்படுத்த முடியாமல் சில சமயம் நான் மூச்சுத் திணறிக்கூட போனேன். இறப்புக்குப் பிறகும் கூட என் வாழ்வை ஆட்கொண்டு இயக்கும் சக்தியாக இருப்பது ஸோனிதான் என்ற உண்மை என்னை அதிசயப்பட வைத்தது. அவனது பிரிவால் என் இதயத்தில் விளைந்த அளவு கடந்த துன்பம், அவன் திருமணம் செய்து கொண்டபோது என்னுள் ஏற்பட்ட பழைய வெறுப்புணர்வைக்கூட மாற்றிவிட்டிருந்தது. ஆனால் ஒன்றுக்கொன்று முரண்பட்டுக் கொண்டிருந்த அத்தகைய கணங்கள் தற்காலிகமானவைதான். தொடர்ந்து என் உள்ளத்துக்குள் ஒரு வெற்றிடம் மட்டுமே எஞ்சியது. அவன் என்னை விட்டுப்பிரிந்து போன நாளில் நான் உணர்ந்த அதே வெற்றிடம். அப்போது ஏற்பட்ட வெற்றிடத்தை ஏதோ ஒரு நம்பிக்கையின் அடிப்படையில் பொறுத்துக் கொள்ள முடிந்தது. இம்முறையோ என் வாழ்நாள் முழுவதும் தொடர்ந்து என்னை அது விரட்டப்போகிறது என்பதை நான் அறிந்திருந்தேன்.

பொழுது விடிவதற்கு முன்பு நான் வைத்திருந்த சிறிய பைகளோடு வீட்டை விட்டு மெல்ல ஊர்ந்து வெளியே வந்து, குறிப்பிட்ட இடத்துக்கு நடந்தேன். அந்த மனிதன் காத்துக் கொண்டிருந்தான். அவன் எனக்கு விடைகொடுத்து வழியனுப்ப மட்டுமே வந்திருந்தான். ஸோனியின் இறுதிச் சடங்கில் அவன் இருந்தாக வேண்டிய கட்டாயத்தால் எனக்கு வண்டி ஓட்ட வேறொரு ஓட்டுநரை ஏற்பாடு செய்திருந்தான். நாங்கள் ஒருவரை ஒருவர் தெளிவாகப் பார்த்துக் கொள்ள முடியாவிட்டாலும், அவனும் கூட ஏதோ சில பதட்டங்களில் இருக்கிறான் என்பதும் அவற்றை என்னிடமிருந்து மறைத்துக் கொள்ள முயல்கிறான் என்பதும் என் உள்ளுணர்வுக்குப் புரிந்தது. நான் கிளம்புவதற்கான நேரம் வந்தபோது என்னை லேசாக அணைத்துக் கொண்டபடி,

“ஸோனி உன்னை என்ன செய்யச் சொல்லியிருந்தாலும் சரி! கடவுளுக்குப் பொதுவாகச் சொல்கிறேன். தயவுசெய்து எங்களுக்காக அதைச் செய்து விடாதே” என்று என் காதில் கிசுகிசுத்தான். பிறகு ‘பத்திரம்’ என்று மென்மையாக முணுமுணுத்தபடி தன் காரில் ஏறி அதை ஓட்டிக் கொண்டு சென்றான். நான் பாதிவழி சென்று கொண்டிருக்கும்போதுதான் அவன் சொற்கள் என் உள்ளத்தில் உறைத்தன. ஸோனியிடமிருந்து கிடைத்திருக்கும் ஏதோ ஒரு தகவலுடன் நான் இருப்பதை இவன் எப்படித் தெரிந்துகொண்டான்? என் தலை சுற்றத் தொடங்கியது. பயங்கரமான இந்த வலையில் எல்லோருமே ஏதோ ஒரு வகையில் மாட்டிக்கொண்டுதான் இருக்கிறோம். சிலர் வெளிப்படையாகப் புலப்படாத வகைகளில் இருப்பதால் யார் என்ன செய்கிறார்கள் என்று தீர்மானமாகச் சொல்வது இனிமேல் சாத்தியமில்லை. அம்மாவையே எடுத்துக் கொள்ளலாமே? சாத்வீகமான ஒரு குடும்பத்தலைவிதான் அவள். ஆனாலும் என்னுள் இருந்த ஏதோ ஒரு கவலையைப் பற்றி அத்தனை தெளிவாக அவள் தெரிந்து வைத்திருந்தாளே? பெண்ணுக்கே உரிய உள்ளுணர்வுதான் அதற்குக் காரணமா அல்லது அதன் பின்னணியில் வேறு ஏதாவது ஒரு வலைப்பின்னல் செயல்பட்டுக் கொண்டிருக்கிறதா? ஆனால் வாடகைக்காரரின் சொந்தக்காரன் நடந்து கொண்ட முறையைத்தான் கொஞ்சம்கூடப் புரிந்துகொள்ள முடியவில்லை. ஸோனியின் பெருத்த நம்பிக்கைக்குப் பொருத்தமான நெருங்கிய கூட்டாளி அவன். காவல் படையினரால் அவன் பலமுறை விசாரணைக்கு உட்படுத்தப்பட்டிருக்கிறான். ஆனால் ஒவ்வொரு முறையும் அவன் விடுவிக்கப்பட்டு விடுவதே வழக்கம். அண்மையில் அவன் செய்துவந்த தொழிலின் வெற்றிக்குக் கூட அரசாங்கத்திலிருந்து அவனுக்குக் கிடைத்த தாரளமான கடன் உதவியே காரணம் என்ற வதந்திகளும் கூட நிலவின.

அதில் மிகவும் ஆச்சரியமான விஷயம் என்னவென்றால் ஒரு முறை கூட ஸோனியின் மரணத்தைப் பற்றி அவன் குறிப்பிடவே இல்லை. பொதுவாக இறுதிச் சடங்கு என்று மட்டும்தான் சொன்னான். அது ஏன் என்று எனக்குள்ளேயே கேட்டுக்கொண்டேன். அந்த விஷயங்களைப்பற்றித் தீவிரமாகச் சிந்திக்கச் சிந்திக்க ஸோனி கொலை செய்யப்பட்டிருப்பது மிகத் திறமையாகக் கணக்குப் போட்டுத்தான் என்பது எனக்கு அதிகமாகவே உறுதிப்பட்டது. தலைமறைவு சக்திகளாக இருக்கும் சில இடைத்தரகர்கள்தான் இதைச் செய்திருக்க வேண்டும். அமைதியாகத் தொழில் செய்வது போலிருக்கும் இந்த மனிதனும் கூட ஏதோ ஒரு வகையில் அந்தப் புதிரின் ஒரு முக்கியமான கண்ணியாக இருக்க வேண்டும். ஸோனியின் உயிரைப் பறித்த கொடூரமான இந்த வலைப்பின்னல் என்னையும் சுதந்திரமாக விட்டு வைக்கப் போவதில்லை என்பதை யும் நான் புரிந்து கொண்டேன்; காரணம் அவன் எனக்கு ஒரு சொத்தை விட்டு விட்டுச் சென்றிருக்கிறான். நான் சும்மா அதை அழித்துப் போட்டிருக்கலாம்தான். ஆனால் நான் என் வங்கிக்குச் சென்று, பொருள்களைப் பத்திரப்படுத்தும் ஒரு சின்ன லாக்கரை வாடகைக்கு எடுத்துக் கொண்டேன். என் அம்மா எனக்குத் தந்திருந்த நகைகளை அதில் வைக்கப்போவதைப் போலக் காட்டிக் கொண்டேன்.

நான் ஏன் அவ்வாறு செய்தேன் என்பதை என்னால் விளக்க முடியாது; காரணம் அந்த 'ஃப்ளாப்பி'யில் என்ன இருந்தது என்பதை அறிந்து கொள்ள நான் முயற்சிக்கவே இல்லை. கடிதத்தை மட்டும் என் இதயத்தின் அருகே வைத்துக் கொண்டேன்.

படிக்கப்படாத அந்த வாக்குமூலம் அதன் மறைவிடத்தில் அப்படியே தொடர்ந்து இருக்கும். ஒரு காலத்தில் என் வாரிசுகள் அந்த 'லாக்க'ருக்கு உரிமை கோரும்போது கலவையான நகைகள் அடங்கிய பெட்டிக்கு அடியே வளைந்து நெளிந்து ஒரு பழைய பொருளாய் அந்த 'ஃப்ளாப்பி'யும் கிடப்பதைப் பார்ப்பார்கள். அதில் இருப்பது என்ன என்பதை எப்படிப்பட்ட தொழில்நுட்பத் தாலும் கண்டுபிடிக்க முடியாது. அப்படி இருப்பதுதான் நல்லது.

ஸோனி கொலையுண்ட பிறகு நிகழ்ந்த அரசியல் சம்பவங் களைப் பற்றி வீட்டிலிருந்து கிடைத்த தகவல்கள் அதற்குப் பிறகு என்னைச் சிறிதும் பாதிக்கவில்லை. ஆனால் கொடூரமான அவனது மரணம் என் இதயத்தை இன்னும் கூட சுட்டெரித்துக் கொண்டு தான் இருக்கிறது. துப்பாக்கிக் குண்டுகள் என் மீதும் பாய்ந்தது போலவே நான் உணர்கிறேன்.

ஸோனியின் நம்பிக்கைக்குரிய நெருங்கிய நண்பன் அமைதி யாகத் தலைமறைவாகிவிட்டுப் பிறகு ஸோனியின் 'தேசியப்போராளி'க்

குழுவுக்குப் புதிய தலைவனாகிவிட்டான் என்று கேள்விப்பட்டபோது என்னை மட்டுமே நம்ப முடியும் என்று ஸோனி ஏன் எழுதியிருந் தான் என்பது எனக்குப் புரிந்தது. நான் அரசியலோடு சம்பந்தப்பட வில்லை என்பது அதற்கான காரணமா? அல்லது அத்தனை வருடங்கள் கழிந்த பிறகும், எங்கள் இருவருக்கும் இடையே அத்தனை இடைவெளிகளும், தடைகளும் இருந்தபோதும் அவன் ஏவியதை இன்னும் கூடக் கட்டாயமாகச் செய்து முடிக்கும் அளவுக்கு அவன் மீது நான் கொண்ட காதலில் அவன் நம்பிக்கை வைத்திருந்தானா? இவற்றையெல்லாம் நான் ஒரு போதும் அறிய முடியாது. அழிந்து சிதைந்துபோய்க்கொண்டிருந்த அந்தப் பிரதேசத்தின் குழப்பமான அரசியல் நடவடிக்கைகள் தொடர்ந்துகொண்டுதான் இருந்தன. அரசின் மந்தமான நடவடிக்கைகளும், தலைமறைவுப் போராளிகள் நடத்தும் எதிர்த் தாக்குதல்களும் ஒருபக்கம் நீடித்துக் கொண்டுதான் இருந்தன.

நானோ மகிழ்ச்சியும், களிப்புமான பழைய குப்பைகளைக் கிளறியபடி பொழுதைக் கழித்துக்கொண்டிருக்கிறேன். காரணம், கனவுகளைத் துரத்தும் ஸோனி என்ற பெயருடைய ஒருவனை ஒரு காலத்தில் நான் காதலித்திருந்தேன்.

பறத்தல்

முட்டைக்கோஸ் செடிகள் பயிரிடப்பட்டிருந்த விசாலமான திறந்த வயல்வெளியில் என் வாழ்க்கை தொடங்கியது. அதுவும் கூட வயல்களில் குறுக்கு நெடுக்காக வரிசையாக நடப்பட்டிருந்த செடிகளுக்கு இடையே ஒரு பெரிய இலைக்கு அடிப்பக்கத்திலேதான். எங்கும் தங்காமல் பறந்தபடி இருக்கும் ஓர் அன்னை விட்டுச் சென்ற மிகச் சிறிய துகள் போன்ற விதையிலிருந்து நான் படிப்படியாக நீளமாகப் பச்சை வண்ணத்தில் வளர்ந்திருந்தேன். நான் ஒட்டிக் கொண்டிருந்த பெரிய இலையோடு அந்த நிறம் மிகவும் பொருந்திப் போயிருந்தது.

சூரிய ஒளி பிரகாசமாக அடித்துக் கொண்டிருந்த ஒரு நாள் காலையில் 'கிறீச்' சென்று துளைக்கும் ஒரு சத்தம் வயல் முழுவதையும் ஊடுருவிக் கொண்டு போயிற்று. "ஏய்.... பாரு கம்பளிப்பூச்சி, கம்பளிப்பூச்சி"

கலவையான பல குரல்களிலிருந்து எழுந்த முணுமுணுப்புகள். அந்தப் பெண்மணி இன்னும் கூடக் கிறீச்சிட்டுக் கொண்டுதான் இருந்தாள். அவள் குரலில் இருந்தது பயமா? வெறுப்பா என்பது எனக்கு உறுதியாகத் தெரியவில்லை. பிறகு ஒரு சின்னப் பெண் குரல்,

"சே... இது ரொம்ப அசிங்கமா இருக்கு" என்றது.

மற்றொரு குரல் இடையே நுழைந்தது. "ஐயோ... அதைப் பாருங்களேன், எவ்வளவு அழகா இருக்கு? அம்மா அதை நான் வச்சுக்கலாமா? அம்மா, தயவுசெஞ்சு அம்மா! நான் என்னோட ரூம்லே ஷூபெட்டியிலே போட்டு வச்சிப்பேன்; அது வேற யாரையுமே தொந்தரவு பண்ணாது, அதுக்கு நான் பொறுப்பு! அது என்னோட 'டிராகன்'னா இருக்கும்"

எல்லோரும் மூச்சைப் பிடித்துக்கொண்டிருந்ததுபோல் அப்படி ஓர் அமைதி அங்கே நிலவியது. நான் கலவரமடைய ஆரம்பித்தேன். ஒரு வேளை இதுவே என் கடைசி நாளாகக் கூட இருந்து விடலாம்.

பிறகு உணர்ச்சிகரமான ஒரு ஆண்குரல் இப்படிப் பேசியது.

"சரி ஜானி! நீ அதை வச்சுக்கலாம். உன் படுக்கைக்குப் பக்கத்திலே உள்ள டிரஸ்ஸிங் டேபிள் மேலே உன் 'டிராகன் பாக்ஸை வச்சுக்கோ. ஆனா இது மட்டும் ஞாபகம் இருக்கட்டும். அதனாலே ஏதாவது பாதகம் வந்ததுன்னா அப்புறம் நீதான் அதுக்குப் பொறுப்பேத்துக்கணும்."

"ஹையா, தாங்க்யூ அப்பா" என்று அந்தப் பையன் கத்தினான். முட்டைக்கோஸின் அடிப்பக்கத்திலிருந்து யாரோ அந்த இலையைத் துண்டித்து எடுத்துப் பையனிடம் தந்தார்கள். அவனும் அதைக் கவனமாகப் பெற்றுக் கொண்டான்.

ஜானி, தன் படுக்கையறைக்குச் சென்று என் புது வாழ்க்கைக் கான வித்தியாசமான இடத்தை ஆயத்தம் செய்துகொண்டிருந்தபோது என்னை ஏதோ வேறொரு உலகத்துக்கு கொண்டு சென்று விட்டதைப் போலிருந்தது. பொருட்களை இரைத்தும் கலைத்தும் போடும் சத்தம் கேட்டது. கதவுகள் அறைந்து சாத்தப்பட்டன. இறுதியில் அந்தச் சின்னப் பையன்,

"ஓ... இங்கே இருக்கு" என்று குரல் கொடுத்தான். மென்மை யான ஒரு பரப்பின் மீது அவன் என்னைக் கவனமாகக் கிடத்திய போது அவன் அப்படி எதைக் கண்டுபிடித்தான் என்பது எனக்கு ஆச்சரியமாக இருந்தது. என் ஆச்சரியம் தொடர்ந்து கொண்டிருந்த அந்த நேரத்தில் வித்தியாசமான வேறு சில விஷயங்களும் நடந்து கொண்டிருந்தன. தாள்கள் கிழிக்கப்பட்டும் வெட்டப்பட்டும்!

"ம்... இது போறும்"

கடைசியாகத் தனக்குள் முணுமுணுத்துக் கொண்டான் ஜானி.

திடீரென்று என்னைத் தூக்கி இருட்டான ஒரு இடத்தில் தாழ்வாக வைத்தான் அவன். நான் நிமிர்ந்து பார்த்தபோது தன் முகத்தில் விசித்திரமான ஒரு புன்னகையோடு என்னை வெறித்துப் பார்த்துக் கொண்டிருந்த ஜானி,

"டிராகன், தூங்கப்போ. உன்னைக் காலையிலே பார்க்கிறேன்."

பிறகு அவன் பெட்டியை மூடிவிட்டதால் உள்ளே முழு இருட்டு கவிந்து கொண்டது.

அந்தக் கணத்தில், அதுவரை விசாலமான திறந்த வெளி களோடும், பிரகாசமான சூரிய ஒளியோடும் இருந்த என் பழைய வாழ்க்கை முடிந்துபோயிற்று. இருளும், ஒளியும் மாறி மாறி வரும் ஒரு புதிய வாழ்க்கை தொடங்கியது. மூடியைத் திறந்து ஜானி

எட்டிப் பார்க்கும்போது வெளிச்சம்; அதை அவன் மூடிவிடும்போது இருட்டு. இருட்டுக்கும் வெளிச்சத்துக்கும் இடையிலிருக்கும் நேர ஒழுங்கு ஆரம்பத்தில் சீராகத்தான் இருந்தது. நாளாக ஆக இடைவெளிகள் கூடிக் கொண்டே வந்தன. ஒரு நொடி கூட வெளிச்சம் படாத நாட்களும் சில வேளைகளில் இருந்தன.

பிறகு ஒருநாள் மாலை ஜானி உறங்கிக்கொண்டிருந்த படுக்கை யறையை நெருங்கி வந்து கொண்டிருந்த சில காலடி ஓசைகளை என்னால் கேட்க முடிந்தது. இப்போதெல்லாம் பகலோ, இரவோ பெரும்பாலான நேரங்களில் அவன் தூங்கிக்கொண்டேதான் இருந்தான். என் மீது இருந்த ஆர்வத்தை அவன் இழந்துவிட்டானோ என்று கூட எனக்குத் தோன்ற ஆரம்பித்தது. காலடி ஓசைகள் அறைக்குள் கேட்டன. ஒரு பெண்ணின் ஆடை ஒருக்கால் பட்டாடையாக இருக்கலாம். அது உரசும் ஓசை எனக்குக் கேட்டது. இதுவரை நான் நுகர்ந்தே இராத வித்தியாசமான மெல்லிய மணத்தை என்னால் உணர முடிந்தது. ஜானியின் பெற்றோர் ரகசியம் பேசுவது போன்ற குரலில் பேசிக் கொண்டி ருந்தார்கள். அவனது அப்பா, பெட்டியின் மூடியைத் திறந்தபோது அந்தப் பெண்மணியின் கழுத்தைச் சுற்றி ஒளிமயமான நட்சத்திர வரிசை இருப்பதை நான் பார்த்தேன்.

“அவனோட டிராகனைப் பாரு” என்றார் அவர். அவள் இதயத்தைப் பிளக்கும் துயரத்தோடு விம்மினாள்.

“ஷ்” என்றார் அவர்.

“நீ தைரியமா இருக்கணும். அவனுக்கு இப்ப வலி எதுவும் தெரியாது.”

மூடி மறுபடியும் மூடப்பட்டுவிட, இருட்டு மீண்டும் என்னைச் சுற்றி வளைத்துக் கொண்டது. காலடிகள் இரவுக்குள் தேய்ந்து கரைந்தன.

காலம், எனக்கு மங்கலான குழப்பமாகி இருந்தது. என் உடலுக்குள் வினோதமான புலன் உணர்வுகள் நிகழ்ந்து கொண்டி ருந்தன. அடையாளம் கண்டுகொள்ள முடியாத ஏதோ ஒரு சுமை என்னை அழுத்தித் தடுமாற வைப்பதைப் போலிருந்தது. வரை யறுக்கப்பட்ட ஒரு சிறிய இருட்டு இடத்துக்குள் ஜானி ஆசையோடு சிறைப்பிடித்து வைத்திருந்த அந்த டிராகனாக நான் இப்போது இல்லை. நான் இருப்புக் கொள்ளாமல் இருந்தேன்; என் பழைய வாழ்க்கையின் திறந்த வெளிகளுக்காக நான் ஏங்கினேன்.

எனக்குள் நடந்து கொண்டிருந்த இந்தக் குழப்பங்கள் ஒரு புறம் இருக்க, ஒருநாள் அந்த வீட்டில் மிகவும் கலவரமான ஒரு சூழல் நிலவியது. மனிதர்கள் அங்குமிங்கும் ஓடிக்கொண்டும், சத்தம்போட்டுக் கொண்டும் இருந்தார்கள்.

“ம் சீக்கிரம்! பார்த்து பத்திரமா! படிக்கட்டு இருக்கு ஞாபகம் இருக்கட்டும்.”

இதற்கு நடுவே ஜானியின் பலவீனமான குரலும் கேட்டது.

“எனக்கு என்னோட டிராகன் வேணும், என் டிராகன் வேணும்”

முரட்டுத்தனமான, பொறுமையிழந்த சில கரங்கள் இருட்டான என் உலகத்தை ஒரு உலுக்கலோடு தூக்கி எடுத்தன. அதைத் தொடர்ந்து நான் வேறொரு வித்தியாசமான இடத்தில் இருப்பது புரிந்தது. அந்த அறை, வேறுவகையான கடும் வாடைகளால் நிரம்பியிருந்தது. குழந்தைகள் அழுது கொண்டிருந்தது எனக்குக் கேட்டது. பெரியவர்களும் கூட வலியாலும் வேதனையாலும் முனகிக் கொண்டிருந்தார்கள். நாங்கள் அங்கே எவ்வளவு நேரம் இருந்தோம் என்பது எனக்குத் தெரியவில்லை. ஆனால் ஜானியும் அங்கே இருந்தான் என்பது மட்டும் எனக்குத் தெரிந்தது. அவன் மூச்சு விடுவதற்கே அன்று கஷ்டப்பட்டுக் கொண்டிருந்தான். ஒவ்வொரு முறை அவன் பெற்றோர் அறைக்குள் வரும்போதும் மற்ற இடங்களிலிருந்து கேட்கும் முணுமுணுப்பான ஓசைகளை வேதனையான விம்மல்கள் அடக்கிவிடும்.

பிறகு ஒரு மதிய நேரத்தில், கடுமையான பீதியை வெளிப் படுத்தும் அமானுஷ்யமான ஓர் ஓசை அந்தத் தாயிடமிருந்து எழுந்தது. காரணம் ஜானி, மூச்சிலிருந்த சலசலப்பான ஓசையும் கூட அப்போது முற்றாக இல்லாமல் போயிருந்தது. அம்மா விடமிருந்து எழுந்த சத்தத்தின் எதிரொலி என்னை நடுநடுங்க வைத்தது. அவனுக்குப் பயங்கரமாக ஏதோ ஒன்று நேர்ந்திருக்க வேண்டும் என்று நினைத்தேன். பிறகு மீண்டும் புதிதாக ஓர் அமைதி திரும்பியது. ஜானியின் தொண்டையிலிருந்து பழைய சலசலப்பு கேட்கத் தொடங்கியிருந்ததே அதற்குக் காரணம். சிறிது நேரம் சென்றபின்,

“என் டிராகனைப் பாக்கணும்” என்ற ஜானியின் பலவீனமான குரல் கேட்டது.

அவனது சகோதரி பெட்டியின் மூடியை மென்மையாகத் திறந்தபடி,

“பாரு... வண்ணத்துப் பூச்சி! எத்தனை அழகா இருக்கு பாரு அது” என்றாள். ஜானி மிகுந்த சிரமத்தோடு அருகில் நெருங்கியபடி அவநம்பிக்கையோடும், வெறுப்போடும் என்னை உற்றுப் பார்த்த படி அவளை மறுத்தான்.

“என்னது அழகா இருக்கா? டிராகன், உனக்கு என்ன ஆச்சு? ஏன் இவ்வளவு அசிங்கமா இருக்கே.”

இவ்வாறு சொல்லியபடியே பின்னால் சரிந்தவன், அப்படியே எதுவும் பேசாமல் அமைதியாக இருந்தான்.

புதிதாக வளர்ந்திருந்த என் சிறகுகளைக் கவனமாக அசைத்துக் கொண்ட நான், புதிதாக முளைத்திருந்த கால்களைக் கொண்டு ஒரு அடி எடுத்து வைக்கப்பார்த்தேன். பிறகு என் இருட்சிறையை விட்டுப் புது வேகத்தோடு வெளியே வந்தேன். ஜன்னல் திட்டின் மீது உட்கார்ந்தபடி சுற்றுமுற்றும் பார்த்தேன். கசங்கிய துணிக் குவியல்களுக்கிடையே படுத்துக் கிடந்தான் ஜானி. அவனது தொண்டையிலிருந்து எழுந்த நெடுமூச்சின் ஒலி அந்த நிசப்தமான சூழலில் கடுமையாக ஒலித்தபடி அங்கிருந்த எல்லோரையும் நிலை குத்திப் போக வைத்திருப்பது போலிருந்தது. அவன் படுத்திருந்த இடத்துக்கு வெளியேதான் எத்தனை வெளிச்சமாகவும், காற்றோட் டமாகவும் இருந்தது? ஜானியின் சகோதரி என்னைப் பிடிக்க முயல்பவளைப் போல் சற்று முன்னோக்கி வந்தாள்; நான் உடனே சற்று உயரமான ஜன்னல் விளிம்பில் மாறி அமர்ந்து கொண்டேன்... ஜானியின் உலகத்திலிருந்து வெகுதூரம் தள்ளியிருக்கும் வேறொரு வெளியில் சஞ்சரிக்க நான் ஆயத்தமாகிவிட்டதை அந்தக் கணத்தில் உணர்ந்து கொண்டேன்.

இறுதியாகப் பறந்து செல்ல நான் சிறகுகளை அசைத்தபோது,

"கொஞ்சம் இரு. ஜானியை நினைத்துப் பார்க்க வேண்டாமா? அவனைத் தனியாக விட்டு விட்டா போகப் போகிறாய்" என்று மெலிதான உட்குரல் என்னுள் கேட்டது. நான் சற்றே தயங்கி னாலும், மடிந்து கொண்டிருக்கும் அவனுடைய உலகத்தைவிட்டு நான் விலகி விட வேண்டும் என்பதை அறிந்திருந்தேன். வெளிறிப் போய் வருத்தம் தோய்ந்தபடி இருந்த அவன் முகத்தைப் பார்த்தேன். ஆனால் அவன் கண்களில் இருந்த கோரிக்கையை விட, என்னுள் இருந்த தீர்மானம் அதிக உறுதியாக இருந்தது. கண்ணுக்குத் தெரியாத ஏதோ ஒரு சக்தியால் இயக்கப்பட்டது போல என் சிறகுகளை அசைத்தபடி திரும்பிக் கூடப் பார்க்காமல் விரைவாகப் பறந்து கொண்டிருந்தேன் நான்.

"பறந்து போ. நீ இப்போது உனக்கான உன்னுடைய உலகத்தில் இருக்கிறாய். உன் விதியை நோக்கி நீ பறந்து செல்" என்று என்னுள் இருந்த புழு என்னைத் தூண்டிக் கொண்டிருந்தது.

● ● ●